प्रवास जन्मोजन्मीचा

डॉ. ब्रायन वीज़

अनुवादक - नीता कुलकर्णी

वॉव पब्लिशिंग द्वारा वितरीत पुस्तके

१. आध्यात्मिक विकास साधण्यासाठी या पुस्तकांचा लाभ घ्या

- शोध स्वतःचा - In Search of Peace
- संपूर्ण जीवन रहस्य - जीवनाची ५ महान रहस्ये
- आत्मनिर्माण - पीस बाय पीस
- कसे प्राप्त कराल - ईश्वराचं मार्गदर्शन
- निःशब्द संवाद का जादू - जीवन जगण्याचे १११ उपाय
- The मन - कसे बनावे मन : नमन, सुमन, अमन आणि अखंड
- ध्यान दीक्षा - ध्यानाचे दान - 'स्व' साक्षीचं ज्ञान
- संपूर्ण ध्यान - २२२ प्रश्न
- कर्म सिद्धांत - कर्म करण्याची कला
- The मीरा - अंतरीचा भाव जैसा, तैसे घडते जीवन
- मोक्ष - अंतिम साफल्याचा राजमार्ग
- शोधयात्रा - ईश्वरप्राप्तीची सात पावलं
- मृत्यू अंत नव्हे वाटचाल... - पारटूचं रहस्य
- कर्मयोग नाइन्टी - प्रत्येकाची गीता वेगळी आहे
- साद मानवतेची - स्वभाव हाच धर्म

२. या पुस्तकांद्वारे स्वमदत करा

- संपूर्ण लक्ष्य - संपूर्ण विकास कैसे करें
- विचारनियम - आपल्या यशाचे रहस्य
- नींव नाइन्टी - नैतिक मूल्यांची संपत्ती
- स्वसंवाद एक जादू - आपला रिमोट कंट्रोल कसा प्राप्त करावा
- संपूर्ण सफलतेचं लक्ष्य - अपूर्व यशाची गुरुकिल्ली
- निर्णय आणि जबाबदारी - वचनबद्ध निर्णय आणि जबाबदारी कशी घ्यावी
- नोकरी ईश्वराची - कथा तुमचीच
- जाऊ आनंदाच्या गावा - तोडू तणावाचा पिंजरा
- गजर झाला जागे व्हा - ज्योत जागृतीची
- सूक्ष्म विकारांवर विजय - मन करा रे प्रसन्न
- उत्कर्षाकडे झेप - विकासपथावर मार्गक्रमण
- सूर छेडिता धीराचे - संतुलित जीवन संगीत - Power of Patience
- आळसावर मात
- नम्रतेची शक्ती - अहंकारातून मुक्ती
- ३६५ प्रेरणादायी तेजवाक्ये - आनंदी विचार
- आत्मनिर्भर कसे व्हाल - आजची स्त्री आणि आपण

३. या पुस्तकांद्वारे प्रत्येक समस्येचं समाधान प्राप्त करा

- भय, चिंता आणि क्रोध यांपासून - मुक्ती
- आनंदाचे रहस्य - सुखदुःखाच्या पलीकडे

४. या आध्यात्मिक कादंबरी द्वारे जीवनाचे गूढ रहस्य जाणा

- पृथ्वी लक्ष्य - मृत्यूचं महासत्य

प्रवास जन्मोजन्मीचा

मानसिक स्वास्थ्य प्राप्ती आणि
आध्यात्मिक विकासाचा विलक्षण प्रवास

प्रवास जन्मोजन्मीचा

मानसिक स्वास्थ्य प्राप्ती आणि आध्यात्मिक विकासाचा विलक्षण प्रवास

प्रथम आवृत्ती : जून २०१८

पुनर्मुद्रण : ऑगस्ट २०१८, सप्टेंबर २०१९, एप्रिल २०२५

प्रकाशक : वॉव पब्लिशिंग्ज् प्रा.लि., पुणे

मुद्रक : ट्रिनिटी अकादमी, फॉर कॉर्पोरेट ट्रेनिंग लि., पुणे

अनुवादक : नीता कुलकर्णी

'MANY LIVES, MANY MASTERS' या मूळ इंग्रजी पुस्तकाचा मराठी अनुवाद

Prawas Janmojanmicha - Mansik Swasthya Prapti Ani Aadhyatmik Vikasacha Vilakshan Prawas.

by Dr. Brian Weiss

- समर्पित -

माझी पत्नी कॅरोल हिला

तिच्या प्रेमाने मला समृद्ध केलंय

आम्ही दोघं काळाच्या अंतापर्यंत एकत्र आहोत.

आभार

माझी मुलं जॉर्डन आणि ॲमी यांचे मनापासून आभार. हे पुस्तक लिहिताना मी त्यांना वेळ देऊ शकलो नाही, तरी त्यांनी मला त्याबद्दल मोठ्या मनाने क्षमा केली.

आमच्या उपचारसत्रांच्या ऑडिओ टेप्सचं शब्दांकन केल्याबद्दल निकोल पास्कोचेही मी आभार मानतो.

या पुस्तकाचा पहिला खर्डा वाचून ज्युली रुबीन्स हिने संपादनाबाबत केलेल्या सूचना अतिशय मोलाच्या होत्या.

'सायमन अँड शूस्टर' मधील माझी संपादिका बार्बरा गेस हिचे तिचा अनुभव आणि धैर्य यासाठी धन्यवाद!

आणि सरतेशेवटी ज्यांनी ज्यांनी हे पुस्तक प्रकाशित व्हावं, यासाठी सहकार्य केलं त्या प्रत्येकाचे मनःपूर्वक आभार!

प्रस्तावना

प्रत्येक गोष्टीला काही ना काही कारण असते, हे मला ठाऊक आहे. आत्ता एखादी घटना घडली, तर त्या मागचं कारण समजून घेण्याची अंतर्दृष्टी किंवा दूरदृष्टी आपल्याजवळ नसते, पण काही काळ संयम ठेवल्यास योग्य वेळी त्या मागचं कारण उलगडत जातं.

कॅथरीनबाबतही नेमकं हेच घडलं. मी सर्वप्रथम तिला १९८० साली भेटलो, तेव्हा ती २७ वर्षांची होती. अति चिंता, तीव्र भीती आणि या घालमेलीतून येणारे टोकाचे घाबरलेपण यांवर मदत घेण्यासाठी ती पहिल्यांदा माझ्या ऑफिसमध्ये आली होती. ही सारी लक्षणे तिला अगदी लहानपणापासून जाणवत होती, पण गेल्या काही वर्षांत मात्र ती खूप उग्र बनली होती. येणाऱ्या प्रत्येक दिवसागणिक आपण भावनिक दृष्ट्या अधिकाधिक खचत चाललोय, काम करण्याची आपली क्षमता कमीकमी होत चालली आहे, हे तिला जाणवत होतं. ती पुरती हादरून गेली होती आणि अर्थातच निराशेने खचून गेली होती.

त्या वेळी तिच्या आयुष्यात अनेक वादळं होती, त्याउलट माझं आयुष्य मात्र अगदी शांतपणे एका लयीत सुरू होतं. माझं वैवाहिक जीवन शांतपणे आणि उत्तम सुरू होतं, मला दोन मुलं होती आणि करियर वेगाने फुलत होतं.

अगदी सुरुवातीपासूनच माझं आयुष्य सरळ आणि एका लयीत चाललं होतं. मी अतिशय प्रेमळ माणसांच्या घरात लहानाचा मोठा झालो होतो. शिक्षणातही मला सहजपणे यश मिळत गेलं होतं. आणि माझ्या कॉलेजच्या अखेरच्या वर्षी मी मानसोपचारतज्ज्ञ बनायचं ठरवलं होतं.

न्यूयॉर्कमधील कोलंबिया युनिव्हर्सिटीमधून १९६६ साली मी 'फी बीटा काप्पा' हा मानाचा पुरस्कार पटकावून डिस्टिंग्शनमध्ये पदवी संपादन केली. त्यानंतर मी येल युनिव्हर्सिटी स्कूल ऑफ मेडिसिनमध्ये गेलो आणि १९७० साली M.D. झालो. मग न्यूयॉर्क युनिव्हर्सिटीत बेलव्ह्यू मेडिकल सेंटरमध्ये माझी इंटर्नशिप पूर्ण केली आणि

मानसोपचारशास्त्रातील माझी रेसिडेन्सी पूर्ण करण्यासाठी येलला परत आलो. ती पूर्ण झाली आणि मग मी पिट्सबर्ग युनिव्हर्सिटीमध्ये अध्यापक म्हणून जाऊ लागलो. दोन वर्षांनंतर मियामी युनिव्हर्सिटीमध्ये प्राध्यापक म्हणून रुजू झालो, तिथे मी सायकोफार्मेकोलॉजी विषयाच्या विभागप्रमुखाची जबाबदारी स्वीकारली. तिथे मी जैविक मानसशास्त्र आणि व्यसनाधीनता या क्षेत्रात राष्ट्रीय स्तरावर नाव कमावले. युनिव्हर्सिटीमध्ये चार वर्षं काम केल्यानंतर मला मेडिकल स्कूलमध्ये असोसिएट प्रोफेसर म्हणून बढती मिळाली आणि मियामी येथील युनिव्हर्सिटीशी संलग्न असणाऱ्या एका मोठ्या हॉस्पिटलमध्ये माझी मानसोपचार विभागाच्या प्रमुखपदी नेमणूक झाली. तोपर्यंत मी माझ्या क्षेत्राच्या संदर्भात ३७ शोधनिबंध आणि पुस्तकातील इतर लेखन केलेले होते.

अनेक वर्षांच्या शिस्तबद्ध अभ्यासाने माझ्या मनाला एखाद्या वैज्ञानिकाप्रमाणे आणि डॉक्टरप्रमाणे विचार करायची सवय लागली होती. या क्षेत्राच्या पारंपरिक संकुचित विचारपद्धतीने मला घडवले होते. पारंपरिक शास्त्रीय पद्धतींनुसार ज्या गोष्टी सिद्ध होत नाहीत, त्यावर माझा अजिबात विश्वास नव्हता. देशभरातील काही मोठ्या युनिव्हर्सिटीमध्ये पॅरासायकॉलॉजी विषयात सुरू असणाऱ्या काही संशोधनाबाबत मला माहिती होती, पण मी त्यात फार लक्ष वगैरे घातले नव्हते. कारण मला त्या गोष्टी पटतच नव्हत्या.

त्यानंतर माझी कॅथरीनशी भेट झाली. तिला तिच्या त्रासातून बाहेर काढण्यासाठी मी तब्बल १८ महिने उपचारांच्या पारंपरिक पद्धती वापरल्या. त्याचा काहीही फायदा झाला नाही म्हटल्यावर मी हिप्नोसिसचा प्रयोग करून पाहिला. त्या गाढ तंद्रीत असताना कॅथरीनला तिच्या 'पूर्वायुष्यातील' अनेक स्मृती आठवल्या आणि या जन्मातील तिला सतावणाऱ्या लक्षणांचे कारण त्या स्मृतींमध्ये दडले होते, हे सिद्ध झाले. याच्या जोडीनेच ती आत्म्यांच्या दुनियेतील माहितीचा एक स्रोतही बनली. त्याआधारे जन्म आणि मृत्यूच्या संदर्भातील अनेक रहस्यांवर ती प्रकाश टाकू शकली. त्यानंतर अवघ्या काही महिन्यांतच तिला जाणवणारी लक्षणं दूर झाली व पूर्वीपेक्षा अधिक आनंदी आणि शांत असं आयुष्य ती जगू लागली.

माझी पार्श्वभूमी लक्षात घेता या साऱ्यासाठी माझी अजिबातच तयारी नव्हती. त्यामुळे या घटना जशा घडत गेल्या, तस तसा मी अवाक् होत होतो.

जे काही घडत होतं किंवा घडलं होतं, त्याला माझ्याजवळ शास्त्रीयदृष्ट्या कोणतंही स्पष्टीकरण नव्हतं. मानवी मनाचा आवाका आपल्या समजुतीच्या किंवा स्पष्टीकरणाच्या पलीकडे खूप मोठा आहे. हिप्नोसिस म्हणजेच संमोहनाच्या वेळी कॅथरीनला तिच्या जाणिवेपलीकडच्या अंतर्मनावर लक्ष केंद्रित करता आले. तिथे तिच्या पूर्वायुष्यातील

स्मृती साठवलेल्या होत्या किंवा मनोविश्लेषक कार्ल जंग म्हणतात त्याप्रमाणे ती आपल्याभोवती उपलब्ध असणाऱ्या संपूर्ण मानव वंशाच्या सुरुवातीपासूनच्या स्मृती ज्यात आहेत अशा ऊर्जास्रोतात - 'सामूहिक अजाणिवेमध्ये (सामूहिक अवचेतनामध्ये/ collective unconcious)' गेली असावी.

शास्त्रज्ञ या प्रश्नांची उत्तरं शोधू लागले आहेत. मन, आत्मा यांबाबतची रहस्ये, मृत्यूनंतरचं जीवनाचं चक्र आणि वर्तमानातील आपल्या वर्तणुकीवर आपल्या पूर्वायुष्यातील अनुभवांचा असणारा प्रभाव या विषयावरील संशोधनातून आपण बरंच काही शिकू शकतो. ज्यामुळे आपल्या समाजाला खूप सारे फायदे होऊ शकतात. त्यामुळे स्वाभाविकच या विषयावरील संशोधनाचं महत्त्व फार मोठं आहे, विशेषतः वैद्यकीय, मानसोपचार, अध्यात्म आणि तत्त्वज्ञान अशा क्षेत्रांमध्ये.

मात्र, या क्षेत्रातील सखोल संशोधन अजूनही बाल्यावस्थेतच आहे. याविषयीची माहिती उलगडण्याचे विविध प्रयत्न होत आहेत, पण ती प्रक्रिया अतिशय संथपणे सुरू आहे. तसंच तिला शास्त्रज्ञ आणि सामान्य लोकांचा विरोधही होत आहे.

इतिहासाचा मागोवा घेतला तर मानवी समाजाने नेहमीच नवीन कल्पनांचा स्वीकार आणि बदल याला विरोध केल्याचे आढळते. अनेक ऐतिहासिक घटनांतून हे दिसून येते. जेव्हा गॅलिलिओने गुरूचे चंद्र शोधून काढले, तेव्हा त्या काळच्या खगोलशास्त्रज्ञांनी ही गोष्ट स्वीकारण्यास विरोध केला होता. इतकंच नव्हे, तर या उपग्रहांकडे बघण्यासही नकार दिला होता, कारण हे त्यांच्या स्वीकृत पूर्वग्रहालाच आव्हान होते. शारीरिक मृत्यूनंतरचे जीवन आणि गतायुष्यातील स्मृती याबाबत गोळा करण्यात आलेल्या विचारार्ह पुराव्यांचे विश्लेषण, पारख करण्यास राजी नसलेल्या आताच्या मानसोपचारतज्ज्ञ आणि इतर उपचारतज्ज्ञांबाबत हेच घडत आहे. त्यांनी आपले डोळे घट्ट बंद करून घेतले आहेत.

हे पुस्तक म्हणजे पॅरासायकॉलॉजीच्या क्षेत्रात सुरू असणाऱ्या संशोधनांसंदर्भातील, विशेषतः जन्मपूर्व आणि मृत्युपश्चातच्या अनुभवांविषयीच्या शाखेसंदर्भात माझे लहानसे योगदान आहे. यातील प्रत्येक शब्द सत्य आहे. मी यात स्वतःचे काहीही घातलेले नसून, ज्या भागांची पुनरावृत्ती होती, तेवढाच भाग वगळला आहे. गुप्ततेच्या दृष्टीने कॅथरीनची ओळख मी थोडी बदलली आहे.

काय घडलं ते कागदावर उतरविण्यासाठी मला चार वर्षं लागली. ही अपारंपरिक माहिती सर्वांसमोर आणण्याचा व्यावसायिक धोका पत्करण्यासाठी मानसिक सामर्थ्य गोळा करण्यास मला चार वर्षं लागली.

एक दिवस मी अंघोळ करत असताना, अचानकच हे सारे अनुभव लिहून काढावेत अशी तीव्र ऊर्मी माझ्या मनात दाटून आली. हीच वेळ योग्य आहे आणि मी आता जास्त वेळ दवडू नये, ही माहिती लपवून ठेवू नये, असं मला तीव्रतेने वाटलं. जी शिकवण मला मिळाली, ती मी हातचे राखून न ठेवता इतरांनाही सांगावी, असं मला वाटलं. हे ज्ञान कॅथरीनद्वारे आणि आता माझ्याद्वारे समोर येत आहे. अमर्त्यत्व आणि आयुष्याचा खरा अर्थ सांगणाऱ्या या ज्ञानापासून सर्वांना वंचित ठेवण्यापेक्षा वाईट अन्य काहीच असू शकत नाही. हे ज्ञान पोहोचवण्यामध्ये मला जे काही वाईट परिणाम भोगावे लागतील, 'ते कमीच असतील हे माझ्या लक्षात आलं'.

मी अंघोळ आटोपून बाहेर आलो. माझ्या टेबलापाशी येऊन बसलो. शेजारी कॅथरीनच्या सत्रांच्या वेळेस मी रेकॉर्ड केलेल्या ऑडिओ टेप्सचा ढीग होता. पहाटेच्या त्या प्रहरात मला माझ्या हंगेरियाच्या आजोबांची आठवण आली. मी लहान असताना त्यांचं निधन झालं होतं. जेव्हा लहान असताना मी त्यांना, मला एखादा धोका पत्करण्याची भीती वाटत आहे, असं सांगत असे, त्या वेळी त्यांच्या लाडक्या शब्दांत ते एकच वाक्य बोलून ते माझा उत्साह वाढवत - ''व्हॉट द हेल...व्हॉट द हेल...!''

प्रकरण १

झळझळीत गुलबक्षी रंगाचा ड्रेस घातलेल्या कॅथरीनला मी माझ्या वेटिंग रूममध्ये पहिल्यांदा बघितलं, तेव्हा ती अस्वस्थपणे हातातल्या मासिकाची पानं चाळत होती. तिला धाप लागल्याचं अगदी स्पष्टपणे दिसत होतं. गेली वीस मिनिटं ती तिथून निघून न जाता माझ्याबरोबर ठरलेली अपॉइंटमेंट पाळण्याविषयी स्वतःला मनोमन बजावत होती. ती मानसोपचार विभागाच्या कार्यालयाबाहेरच्या कॉरीडोरमध्ये अस्वस्थपणे सतत येरझारा घालत होती.

तिचं स्वागत करण्यासाठी मी बाहेर वेटिंग रूममध्ये आलो. आम्ही हस्तांदोलन केलं. तिचे हात घामेजले होते, थंडगार पडले होते. त्यावरूनच तिच्या मनातली काळजी, घालमेल अगदी स्पष्टपणे जाणवत होती. वास्तविक पाहता, तिने माझी भेट घेणे अत्यंत आवश्यक आहे, असा कळकळीचा सल्ला तिच्या अत्यंत विश्वासातल्या दोन फ़िजिशिअन्सनी तिला दिला होता. तरीही माझी अपॉइंटमेंट घेण्याचे धैर्य दाखविण्यासाठी तिने तब्बल दोन महिने लावले होते. अखेरीस आज ती इथे आली होती.

कॅथरीन ही विलक्षण आकर्षक व्यक्तिमत्त्वाची स्त्री होती. मध्यम लांबीचे भुरे-सोनेरी केस, पिंगट डोळे तिला शोभून दिसत. त्या वेळी मी ज्या हॉस्पिटलमध्ये मानसोपचार विभागाचा प्रमुख होतो, तिथेच ती लॅबोरेटरी टेक्निशिअन असिस्टन्ट म्हणून काम करत होती. त्याच्या जोडीला एका स्विमवेअरसाठी मॉडेलिंग करूनही चांगली कमाई करत असे.

मी तिला स्वतः माझ्या ऑफिसमध्ये घेऊन गेलो. माझ्या अर्धवर्तुळाकार टेबलसमोर लेदरच्या भल्या मोठ्या खुर्चीत तिला बसवलं आणि मी माझ्या खुर्चीवर येऊन बसलो. कॅथरीन तिच्या खुर्चीवर मागे रेलून बसली होती. ती शांत होती. नेमकी कशी आणि कुठून सुरुवात करावी, हे तिला समजत नव्हतं. ती स्वतःच बोलणं सुरू करेल याची मी वाट बघत होतो. काही वेळानंतर मात्र मी सुरुवात केली आणि तिला तिच्या भूतकाळाविषयी काही प्रश्न विचारले. आमच्या त्या पहिल्या भेटीत मी तिच्याबद्दल वरवरची माहिती तिला विचारून मला भेटण्यासाठी ती का आली आहे, हे जाणून घेण्याचा प्रयत्न केला.

माझ्या प्रश्नांना उत्तरं देत कॅथरीनने तिची जीवनकथा उलगडली. मासेच्युसेट्समधल्या लहानशा शहरात एका परंपराप्रिय ख्रिश्चन कुटुंबातील कॅथरीन हे मधलं अपत्य! तिचा

भाऊ तिच्यापेक्षा तीन वर्षांनी मोठा होता. तो उत्तम खेळाडू होता. त्याला घरातून भरपूर स्वातंत्र्य मिळालं. तसं तिला मात्र कधीच कसलंही स्वातंत्र्य देण्यात आलं नाही. तिची धाकटी बहीण आई-वडिलांची अत्यंत लाडकी होती.

आम्ही तिच्या आजाराच्या लक्षणांविषयी बोलायला सुरुवात केली मात्र.... कॅथरीनची निराशा, भीती, तिच्या मनावरचा ताण जास्तच वाढल्याचं मला अगदी स्पष्टपणे जाणवत होतं. ती भराभरा...वेगाने बोलत होती, पुढे झुकून टेबलावर कोपर ठेवून आधार घेत ती बसली. तिच्या आयुष्यात ती कायमच भीतीच्या ओझ्याखाली जगत आली होती. तिला पाण्याची भीती वाटत असे.. तिला गुदमरून जाण्याची भीती वाटत असे, त्यामुळे ती औषधाच्या गोळ्यादेखील घेत नसे. तिला विमानांची भीती वाटे, अंधाराचा बागुलबुवा वाटे आणि मृत्यूच्या धास्तीने तर तिचा थरकाप होत असे. गेल्या काही काळात तिच्या भीतीने फारच उग्र रूप धारण केलं होतं. केवळ सुरक्षित वाटावं म्हणून ती तिच्या घरातल्या मोठ्या कपाटात (वॉक-इन क्लोझेट) झोपत असे. तब्बल दोन-तीन तास झोपेचे प्रयत्न केल्यानंतरच तिला कशीबशी झोप लागत असे. तीसुद्धा गाढ झोप नसायची, ती झोप अगदी वरवरची असे आणि थोड्याशा आवाजानेदेखील तिला जाग येत असे. रात्री झोपेत चालण्याची सवय आणि भयंकर भीतीदायक स्वप्नं यांनी तिच्या बालपणाला दृष्ट लावली होती. आता पुन्हा या प्रकारांनी डोकं वर काढलं होतं. तिच्या मनातील असंख्य प्रकारचे भय आणि ही लक्षणं यामुळे ती अक्षरशः गांजून हतबल झाली होती, निराशेच्या गर्तेत खोल खोल अडकत चालली होती.

तिला खरोखरच किती खोलवर त्रास होतोय, हे ती बोलत असताना मला स्पष्टपणे जाणवत होतं. गेली अनेक वर्षं कॅथरीनसारख्या अनेक रुग्णांना मी त्यांच्या भयगंडाच्या वेदनेवर मात करण्यास मदत केली होती. कॅथरीनलासुद्धा मी निश्चितपणे मदत करू शकेन, याची मला पूर्णतः खात्री होती. तिच्या प्रश्नांच्या मुळाशी जाऊन वेध घेण्यासाठी आम्ही तिच्या बालपणात डोकवायचं ठरवलं. यामुळे सर्वसाधारणपणे चिंता कमी व्हायला मदत होऊ शकली असती. गरज पडल्यास आणि ती औषधाच्या गोळ्या घेण्यास तयार झाल्यास, तिला थोडा आराम मिळावा यासाठी सौम्य स्वरूपाची काळजी कमी करणारी (anti-anxiety) औषधंसुद्धा मी तिला दिली असती. कॅथरीनच्या लक्षणांवर केले जाणारे हे सारे पुस्तकी उपचार होते. त्या दिवसांमध्ये मी 'खूप काळापासून सतावणारा (क्रॉनिक) भयगंड किंवा चिंता' यांच्यावर उपचार म्हणून - मन शांत करणारी औषधं (tranquilizers) किंवा नैराश्य कमी करणारी औषधं (antidepressant) द्यायला अजिबात मागेपुढे बघत नसे. आता मात्र ही औषधं मी खूपच गरज वाटली तरच देतो

आणि तीसुद्धा तात्पुरती. कारण या लक्षणांच्या मुळापर्यंत कोणतंही औषध पोहोचत नाही. कॅथरीन किंवा तिच्यासारख्या इतर लोकांच्या मला आलेल्या अनुभवातून मी हेच शिकलो आहे. आजार केवळ दाबून टाकून किंवा केवळ त्यांच्या लक्षणांवर पांघरूण घालणं उपयोगाचं नसतं, कारण ते बरे होऊ शकतात, हे आता मला उमजलं आहे.

आमच्या पहिल्या सत्राच्या वेळी, कॅथरीनला तिच्या बालपणाकडे अगदी हलके हलके नेण्याचा प्रयत्न मी करत होतो. तिच्या लहानपणातील फारच कमी प्रसंग तिला आठवत होते. हा अडसर दूर करण्यासाठी हिप्नोथेरपी हा एक सोपा मार्ग असू शकतो का? ही शक्यता मी मनोमन पडताळून पाहत होतो. तिला तिच्या लहानपणीचा एकही असा त्रासदायक, वेदनादायी प्रसंग आठवत नव्हता, जो तिच्या आत्ताच्या भयगंडाच्या लक्षणांचे कारण असू शकेल.

काही तरी आठवावं यासाठी मनाला खूप ताण दिल्यानंतर एकेका आठवणींचे तुकडे तुकडे गवसायला लागले. ती अवघी पाच वर्षांची असताना कोणी तरी तिला डायव्हिंग बोर्डवरून स्विमिंग पूलमध्ये ढकलून दिल्यानंतर ती खूप घाबरली होती, हे तिला आठवलं. पण या प्रसंगापूर्वी खरं तर तिला कधीही पाण्यात फारसं छान वाटत नसे, असं ती म्हणाली. कॅथरीन अकरा वर्षांची होती, तेव्हा तिच्या आईला काही तीव्र नैराश्य आलं. आईचं कुटुंबातून लक्षच उडालं. त्यामुळे मानसोपचारतज्ज्ञाकडे जाऊन उपचार घेण्याखेरीज पर्याय नव्हता. या उपचारात तिला इलेक्ट्रोशॉक्सही द्यावे लागले. या उपचारांमुळे तिच्या आईला गोष्टी लक्षात ठेवणंच अवघड होऊ लागलं. आईच्या या साऱ्या अनुभवांमुळे कॅथरीन भेदरून गेली, पण जशी तिच्या आईची परिस्थिती सुधारली आणि ती पूर्वपदावर आली, तसतशी तिची भीती कमी कमी होत गेली, असं कॅथरीनने सांगितलं. दारू पिऊन गोंधळ घालणं हा तिच्या वडिलांचा खूप वर्षांचा नित्यक्रम होता. ते इतके अट्टल मद्यपी होते की, काही वेळा कॅथरीनच्या भावाला स्थानिक दारूच्या दुकानामधून त्यांना उचलून घरी आणावे लागत असे. दारूच्या या वाढत्या व्यसनामुळे त्यांचे तिच्या आईशी सतत खटके उडत असत. त्यामुळेच तिच्या आईचा स्वभाव लहरी आणि तुटक बनला होता. पण या साऱ्या प्रकाराकडे कॅथरीन मात्र 'हे तर चालायचंच...' या दृष्टीनेच बघत असे.

कॅथरीनचं घराबाहेरचं जग मात्र पुष्कळ चांगलं होतं. हायस्कूलमध्ये तिने डेटिंगचा अनुभव घेतला. तिच्या मित्रपरिवारात ती छान मिसळत असे. त्यापैकी अनेक जणांना ती खूप वर्षांपासून ओळखत होती. मात्र तरीही लोकांवर आणि तेही विशेषतः तिच्या या मित्रपरिवाराबाहेरच्या लोकांवर विश्वास ठेवणं तिला अवघड जात असे.

तिचा धर्मावर विश्वास अगदी साधा सरळ होता. त्याबाबत तिला फारसे प्रश्नही पडत नव्हते. परंपरागत ख्रिश्चन पंथाचा आदर्शवाद आणि चालीरीती यांवर श्रद्धा ठेवण्यास तिला शिकवण्यात आले होते. या श्रद्धेमागील सत्यता आणि वैधता याबाबत तिने कधीही शंका घेतली नव्हती. तुम्ही जर खरे ख्रिश्चन असाल आणि आयुष्यभर तुम्ही त्या श्रद्धेने वाटचाल केलेली असेल, सारे रीतीरिवाज पाळले असतील तर, तुम्हाला त्याचे पारितोषिक स्वर्गप्राप्तीच्या रूपाने मिळते. जर तुम्ही या गोष्टींचे पालन केले नाही, तर मात्र तुमच्या नशिबी नरक येऊ शकतो, अशी तिची गाढ श्रद्धा होती. हे अंतिम निर्णय तो भगवंतच घेत असतो. कॅथरीनचा पुनर्जन्मावर अजिबात विश्वास नाही, हे मला नंतर कळले. किंबहुना, तिला या संकल्पनेविषयी फारच थोडी माहिती होती. तिचं हिंदू धर्माविषयीसुद्धा फारच थोडं वाचन होतं. ज्या पद्धतीने ती लहानाची मोठी झाली होती किंवा ज्या समजुतींत तिची जडणघडण झाली होती, त्याच्या अगदी विरुद्ध अशी पुनर्जन्म ही कल्पना होती. आजवर अशा गहन विषयांवर तिचे कोणत्याही प्रकारचे वाचन झाले नव्हते आणि त्यात तिला फारसा रसही नव्हता. स्वतःच्या श्रद्धा आणि विश्वासाच्या कोशात ती निवांत होती.

हायस्कूलचं शिक्षण पूर्ण झाल्यानंतर कॅथरीनने दोन वर्षांचा एक टेक्निकल अभ्यासक्रम पूर्ण केला आणि ती लॅबोरेटरी टेक्निशियन बनली. आता तिचं व्यावसायिक शिक्षणही पूर्ण झालं होतं, तसंच तिचा भाऊ टांपाला स्थायिक झाला होता, त्यामुळे मियामी येथे युनिव्हर्सिटी ऑफ मियामी स्कूल ऑफ मेडिसिनशी संलग्न असणाऱ्या एका मोठ्या हॉस्पिटलमध्ये तिला नोकरी मिळाली. १९७४ सालच्या वसंत ऋतूत कॅथरीन मियामीमध्ये आली, तेव्हा ती एकवीस वर्षांची होती.

तसं बघायला गेलं तर कॅथरीनचं छोट्या शहरातलं आयुष्य मियामीमधल्या आयुष्यापेक्षा खूप सुखकर होतं. पण आपण आपल्या कौटुंबिक प्रश्नांपासून लांब आलो आहोत, याचाच खूप आनंद तिला झाला होता.

मियामीमध्ये आल्यानंतर पहिल्याच वर्षी कॅथरीनला स्टुअर्ट भेटला. स्टुअर्ट ज्यू होता. तो विवाहित असून दोन मुलांचा बापही होता, पण आजवर कॅथरीनने ज्यांच्याबरोबर डेटिंग केले होते, अशा साऱ्या पुरुषांपेक्षा तो पूर्णपणे वेगळा होता. धिप्पाड आणि आक्रमक असा स्टुअर्ट यशस्वी फ़िजिशिअन होता. त्या दोघांमध्ये उत्तम आणि लोभस अशी केमिस्ट्री होती. मात्र त्यांचं नातं इतकं सहज सोपं नव्हतं. अत्यंत खडतर आणि वादळी होतं ते! त्याच्या व्यक्तिमत्त्वाची मोहिनी तिच्यावर पडली. त्यामुळे ती भारून गेली होती. तिने उपचार सुरू केले, त्या वेळी दोघांच्या नात्याचं सहावं वर्ष सुरू होतं.

नातं फारसं चांगलं नसलं तरी अजून शाबूत होतं. कॅथरीनवर अद्याप स्टुअर्टची मोहिनी होती, पण तो मात्र तिला अगदी वाईट वागणूक देत होता. त्याचं खोटं बोलणं, दिलेला शब्द न पाळणं, त्याची लबाडी या गोष्टींमुळे ती भयंकर संतापत असे.

माझ्याबरोबरच्या तिच्या अपॉइंटमेंटपूर्वी तिच्या व्होकल कॉर्डमध्ये असलेल्या एका निरुपद्रवी गाठीची एक शस्त्रक्रिया झाली होती. शस्त्रक्रियेपूर्वी ती अतिशय काळजीत होती, पण रिकव्हरी रूममध्ये शुद्धीवर आल्यानंतर मात्र ती पुरती हादरून गेलेली होती. तिला शांत करायला नर्सेसना खूप वेळ लागला. त्यातून बरी झाल्यानंतर तिला डॉ. एडवर्ड पूल भेटले. एड हा अत्यंत सहृदयी असा बालरोगतज्ज्ञ होता. कॅथरीन त्याला हॉस्पिटलमध्ये काम करत असताना भेटली होती. भेटता क्षणीच दोघांना एकमेकांमधलं काही तरी भावलं होतं आणि कालांतराने दोघांत घट्ट मैत्री निर्माण झाली होती. एडबरोबर कॅथरीन अगदी मोकळेपणाने बोलत असे. तिच्या मनातील भीती, स्टुअर्टबरोबरचं तिचं नातं आणि मुख्य म्हणजे आयुष्यावरची तिची पकड निसटत चालली आहे अशी तिची भावना ती एडजवळ व्यक्त करत असे. तिने माझी अपॉइंटमेंट घ्यावी, असा आग्रह एडने धरला. आणि माझ्या साहाय्यक मानसोपचारतज्ज्ञांना न भेटता तिने फक्त मला आणि मलाच भेटावं, असाही त्याचा आग्रह होता. माझे साहाय्यक अत्यंत हुशार आणि कुशल होते. हे खरं असलं तरी कॅथरीनला खऱ्या अर्थाने केवळ मीच समजू शकेन, असं त्याला वाटत असल्याचं एडने मला फोन केला त्या वेळी सांगितलं. अर्थात तरीही कॅथरीनने मला तेव्हा फोन केला नाही.

असेच तब्बल आठ आठवडे गेले. मानसोपचारशास्त्र विभागाचा प्रमुख म्हणून मी काम करत होतो आणि माझ्या कामाच्या प्रचंड व्यापात एकदा एडचा फोन आला होता, हेच मी विसरून गेलो. दरम्यान, कॅथरीनच्या मनातील भयगंड आणि भीती उग्र होत गेली. शस्त्रक्रिया विभागाचे प्रमुख डॉ. फ्रेंक ऐकर तिला थोडेफार ओळखत असत. ती काम करायची त्या लॅबोरेटरीमध्ये ते जेव्हा येत, तेव्हा दोघांच्या खेळीमेळीत गप्पा होत. त्यांनी तिची उदासी ओळखली, तिचा ताणही त्यांना जाणवला. त्याविषयी तिच्याशी बोलायचं, असं त्यांच्या मनात अनेकदा येऊन गेलं, पण प्रत्येक वेळी संकोचाने ते बोलले नाहीत. एका दुपारी, एका छोट्या हॉस्पिटलमध्ये डॉ. फ्रेंक भाषणासाठी निघाले होते. त्याचवेळी त्यांना कॅथरीन तिच्या गाडीने घरी जाताना दिसली. त्या हॉस्पिटलच्या जवळच तिचं घर होतं. त्यांनी गाडी बाजूला घेत, खिडकीतून जोरात ओरडून तिला सांगितलं, 'तू डॉ. वेझ यांची तातडीने भेट घ्यावीस असं मला वाटतंय. अगदी लगेच! जराही उशीर नको यात!' वास्तविक पाहता सर्जन स्वयंस्फूर्त कृती करतात, मात्र आपण इतक्या ठामपणे तिला हे कसं काय सांगितलं, याबद्दल त्यांनासुद्धा आश्चर्य वाटलं.

कॅथरीनच्या भयगंडाच्या झटक्यांचं प्रमाण आणि कालावधी दोन्हीही खूप वाढत होतं. तिला दोन भयंकर स्वप्नं लागोपाठ पडत होती. त्यापैकी एकात ती एका पुलावरून गाडीने जात असताना अचानक तो पूल कोसळतो. तिची गाडी पाण्यात खोलवर बुडते आणि त्यातच ती अडकून पाण्यात बुडतेय असं दिसतं, तर दुसऱ्या स्वप्नात, ती एका मिट्ट अंधाऱ्या खोलीत अडकून बसली आहे आणि धडपडत बाहेर येण्याचा अयशस्वी प्रयत्न करत आहे, असं दिसतं. अखेर, यानंतर ती मला भेटायला आली.

माझं आयुष्य पूर्णतः बदलून जाणार आहे, मी पूर्वीसारखा राहणार नाही आणि त्याला कारण माझ्या समोर बसलेली ही विलक्षण भेदरलेली, गोंधळलेली स्त्री असेल, अशी सुतराम कल्पनाही मला कॅथरीनबरोबरच्या या पहिल्या सत्रात नव्हती.

प्रकरण २

कॅथरीन माझ्याकडे आठवड्यातून एकदा किंवा दोनदा येऊ लागली. तिच्यावर मानसोपचार सुरू करून १८ महिने होऊन गेले होते. कॅथरीन अतिशय चांगली पेशंट होती. ती बोलकी होती, सखोल विचार करणारी होती. मुख्य म्हणजे तिला लवकरात लवकर बरं होण्याची इच्छा होती.

त्या वेळी आम्ही तिच्या अनेक भावना, विचार आणि स्वप्नं यांचा वेध घेण्याचा प्रयत्न केला. आता ती स्वतःच्या वारंवार होणाऱ्या वर्तणुकीला ओळखू लागली आणि त्यातून तिची स्वतःबद्दलची समज वाढू लागली. तिच्या गतजीवनातील अनेक तपशील आता तिला अधिक प्रमाणावर आठवू लागले. जसे, मर्चंट नेव्हीमध्ये नोकरी करणाऱ्या तिच्या वडिलांची घरी असणारी अनुपस्थिती आणि खूप मद्यपान केल्यावर क्वचित प्रसंगी ते हिंसक होऊन तमाशा करत असल्याचे प्रसंग, असे सर्व तपशील तिला आठवू लागले. स्टुअर्टबरोबरचं तिचं वादळी नातं आता तिला चांगल्या पद्धतीने उमजायला लागलं होतं आणि स्वतःचा संताप आता अधिक योग्य पद्धतीने ती व्यक्त करू शकत होती. आत्तापर्यंत तिच्यामध्ये बऱ्याच प्रमाणात सुधारणा व्हायला हवी, असं मला वाटत होतं. सर्वसाधारणपणे पेशंट्सना जेव्हा भूतकाळातल्या वाईट प्रभाव टाकणाऱ्या गोष्टी आठवू लागतात, तेव्हा त्यांच्यामध्ये पटकन सुधारणा दिसून येते. याचबरोबर जेव्हा ते त्यांच्या वर्तणुकीतले चुकीचे आकृतिबंध (Patterns) ओळखायला शिकून ते दुरुस्त करू लागतात, त्यांच्या समस्यांकडे अलिप्त होऊन विशाल दृष्टिकोनातून बघण्याची दृष्टी प्राप्त करू लागतात, तेव्हा त्यांच्यात सुधारणा दिसू लागते. पण कॅथरीनमध्ये मात्र अशी सुधारणा झालेली दिसत नव्हती.

चिंता आणि काळजीच्या अधूनमधून येणाऱ्या झटक्यांमुळे अजूनही ती त्रस्त होती. तिला वारंवार पडणारी दुःस्वप्नं अद्याप तिची पाठ सोडत नव्हती. अजूनही तिला अंधाराची, पाण्याची आणि आपण कुठे तरी अडकून पडलो आहोत ही भीती छळत होती. अजूनही तिला गाढ आणि शांत झोप लागत नव्हती. सतत जाग येणारी आणि त्यामुळे उलट दमवून टाकणारी झोपच तिच्या वाट्याला येत होती. अचानक वाढणारी हृदयाची धडधड तिला ऐकू येत असे. कुठलंही औषध घ्यायला अजूनही तिचा साफ नकार असे, कारण गोळी घशात अडकेल ही भीती तिच्या मनात कायम होती. तिच्या

बाबतीत विचार करताना मला नेहमी वाटायचं की, एका भल्या मोठ्या उंच भिंतीजवळ मी येऊन थांबलो आहे. मी काहीही आणि कितीही प्रयत्न केले तरीही ती उंच भिंत तशीच राहणार आहे आणि आम्हाला दोघांनाही ती चढून, ओलांडून जाणं शक्यच नाही. मात्र माझ्या मनातल्या काहीशा निराशेच्या भावनेनेच माझा निश्चय अधिकाधिक दृढ होत गेला. काहीही करून मला कॅथरीनची मदत करायचीच आहे, ही भावना माझ्या मनात प्रकर्षाने बळकट होत होती.

यानंतर एक विचित्र गोष्ट घडली. कॅथरीनला उंचीची इतकी भीती वाटत असे की ज्यामुळे विमानात बसायची वेळ आली तर ती अनेक ड्रिंक्स पिऊन मन घट्ट करण्याचा प्रयत्न करीत असे. असं असतानाही शिकागोमध्ये झालेल्या एका मेडिकल कॉन्फरन्सला ती स्टुअर्टबरोबर गेली. १९८२ सालचा तो वसंत ऋतू होता. तिथे असतानाच तिने स्टुअर्टला एका कलासंग्रहालयातील इजिप्शियन प्रदर्शन बघायचा खूप आग्रह केला. तिथे त्यांनी गाईडेड टूर घेतली.

कॅथरीनला प्राचीन इजिप्शिअन वस्तूंमध्ये आणि त्या काळातील अनेक उत्पादनांच्या प्रतिकृतींमध्ये नेहमीच खूप रस वाटत असे. तशी ती हुशार विद्यार्थिनी नव्हती शिवाय तेव्हा तिने त्या काळच्या इतिहासाचा अभ्यासही केला नव्हता. पण तरीदेखील का कुणास ठाऊक, या सगळ्या गोष्टी तिला खूप परिचयाच्या वाटत.

त्या प्रदर्शनात गेल्यानंतर त्यांच्या गाईडने तेथील वस्तूंचे वर्णन करण्यास सुरुवात केली. आश्चर्याची गोष्ट म्हणजे तो ज्या काही गोष्टी चुकत होता, त्या तिने चक्क दुरुस्त करून सांगितल्या.... आणि ती अगदी बरोबर सांगत होती. त्या गाईडलाही याचं कमालीचं आश्चर्य वाटलं. खुद्द कॅथरीन थक्क झाली होती. या सगळ्या गोष्टी तिला कशा काय माहिती होत्या? ती जे सांगत आहे ते बरोबरच आहे, याची तिला खात्री का वाटत होती? त्या गाईडच्या चुका अनेक लोकांमध्ये दाखवून द्याव्या इतक्या विश्वासाने ती कशी काय माहिती देऊ शकत होती? कदाचित या आठवणी तिच्या मनात असतील, पण लहानपणापासूनच तिच्या विस्मृतीमध्ये गेलेल्या असाव्यात.

आमच्या पुढच्या सत्राच्या वेळी या घटनेविषयी तिने मला सांगितलं. काही महिन्यांपूर्वीच आपण हिप्नोसिस करू, असं मी कॅथरीनला सुचवलं होतं, पण तिला या प्रकाराची खूप भीती वाटत असे, त्यामुळे तिने मला स्पष्ट शब्दांत नकार दिला होता. पण आता या इजिप्शियन प्रदर्शनाच्या अनुभवानंतर तिने कुरकुरत का होईना, हिप्नोसिसला संमती दिली.

खूप काळ विस्मृतीत गेलेले प्रसंग पेशंटला आठवावेत यासाठी हिप्नोसिस हे उत्तम साधन आहे. याबाबत गूढ असं काहीच नसतं. अत्यंत एकाग्र होऊन लक्ष केंद्रित करायला लावणारी ती एक स्थिती असते. प्रशिक्षित हिप्नॉटिस्ट म्हणजे संमोहन तज्ज्ञांच्या सूचनांनुसार पेशंटचं शरीर हळूहळू शांत आणि निवांत होतं आणि सर्व लक्ष केंद्रित झाल्यामुळे त्याच्या स्मृती जागृत होत जातात. मी आजवर जवळपास शंभर पेशंटवर संमोहन तंत्राचा उपयोग केला होता. या उपचारामुळे काळजी कमी होते, मनातली अनेक प्रकारची खोलवर रुजलेली भीती नाहीशी होते, वाईट सवयी सुधारता येतात आणि दडपून टाकलेल्या चांगल्या गोष्टी खुल्या करून सांगितल्या जातात हा माझा अनुभव होता. काही वेळा पेशंट्सना त्यांच्या लहानपणापर्यंत मागे नेण्यात मी यशस्वी झालो होतो. अगदी दोन-तीन वर्षांचे असतानाच्या आठवणीसुद्धा ते सांगू शकत होते. गाढ विस्मृतीत गेलेल्या अनेक स्मृती आणि कित्येक क्लेशकारक घटना त्यांना आठवल्या होत्या. आत्ताच्या आयुष्यावर या घटनांचा कसा परिणाम होत आहे, हे त्यांना कळत असे. म्हणूनच संमोहनाचा कॅथरीनला खूप चांगला फायदा होईल, याची मला खात्री वाटत होती.

कॅथरीनला मी सोफ्यावर झोपायला सांगितलं. डोळे हलकेच बंद करून घेण्याची सूचना दिली आणि डोकं हळूच एका छोट्याशा उशीवर ठेवायला सांगितलं. सगळ्यात आधी मी तिच्या श्वासोच्छ्वासावर तिचं लक्ष केंद्रित केलं. प्रत्येक वेळी श्वास सोडत असताना तिच्या मनात साठलेला तणाव, चिंता हळूहळू बाहेर पडत होती. दरवेळी श्वास घेत असताना ती अधिकाधिक शांत होत होती. काही क्षण असेच गेल्यानंतर मी तिला तिच्या शरीरातले सर्व स्नायू हळूहळू शिथिल होत आहेत, अशी कल्पना करायला सांगितली. तिच्या चेहऱ्याचे आणि जबड्याचे स्नायू, त्यानंतर मानेचे आणि खांद्याचे, हाताचे, पाठीचे, पोटाचे आणि सगळ्यात शेवटी तिच्या पायाचे या क्रमाने स्नायू शिथिल करण्याची सूचना मी तिला दिली. हळूहळू तिचं शरीर त्या सोफ्यात खोल खोल चाललं आहे असं तिला जाणवू लागलं. मग मी तिला तिच्या डोक्यावर अत्यंत तेजस्वी अशा प्रकाशाची कल्पना करायला सांगितली. तो प्रकाशाचा झोत संपूर्ण शरीरात झिरपत चालला आहे अशी कल्पना करायला सांगितली. त्याबरोबर तिचा प्रत्येक स्नायू, प्रत्येक नस, प्रत्येक अवयव, एकदम शांत, शिथिल झाले. शांत आणि स्तब्ध अशा स्थितीमध्ये ती खोलवर जाऊन पोहोचली. खूप झोप येते आहे असं तिला वाटत होतं. खूप खूप शांत आणि निवांत भावना तिच्यात भरून राहिली होती. अखेरीस माझ्या सूचनेमुळे तो सारा प्रकाश तिच्या शरीरभर पसरला आणि प्रकाशाने जणू तिला स्वत:मध्ये लपेटून घेतलं.

मी हलकेच दहापासून एकपर्यंत उलट्या क्रमाने गणती केली. प्रत्येक आकड्याबरोबर तिच्या मनातली शांतता अधिकाधिक खोल होत गेली. तिची संमोहित अवस्था सखोल जाणवू लागली. आता सभोवतालचे कोणतेही आवाज तिला ऐकू येत नव्हते. ते सारे आवाज टाळून फक्त माझ्या आवाजावर लक्ष केंद्रित करायला तिला जमत होतं. मी शेवटचा 'एक' आकडा उच्चारला, तेव्हा ती अगोदरच जवळपास संमोहित अवस्थेत पोहोचली होती. या सगळ्या प्रक्रियेला साधारण विसेक मिनिटांचा कालावधी लागला होता.

काही वेळानंतर मी तिला हलकेच भूतकाळात घेऊन गेलो. अगदी अलीकडच्या काळातल्या घटना आठवण्याचा प्रयत्न करण्यासाठी मी सूचना दिली. खोल संमोहनावस्थेत असतानाही माझ्या प्रश्नांची उत्तरं ती देऊ शकत होती. ती व्यवस्थित बोलू शकत होती. ६ वर्षांची असताना एका डेन्टिस्टकडे आलेला अतिशय भयावह अनुभव तिला आठवला. ५ वर्षांची असताना तिच्या वाट्याला आलेला दुसरा एक भयानक अनुभव तिला आठवला, तिला डायव्हिंग बोर्डवरून पोहण्याच्या तलावात ढकलून देण्यात आलं होतं. ती पाण्यामध्ये बुडत होती, गुदमरून गेली होती. नाकातोंडात पाणी गेलं होतं. आत्तासुद्धा या प्रसंगाविषयी सांगताना माझ्यासमोर ती गटांगळ्या खात असल्यासारखे आविर्भाव करत होती. आता ही घटना संपली आहे आणि तू पाण्यातून बाहेर आली आहेस, अशा सूचना मी तिला केल्या. त्याबरोबर तिच्या गटांगळ्या थांबल्या. हलकेच ती नेहमीसारखा श्वासोच्छ्वास करू लागली. अजूनही ती त्याच खोल संमोहनात होती.

अवघी तीन वर्षांची असतानाही एक भयानक अनुभव तिच्या वाट्याला आला होता. तिला आठवलं, एक दिवस रात्री तिला जाग आली. बेडरूममध्ये मिट्ट काळोख होता. खोलीमध्ये तिचे वडील आहेत हे तिला जाणवलं. ते दारूच्या नशेत धुंद होते. दारूचा उग्र भपकारा तिला आत्तासुद्धा जाणवत होता. त्यांनी तिला स्पर्श केला. वडील तिच्याशी झटापट करत होते. त्यांनी 'त्या ठिकाणी'सुद्धा तिला स्पर्श केला. कॅथरीन पुरती भेदरून गेली होती. कमालीच्या भीतीने तिला रडू कोसळलं. पण वडिलांनी आपल्या खरखरीत हातांनी तिचं तोंड दाबून धरलं. तिला श्वास घेता येईना. आज २५ वर्षांनंतरसुद्धा माझ्या क्लिनिकमध्ये, माझ्यासमोर सोफ्यावर निजलेल्या कॅथरीनला या आठवणीने हुंदके अनावर झाले होते.

मला पाहिजे ती माहिती मिळाली आहे, असं मला वाटलं. कॅथरीनच्या आजाराच्या उपचारांची किल्लीच माझ्या हातात आली होती. आता तिला जाणवणारी जी लक्षणं होती, ती झपाझप कमी होतील आणि तिच्यामध्ये नाट्यमय वाटावी अशी सुधारणा घडून

येईल याची मला खात्री होती. मी हलकेच तिला धीर देत सूचना दिली. 'बस्स! ही घटना आता संपली आहे. आता तू बेडरूममध्ये नाहीस. तू आता निवांत, शांत झोपली आहेस आणि अजूनही संमोहनात आहेस.' तसे कॅथरीनचे हुंदके थांबले. मी तिला भूतकाळातून परत वर्तमान क्षणांमध्ये आणलं. माझ्या सूचनेनंतर तिला हलकेच जाग आली. तत्पूर्वी संमोहनानंतरच्या सूचनांच्या आधारे तिने मला जे जे सांगितलं होतं, ते मी तिला आठवण्यास सांगितलं. त्यानंतर त्या सत्रामध्ये तिच्या वडिलांच्या संदर्भातल्या भयानक आठवणीविषयी आम्ही सखोल चर्चा केली. तिला 'नव्याने समजलेलं हे ज्ञान' योग्य रीतीने स्वीकारायला आणि स्वत:मध्ये रुजवून घ्यायला मी मदत केली. आता स्वत:च्या वडिलांबरोबरचं तिचं नातं, त्यांचे तिच्या संदर्भातले प्रतिसाद, त्यांचा त्रयस्थपणा आणि तिला त्यांच्याविषयी वाटणारी कमालीची भीती यांबद्दल तिला पूर्णत: समज आली होती. माझ्या ऑफिसमधून बाहेर पडतानाही ती थरथरत होती. मात्र नव्याने तिला झालेली ही जाणीव काही क्षणांपुरतीच तिच्यामध्ये अस्वस्थता निर्माण करणार आहे हे मला ठाऊक होतं.

तिच्या मनातल्या पण विस्मृतीत गेलेल्या दुःखद आणि दबलेल्या आठवणी उलगडण्याच्या प्रयत्नात त्या इजिप्शियन वस्तूंशी तिचं नेमकं काय नातं आहे, याची शक्यता तपासण्यास मी पूर्णत: विसरलो होतो. मात्र स्वत:च्या भूतकाळाची तिला अधिक जाणीव झाली होती, ही गोष्ट नाकारून चालणार नव्हती. तिला किती तरी भयानक प्रसंग आठवले होते आणि नव्या जाणिवेमुळे तिच्या आजारामध्ये महत्त्वाची सुधारणा घडून येईल, अशी मला अपेक्षा होती.

ही सर्व जाणीव नव्याने झाली तरीसुद्धा पुढच्या आठवड्यात तिच्या लक्षणांमध्ये काहीही फरक पडला नसून ती लक्षणं पूर्वीइतकीच तीव्र आहेत, असं तिने मला सांगितलं. मला खूप आश्चर्य वाटलं. काय चुकलं आहे, हे माझ्या लक्षात येत नव्हतं. तिच्या वयाच्या तिसऱ्या वर्षाच्याही आधी काही घडलं असेल? वास्तविक पाहता तिची पाण्यात गुदमरण्याची भीती, तिला वाटणारी अंधाराची भीती, आपल्याला कोणी तरी बंदिस्त करून ठेवत आहे याबद्दलचं तिचं भय या सर्वांची पुरेशी कारणं तिच्या स्मृतीतल्या प्रसंगांमुळे आम्हाला समजली होती. तरीदेखील मनाला सतत त्रस्त करत असलेली भीती, अनियंत्रित चिंता यांनी तिला पुरतं पछाडून टाकलं होतं. आजही रात्री तिला पडणारी दु:स्वप्नं पूर्वीइतकीच भीषण होती. तिला आणखी गतकाळात नेण्याचा निर्णय मी घेतला.

संमोहनावस्थेत असताना कॅथरीन अतिशय हळू आणि कुजबुजल्यासारखी बोलत

होती. पण त्यामुळे तिचे शब्द मी जसेच्या तसे लिहून घेऊ शकलो. (मी तिने सांगितलेले शब्द जसेच्या तसे इथे मांडले आहेत. कोणताही शब्द गाळला किंवा बदलला नाही. फक्त जिथे पुनरावृत्ती होत होती ती काढून टाकली आहे. कॅथरीन बोलत असताना मध्ये मध्ये थांबत होती हे दर्शविण्यासाठी तीन डॉटस्‌चा (...) वापर केला आहे.)

आता हलकेच कॅथरीनला मी तिच्या वयाच्या दुसऱ्या वर्षात घेऊन गेलो. मात्र तिला कोणत्याही महत्त्वाच्या स्मृती आठवत नव्हत्या. तिला मी अतिशय स्पष्ट आणि कडक शब्दात सूचना दिली, ''तुला होणाऱ्या त्रासांची लक्षणं ज्या वेळी सुरू झाली त्या काळापर्यंत मागे जा.'' त्यानंतर पुढे जे काही घडलं, त्याला मी अजिबात तयार नव्हतो.

''मला इमारतीकडे जाणाऱ्या पायऱ्या दिसत आहेत. खूप मोठ्ठी पांढरीशुभ्र इमारत आहे. तिला खूप खांब आहेत आणि समोरच्या भागात ती उघडी आहे. तिथे दरवाजे नाहीत. मी खूप लांब घोळदार ड्रेस घातला आहे. खडबडीत कापडाची पिशवी माझ्या हातात आहे. माझे केस लांबसडक, सोनेरी रंगाचे आहेत आणि मी त्यांची वेणी घातली आहे.''

मी पुरता गोंधळून गेलो होतो. काय घडतंय, ते मला कळतच नव्हतं. मी तिला विचारलं, ''ते साल कोणतं आहे? तुझं नाव काय आहे?''

''आरोंदा... मी १८ वर्षांची आहे. त्या इमारतीसमोर मला बाजारपेठ दिसत आहे. तिथे खूप टोपल्या आहेत... तिथे तुम्हाला खांद्यावरून त्या टोपल्या घेऊन जाव्या लागतात. आम्ही एका दरीमध्ये राहतो... तिथे पाणी नाहीये आणि ते वर्ष आहे - ख्रिस्तपूर्व १८६३. सभोवतालचा प्रदेश उजाड आहे. सगळीकडे खूप वाळू आहे आणि भयानक गर्मी जाणवत आहे. तिथे एक विहीर आहे, पण नद्या नाहीत. तेथील पर्वतांवरून या दरीमध्ये पाणी येतं.''

तिने त्या प्रदेशाचं भौगोलिक वर्णन अधिक तपशिलाने केल्यानंतर तिला मी अनेक वर्षं पुढे जाण्याची सूचना दिली आणि आता तिला काय दिसत आहे, ते सांगायला सांगितलं.

''तिथे झाडं आहेत आणि दगडांनी बनलेला एक रस्ता आहे. स्वयंपाकासाठी चुली पेटलेल्या मला दिसत आहेत. माझे केस सोनेरी आहेत. मी लांबलचक तपकिरी रंगाचा ड्रेस घातला आहे. माझ्या पायात सँडल्स आहेत. आता मी २५ वर्षांची आहे. मला एक छोटी मुलगी आहे. तिचं नाव क्लिएस्ट्रा... अरे, ही रेचेल आहे. (रेचेल म्हणजे तिची या जन्मामधली भाची!! रेचेलबरोबर तिचं खूप जवळचं नातं होतं. ती

तिची फार लाडकी होती.) इथे खूप गर्मी जाणवत आहे.''

मी भांबावून गेलो. माझ्या पोटात खड्डा पडला होता. त्या खोलीत एकदम गारवा जाणवू लागला. तिच्या आठवणी आणि तिला ज्या गोष्टी दिसत होत्या, त्या खूप नेमक्या आहेत हे जाणवत होतं. अंदाजानं ती काहीही सांगत नव्हती. नाव, तारखा, कपडे असे बारीकसारीक तपशील ती नेमकेपणाने स्पष्ट सांगत होती. हे काय चाललं आहे? आधीच्या जन्मामध्ये तिची जी मुलगी होती, ती तिची आत्ताच्या काळातली भाची कशी होऊ शकेल? मी अधिकच गोंधळून गेलो. वास्तविक पाहता मी मानसोपचार घेणारे हजारो पेशंट्स बघितले होते, तपासले होते. अनेक जणांना संमोहन अवस्थेतही पाहिलं होतं, मात्र अद्यापपर्यंत एकदाही अशा कल्पनांशी माझा सामना झाला नव्हता. अगदी माझ्या स्वप्नातही नाही. पुढे मी तिला पुन्हा एकदा काही वर्षं पुढे जाण्याची सूचना दिली. तिला तिच्या मृत्यूच्या प्रसंगापर्यंत यायला सांगितलं. खरंतर कोणत्याही व्यक्तीला इतक्या स्पष्टपणे कल्पना करत असताना (की आठवणी सांगत असताना?) नेमके काय प्रश्न विचारायचे, हे मला मुळीच कळत नव्हतं. मात्र कॅथरीनच्या मनातले भयगंड आणि त्यांची लक्षणं अधोरेखित करतील असे भयानक प्रसंग शोधण्याचा माझा प्रयत्न होता. मृत्यूच्या वेळी अशा काही भयावह घटना घडलेल्या असू शकतील, असा माझा अंदाज होता. इथे असंच झालं होतं. प्रचंड पूर येऊन किंवा वादळी लाटांनी संपूर्ण गावच उद्ध्वस्त झालं होतं.

> *''राक्षसी लाटा रस्त्यातील झाडांना पाडत येत आहेत. पळून जायला कुठेच जागा नाही. खूप थंडी वाजते आहे. पाणीसुद्धा भयानक गार आहे. काही करून मला माझ्या बाळाला वाचवलं पाहिजे. पण मला ते शक्य नाही... तिला घट्ट धरून ठेवायला हवं. पण मी बुडत आहे. पाणी माझ्या नाकातोंडात जात आहे. मला श्वास घेता येत नाहीये. ते खारट पाणी... मला गिळतासुद्धा येत नाहीये. मी गुदमरत आहे. माझं बाळ माझ्या हातून सुटून गेलंय.''*

कॅथरीन पुन्हा एकदा अस्वस्थ झाली होती. तिला श्वास घ्यायला त्रास होत होता. पण एकाएकी तिचं शरीर शांत होत गेलं आणि तिचा श्वास अधिकाधिक खोल होऊ लागला.

> *''मला ढग दिसत आहेत... माझं बाळ माझ्याबरोबरच आहे. गावातील इतर लोकही सोबत आहेत. मला माझा भाऊसुद्धा दिसत आहे.''*

ती शांत झाली होती. तो जन्म इथे संपला होता. अद्यापही ती खोल संमोहनातच होती. मात्र धक्का बसल्यासारखा मी बावरून गेलो होतो. पूर्वजन्म? पुनर्जन्म? माझं

डॉक्टरचं शास्त्रीय मन मला सांगत होतं की, जे तपशील ती सांगत होती त्या तिच्या कल्पनेतल्या गोष्टी नव्हत्या. तिचे विचार, तिचे आविर्भाव, विशिष्ट तपशिलांबाबत ती मुद्देसूदपणे सांगत असलेल्या सर्व बाबी तिच्या जागृत अवस्थेपेक्षा वेगळ्या होत्या. माझ्या मनामध्ये या सर्व गोष्टींमुळे मानसोपचारांच्या दृष्टीने निदानाच्या सर्व शक्यता समोर आल्या. पण तिची मानसिक स्थिती आणि तिचे व्यक्तिमत्त्व या गोष्टी माझ्या अंदाजाला पुष्टी देत नव्हत्या. स्किझोफ्रेनिया? नाही, कारण आजवर तिच्या वर्तणुकीत मला वैचारिक किंवा बौद्धिक व्याधी दिसल्या नव्हत्या. तिला कधीही आवाजांचे भास अनुभवायला आले नव्हते. कुठलेही विचित्र आवाज तिला ऐकू येत नसत. जागी असताना तिला कोणत्याही दृश्यांचे भास होत नव्हते किंवा मानसिक नियंत्रण गमावून बसल्याची घटनाही कधी घडली नव्हती. ती स्वत:च्या वेगळ्या विश्वात हरवलेली नसायची किंवा तिचा वास्तवाशी संपर्क तुटलेला आहे, असंही कधी झालं नव्हतं. तिला बहुव्यक्तित्व (multiple personality) किंवा दुभंगलेलं व्यक्तित्व (split personality) असाही त्रास नव्हता. ती पूर्णपणे कॅथरीनच होती. तिचं सजग मन या सर्वांबाबत जागरूक होतं. कोणत्याही समाजविघातक कृती किंवा दृष्टिकोन तिच्या व्यक्तिमत्त्वात नव्हते. ती अभिनेत्री नव्हती. कधीही तिने अमली पदार्थांचं सेवन केलं नव्हतं. तसंच हॅल्युसिनोजेनिक द्रव्यांचं सेवन केलं नव्हतं. तिचं दारूचं सेवनही अतिशय नगण्य होतं. तिला मेंदूशी संबंधित किंवा मनाचे कोणतेही आजार नव्हते. अन्यथा संमोहनामध्ये इतके तपशीलवार आणि स्पष्ट अनुभव नेमकेपणाने तिला व्यक्त करता आलेच नसते.

या सगळ्या स्मृती वास्तव होत्या खऱ्या, पण कुठल्या? मला पटकन त्याचं उत्तर जे जाणवत होतं, त्याबाबतीत मीच काहीसा अनभिज्ञ होतो. पुनर्जन्म आणि गतजन्मातील आठवणी! मी स्वत:लाच सांगायचा प्रयत्न करीत होतो की, हे खरं नसणार. वैज्ञानिकदृष्ट्या प्रशिक्षित झालेलं माझं मन मला यावर विश्वास ठेवू देत नव्हतं, पण तरीही जे घडत होतं ते माझ्या डोळ्यांसमोरच घडत होतं. मला त्याचं स्पष्टीकरण देता येत नव्हतं, पण त्याची सत्यताही मी नाकारू शकत नव्हतो.

''पुढे सांग!'' मी तिला सांगितलं. काहीशा अविश्वासाने पण माझ्यासमोर जे घडत होतं त्या भन्नाट गोष्टीने झपाटल्यासारखा मी म्हणालो, ''तुला अजून काही आठवतंय?'' आणखी दोन जन्मांतल्या आठवणी तिला तुकड्यातुकड्यांनी आठवत होत्या.

> *''मी काळ्या रंगाची लेस असणारा ड्रेस घातलाय आणि माझ्या डोक्यालासुद्धा काळी लेस लावलीय. माझे केस काळे आहेत, काही केस पांढरेही झालेत. १७५६ साल आहे हे! मी स्पॅनिश आहे. माझं नाव आहे लुईसा आणि माझं वय आहे ५६!*

मी आत्ता नृत्य करतेय, इतरही नृत्य करताहेत. (बराच वेळ काही बोलत नाही) मी आजारी आहे. मला ताप येतोय, सर्दी-खोकलाही!... कित्येक लोक आजारी आहेत... अनेक जण मरताहेत... डॉक्टरांना हा संसर्ग पाण्यातून आल्याचं ठाऊक नाहीये.''

मग मी तिला जरा पुढे घेऊन गेलो.

''मी बरी झालीय, पण अजूनही माझं डोकं दुखतंय, डोळे आणि डोकं दोन्ही तापामुळे दुखत आहे... पाण्यामुळे आलेल्या तापाने... किती तरी लोक मेले.''

नंतर तिने मला सांगितलं की, ती त्या जन्मात वेश्या होती, पण तिने ही गोष्ट मला संमोहन अवस्थेत असताना सांगितली नाही. कारण तिला खूप संकोच वाटत होता. याचाच अर्थ असा, संमोहन अवस्थेत असतानाही मला कोणत्या गोष्टी सांगायच्या आणि कोणत्या गाळायच्या, हे ती ठरवू शकत होती.

कॅथरीनने तिच्या पूर्वजन्मात तिच्या भाचीला ओळखलं होतं. तिच्या पूर्वजन्मात माझं अस्तित्वदेखील तिला कधी जाणवलं होतं का, असं मी तिला आग्रहाने विचारलं. कारण मी तिच्या पूर्वायुष्यात असलो तर, तिथे माझी भूमिका काय होती, हे तिला आठवतंय का, ते जाणून घ्यायला मी उत्सुक होतो.

''तुम्ही माझे शिक्षक आहात, तुम्ही एका कठड्यासारख्या जागी बसला आहात. तुम्ही पुस्तकातलं ज्ञान आम्हाला शिकवता. तुम्ही वयस्कर आहात, तुमचे केस पांढरे झाले आहेत....बारीक सोनेरी काठाचा पांढरा शुभ्र घोळदार ड्रेस तुम्ही घातलाय. तुमचं नाव डियोजेनिस आहे. तुम्ही आम्हाला विविध चिन्हं, त्रिकोण वगैरे शिकवता. तुम्ही अतिशय बुद्धिमान आहात, पण मला काही लक्षात येत नाही. ते वर्ष आहे, ख्रिस्तपूर्व १५६८!'' (म्हणजे ख्यातनाम ग्रीक तत्त्ववेत्ता डियोजेनिसच्या आधी सुमारे १२०० वर्षांचा काळ. हे नाव तसं असामान्य किंवा दुर्मीळ नव्हतं.)

आमचं पहिलं सत्र इथे संपलं. पण अजून बरीच भन्नाट सत्रं पुढे येणार होती.

कॅथरीन गेल्यानंतर पुढचे अनेक दिवस मी हिप्नोटिक रिग्रेशनच्या तपशिलांसंदर्भात विचार करत होतो. असा विचार करणं माझ्यासाठी अगदीच स्वाभाविक होतं. नॉर्मल थेरपी म्हणजेच सामान्य उपचारांच्या सत्रानंतरही एखादा तपशील माझ्या अंगवळणी पडलेल्या मानसिक विश्लेषणातून फारच क्वचित निसटून जातो. आणि हे सत्र तर मुळीच सामान्य नव्हतं.

खरं सांगायचं झालं तर, मला मृत्यूनंतरचं जग, पुनर्जन्म, शरीरबाह्य अनुभव आणि तत्सम गोष्टींबाबत शंकाच होती. अखेरीस माझ्या मनातला तर्कनिष्ठ कप्पा या सगळ्या गोष्टी काल्पनिक असाव्यात, हेच मला सांगत होता. तिचे दावे किंवा तिला जे काही दिसत होतं, ते मी सिद्ध करू शकलोही नसतो. पण एक पुसटसा, अंधुक आणि भावनारहित विचार मला सांगत होता - मन खुलं ठेव. खरं विज्ञान हे निरीक्षणातून जन्माला येतं. तिच्या 'आठवणी' ही निव्वळ कल्पना किंवा अवास्तव गोष्ट नसावी. डोळ्यांना किंवा इतर स्पर्शेंद्रियांना जाणवण्याच्या पलीकडचं काही त्यात असावं. म्हणूनच मन खुलं ठेव. अधिकाधिक माहिती मिळव.

आणखी एक विचार मला सारखा सतावत होता. आधीच कॅथरीनला अवास्तव काळजी आणि भीतीने ग्रासलं होतं, मग ती पुन्हा संमोहनात जायला घाबरणार तर नाही? आपण आता तिला आपणहून फोन करायचा नाही, असं मी ठरवलं. हा अनुभव तिलाही पचवू दे, असा विचार मी केला. म्हणून पुढच्या आठवड्यापर्यंत थांबायचं ठरवलं.

प्रकरण ३

बरोब्बर एक आठवड्यानंतर कॅथरीन माझ्या कार्यालयात मोठ्या उत्साहाने हिप्नोसिससाठी हजर झाली. पूर्वीपेक्षा जास्ती सुंदर आणि तेजःपुंज दिसत होती ती! तिला यापूर्वी कायम वाटणारी पाण्यात बुडण्याची भीती आता पळून गेली आहे, असं तिने आल्या आल्या मोठ्या आनंदाने सांगितलं. गुदमरून जाण्याची भीतीसुद्धा कमी झाल्याचं तिने सांगितलं. अचानक कोसळणाऱ्या पुलाचं स्वप्न आता तिची झोप मोडत नव्हतं. आपल्या पूर्वजन्मातल्या अनेक गोष्टी तिला आठवत होत्या. मात्र अद्याप खऱ्या अर्थाने त्यांचा साकल्याने ती विचार करू शकत नव्हती.

पूर्वजन्म आणि पुनर्जन्म या संकल्पना अद्याप तिच्यासाठी पूर्णतः नव्या होत्या. तिच्या आठवणी अगदी स्पष्ट होत्या. त्यातील दृश्यं, ध्वनी, गंध अगदी सुस्पष्ट होते, ती त्या ठिकाणी आहे, ही जाणीव ठामपणे तिला होत असे. ती तो अनुभव इतक्या जवळून घेत असे की, आपण तिथे खरोखर होतो, याबद्दल तिच्या मनात सुतरामही शंका येत नसे. इतका तो अनुभव उत्स्फूर्त आणि रसरशीत असे, पण तरीही ज्या समजुतींमध्ये ती वाढली आणि तिच्या श्रद्धांबरोबर या गोष्टी नेमक्या कशा लागू होतात, असा प्रश्न तिच्या मनात येत असे.

त्या आठवड्यात मी माझं एक पाठ्यपुस्तक पुन्हा एकदा वाचून काढलं. धर्मांबाबतच्या तौलनिक अभ्यासक्रमाविषयीचं ते पुस्तक कोलंबिया विद्यापीठातील माझ्या आरंभिक वर्षातलं होतं. ओल्ड आणि न्यू टेस्टामेंट्स (नवा आणि जुना करार) मध्ये पुनर्जन्माबाबतचे अनेक संदर्भ खरोखरच दिले होते, पण शके ३२५ मध्ये रोमन सम्राट कॉन्स्टॅन्टाइन, द ग्रेट याने त्याची आई हेलेना हिच्याबरोबर संगनमताने न्यू टेस्टामेंट्समधील पुनर्जन्माचे संदर्भ काढून टाकले. त्यानंतर शके ५५३ मध्ये कॉन्स्टॅन्टिनोपलच्या दुसऱ्या कौन्सिलने एका बैठकीमध्ये या गोष्टीवर शिक्कामोर्तब केलं आणि पुनर्जन्म ही संकल्पना एक थोतांड असल्याचं जाहीर करून टाकलं. कारण हे संदर्भ जर तसेच ठेवले तर त्यामुळे लोकांना मुक्ती मिळविण्यासाठी भरपूर वेळ आहे असे वाटेल आणि त्यामुळे चर्चची ताकद एकदम कमी होईल, अशी भीती बहुतेक त्यांना वाटली असावी. परंतु सुरुवातीच्या काळात मात्र हा संदर्भ होता; चर्चच्या अगदी पूर्वीच्या काही धर्मगुरूंनी पुनर्जन्माच्या संकल्पनेला मान्यता दिली होती. अर्वाचीन अध्यात्मवादी - अलेक्झांड्रिया येथील मवाळपंथीय, ओरीजेन, सेंट जेरोम आणि इतर अनेकांचा यापूर्वीही आपला जन्म होता आणि यानंतरही

असेल- असा ठाम विश्वास होता.

काही असलं तरी, माझा या पुनर्जन्माच्या संकल्पनेवर अजिबात विश्वास नव्हता. याबाबत मी कधीही पुरेसा वेळ देऊन विचारच केला नव्हता. वास्तविक, यापूर्वी मी घेतलेल्या धार्मिक प्रशिक्षणानुसार आत्म्याचे मृत्यूनंतरचे अस्तित्व असते, याबाबत मला पुसटशी जाणीव असली तरी माझा त्यावर पूर्ण विश्वास नव्हता.

आमच्या चार भावंडांमध्ये मी थोरला! आमच्या सगळ्यांमध्ये तीन-तीन वर्षांचं अंतर होतं. न्यू जर्सीमधील समुद्रकिनाऱ्याजवळील रेड बँक या लहानशा शहरातील एक ज्युईश सेनेगॉगचे आम्ही अगदी पारंपरिक उपासक होतो. आमच्या घरातला सगळ्यांना सांभाळून घेऊन शांत करणारा मुत्सद्दी म्हणजे मीच होतो. आम्हा सर्वांपेक्षा माझे वडील धार्मिक बाबींमध्ये जास्त रमत असत. त्यांनी या धार्मिक गोष्टींबरोबर स्वतःचं आयुष्यसुद्धा फार गांभीर्याने घेतलं होतं. मुलांनी शिक्षणात मिळवलेलं यश ही त्यांच्यासाठी सर्वाधिक आनंदाची बाब होती. घरात थोडा जरी वाद झाला तरी ते प्रचंड अस्वस्थ होऊन मध्यस्थी करायची जबाबदारी माझ्यावर सोपवून सरळ निघूनच जात. अर्थात, या गोष्टीमुळे मानसोपचारतज्ज्ञ म्हणून काम करण्याची एका प्रकारे पूर्वतयारीच झाली, असं म्हणता येईल. मात्र आज सिंहावलोकन करताना, मला आवडलं असतं त्यापेक्षा माझं बालपण अवघड आणि जबाबदारीच्या ओझ्याखाली दबलेलं होतं असं वाटतं. यामुळे मी अवाजवी जबाबदारीचं ओझं डोक्यावर घेणारा एक अत्यंत गंभीर वृत्तीचा तरुण बनलो.

माझी आई मात्र अगदी भरभरून प्रेम व्यक्त करणारी होती. तिला मुळी कोणताही अडथळा, अडचण जाणवतच नसे. माझ्या वडिलांपेक्षा ती खूपच साधी होती. आम्हा मुलांना घडवताना तिने मोठ्या चातुर्याने - कधी आमच्यात अपराधीपणाची भावना जागवून, कधी तिचा त्याग दर्शवून, कधी संकोच आणि अनुभवी डावपेच या सगळ्या गोष्टींचा अगदी मुक्तपणे, फारसा विचारही न करता वापर केला. मात्र ती कधीही उदास-हताश होत नसे. उलट तिचं प्रेम आणि पाठिंबा यांचा आम्हाला नेहमीच भरभक्कम आधार होता.

माझ्या वडिलांची इंडस्ट्रीयल फोटोग्राफर म्हणून उत्तम नोकरी होती. आम्ही खाऊन-पिऊन सुखी असलो तरी पैशांची तंगी मात्र नेहमीच जाणवत असे. मी ९ वर्षांचा असताना माझा सगळ्यात धाकटा भाऊ पीटर याचा जन्म झाला. दोन बेडरूम्सचं आमचं लहानसं घर होतं. त्यात आम्ही सहाजण राहत असू. गार्डन अपार्टमेंट होतं ते!

त्या लहानशा घरातलं आमचं आयुष्य अत्यंत धावपळीचं आणि कोलाहलाचं असे.

तिथे मला शांती मिळत असे ती माझ्या पुस्तकांच्या दुनियेत! लहानपणी बेसबॉल आणि बास्केटबॉल हे खेळ मला अतिशय प्रिय होते. जेव्हा मी ते खेळत नसे, तेव्हा माझ्या हातात पुस्तकच असे. त्या लहानशा गावातून मोठ्या शहरात जाण्याचा माझ्यासाठी एकच मार्ग होता. तो म्हणजे शिक्षण! ही गोष्ट मी पुरेपूर जाणून होतो. त्यामुळे माझं सगळं लक्ष मी शिक्षणावर केंद्रित केलं होतं. हे माझ्यासाठी फारसं कठीण नव्हतं. माझ्या वर्गात मी नेहमीच पहिला किंवा दुसरा नंबर पटकावत असे.

मला कोलंबिया विद्यापीठात संपूर्ण शिष्यवृत्ती मिळाली, तेव्हा मी एक अभ्यासू आणि गंभीर वृत्तीचा तरुण होतो. माझी शिक्षणातली यशाची परंपरा सहजगत्या पुढे सुरू राहिली. मी रसायनशास्त्र विषयात मेजर केलं आणि त्यात विशेष प्रावीण्याने उत्तीर्णही झालो. त्यानंतर मी मानसोपचारतज्ज्ञ होण्याचा निर्णय घेतला. कारण या कामात मला ज्या दोन विषयांत रस वाटत असे, त्या दोन्ही विषयांचा तंतोतंत मिलाफ होता. ते दोन विषय म्हणजे, विज्ञान आणि मानवी मनाच्या काम करण्याच्या पद्धती जाणून घेण्याची माझी तीव्र इच्छा! त्याच्या जोडीला आणखीही एक गोष्ट साध्य होणार होती, ती म्हणजे डॉक्टर झाल्यामुळे मला रुग्णांविषयीची सहानुभूती व्यक्त करता येणार होती आणि त्यांना मदत करणंसुद्धा शक्य होणार होतं. याच दरम्यान मला कॅरोल भेटली.

मी तेव्हा कॅट्स्कील माउंटन हॉटेलमध्ये वेटर म्हणून काम करत होतो आणि ती तिथे गेस्ट म्हणून आली होती. सुरुवातीलाच आम्ही दोघेही परस्परांकडे आकर्षित झालो. एक प्रकारचं सौहार्द आणि मोकळेपणा आम्हाला एकमेकांबरोबर जाणवला होता. आम्ही एकमेकांच्या संपर्कात राहिलो, जाणून घेतलं, प्रेमात पडलो आणि कोलंबियातल्या माझ्या पहिल्या वर्षानंतर आमचा साखरपुडाही झाला. कॅरोल सुंदर आणि हुशार मुलगी होती. सगळ्या गोष्टी कशा अचूक घडून येत आहेत, असं वाटत होतं. तरुण वयात जेव्हा गोष्टी अगदी सुरळीत घडत असतात, तेव्हा फारच क्वचित एखादा जीवन, मृत्यू, मृत्यूनंतरचं जीवन अशा गोष्टींवर चिंतन करतो. मीसुद्धा याला अपवाद नव्हतो आणि या विषयांपासून दूरच होतो. त्यातून दुसरीकडे मी विज्ञानाचा पाईक बनत होतो. त्यामुळे भावनावश न होता, तर्कशुद्ध विचार करायला मी शिकत होतो. 'पुराव्यानं सिद्ध करा' अशी माझी वृत्ती बनत होती.

त्यानंतर वैद्यकीय शाखेतला अभ्यास आणि येल विद्यापीठात रेसिडेन्सी केल्यानंतर तर ही वृत्ती अधिकच धारदार बनत गेली. माझा शोधनिबंध होता तो मेंदूतील रसायनशास्त्र आणि त्यातील न्युरोट्रान्समीटर्सची भूमिका या विषयातला! हे न्युरोट्रान्समीटर्स मेंदूच्या उतींमधील रासायनिक संदेशवाहक म्हणून काम करतात.

जैविक मानसोपचारतज्ज्ञांच्या नव्या तज्ज्ञ पिढीमध्ये आता माझा समावेश झाला होता. आम्ही मानसोपचाराच्या पारंपरिक प्रणाली आणि तंत्रांचा मेळ मेंदूच्या रसायनशास्त्रातील नवीन शास्त्राशी घालत होतो. मी अनेक शास्त्रीय शोधनिबंध लिहिले, स्थानिक आणि राष्ट्रीय स्तरावरील अनेक परिषदांमध्ये व्याख्यानं दिली. माझ्या क्षेत्रात मी आता अगदी प्रसिद्ध होत चाललो होतो. मी आता माझ्या अभ्यासविषयात काहीसा पछाडल्यासारखा झालो होतो, जराही तडजोड करण्याची माझी तयारी नसे, पण तसं पाहिलं तर एका डॉक्टरच्या व्यक्तिमत्त्वात या बाबी असणं हे उपयुक्त असतं. माझ्या दवाखान्यात येणाऱ्या कोणत्याही रुग्णावर उपचार करण्यासाठी मी आता अगदी सज्ज आहे, असं मला वाटायचं.

तर आता, कॅथरीन ख्रिस्तपूर्व १८व्या शतकातील अरोंदा नावाची एक तरुण मुलगी होती. की हे उलट म्हणता येईल? आणि आता ती पुन्हा आली होती, पहिल्यापेक्षा किती तरी जास्त आनंदात होती ती!

हिप्नोसिसचे उपचार सुरू ठेवायला कॅथरीनला भीती वाटेल, असं मला वाटत होतं. पण प्रत्यक्षात, तिने अगदी उत्सुकतेने स्वतःला त्यासाठी तयार केलं होतं आणि ती संमोहनाच्या स्थितीत खूप पटकन गेली.

''मी पाण्यामध्ये फुलांच्या माळा टाकतीय. एक विधी चालू आहे! माझे केस सोनेरी आहेत, त्यांची मी वेणी घातली आहे. सोन्याची कलाकुसर असणारा तपकिरी रंगाचा पोशाख मी घातला आहे. सँडल्स घातले आहेत. राजघराण्यातील कोणा व्यक्तीचा मृत्यू झाला आहे....बहुतेक आईचा! या राजघराण्यात मी सेविका आहे. मी स्वयंपाकात मदत करते. मृत्यूनंतर आम्ही मृतदेह मीठ व पाण्याच्या द्रावणात तीस दिवस ठेवून देतो. वाळल्यानंतर त्याचे आतले भाग बाहेर काढले जातात. मला त्यांचा वास येतोय... त्या मृतदेहाचा वास!''

कॅथरीन अरोंदाच्या जन्मात सहज गेली होती, पण त्या जन्मातील वेगळ्या काळात ती गेली होती. मृतदेह जतन करण्याच्या कार्यात ती जेव्हा मदत करत असे, त्या काळात ती गेली होती.

कॅथरीन पुढे सांगू लागली,

''एका वेगळ्या इमारतीमध्ये मला मृतदेह दिसत आहेत. आम्ही मृतदेह वेष्टनात गुंडाळत आहोत. आत्मा त्यातून निघून जातो, तुम्ही पुढील अधिक भव्य जीवनासाठी सज्ज होण्यासाठी तुमच्या गोष्टी सोबत घेता.''

ती जे काही सांगत होती, वर्णन करत होती, त्यावरून इजिप्तमधील मृत्यूची संकल्पना

आणि मृत्युपश्चात जीवन याच्याशी त्याचं साधर्म्य वाटत होतं. आपल्या याविषयीच्या श्रद्धांमध्ये हे बसत नाही, पण त्या धर्मात, तुम्ही अशा तुमच्या मालकीच्या वस्तू मृत्यूनंतर बरोबर घेऊन जाऊ शकता, असं मानलं जातं.

कॅथरीन या जन्मातून बाहेर आली आणि तिने जरा वेळ विश्रांती घेतली. त्यानंतर त्याहीपेक्षा प्राचीन कालखंडातील तिच्या जन्मात प्रवेश करण्यापूर्वी ती बराच वेळ थांबली.

''मला बर्फ दिसतोय... गुहेत लटकणारा बर्फ....खडक...''

तिने त्या अंधाऱ्या आणि अगदी दयनीय अशा जागेचं अस्पष्टसं वर्णन केलं. आता ती अस्वस्थ झाली आहे, हे अगदी उघडपणे दिसून येत होतं. नंतर तिने स्वतःचं वर्णन करत सांगितलं, 'मी कुरूप, गलिच्छ होते. माझ्या अंगाला दुर्गंधी येत होती.' तिथून ती दुसऱ्या कालखंडात गेली.

''इथे काही इमारती आहेत, दगडी चाकं असणाऱ्या गाड्या आहेत. माझे केस तपकिरी रंगाचे आहेत, त्यावर कापड बांधलं आहे. गाडीमध्ये वाळलेलं गवत आहे. मी खूप खूश आहे. माझे वडील तिथे आहेत.....मला त्यांनी कुशीत घेतलंय..... हा...हा तर एडवर्ड आहे. (एडवर्ड म्हणजे ज्या बालरोगतज्ज्ञाने कॅथरीनला माझ्याकडे उपचारासाठी जायला सांगितलं होतं तो!) एडवर्डच माझे वडील आहेत. आमच्या आवारात अंजीर आणि ऑलिव्हची झाडं आहेत. लोक कागदावर लिहीत आहेत. अक्षरांसारख्या काही तरी गमतीशीर खुणा त्यावर आहेत. दिवसभर लोक लिहीत असतात. बहुतेक ते वाचनालय बनवत आहेत. हा ख्रिस्तपूर्व १५३६ मधील कालखंड आहे. खूप उजाड असा हा प्रदेश आहे. माझ्या वडिलांचं नाव पर्सियस आहे.''

नेमकं वर्ष निश्चित करता आलं नाही तरी, गेल्या आठवड्यातील सत्रात तिने ज्या काळाचा उल्लेख केला होता, तोच हा काळ आहे, याबद्दल मला खात्री होती. त्याच काळात राहून मी तिला थोडं पुढे नेलं.

''माझे वडील तुम्हाला (म्हणजे मला) ओळखतात. तुमच्या आणि त्यांच्या पीकपाणी, कायदा आणि शासन अशा गोष्टींवर चर्चा होतात. तुम्ही खूप हुशार आहात आणि मी तुमचं म्हणणं ऐकावं, असं माझे वडील मला सांगतात.''

मी तिला आणखी थोडं पुढे नेलं.

''एका अंधाऱ्या खोलीत ते (तिचे वडील) झोपले आहेत. ते अगदी वयस्कर झाले आहेत आणि खूप आजारीसुद्धा आहेत. खूप गारठा आहे... मला खूप निराश वाटतंय...''

आता ती आणखी थोडी पुढे गेली... तिच्या मृत्यूचा तो क्षण होता.

''आता मी स्वतःच खूप खूप वृद्ध आणि अशक्त झालीय. माझी मुलगी माझ्याजवळ आहे. माझ्या नवऱ्याचा यापूर्वीच मृत्यू झालाय. माझा जावई माझ्याजवळ आहे, नातवंडंसुद्धा! माझ्या सभोवताली खूप माणसं आहेत.''

या जन्मात तिला मृत्यू अगदी शांतपणे आला. ती तरंगत होती. तरंगत? हे ऐकल्यानंतर मला डॉ. रेमंड मूडी यांनी मृत्यूसमीपचे अनुभव (Near Death Experiences) घेणाऱ्या लोकांचा केलेला अभ्यास आठवला. हा अनुभव आलेल्या लोकांनाही तरंगण्याचा अनुभव घेतल्याचं आणि त्यानंतर पुन्हा आपल्या शरीरात परतल्याचं आठवत होतं. त्यांचं हे पुस्तक मी अनेक वर्षांपूर्वी वाचलं होतं आणि आत्ता पुन्हा एकदा ते वाचायचं असं मनोमन मी ठरवून टाकलं. मृत्यू झाल्यानंतरचं काही कॅथरीनला आठवतंय का, हे जाणून घेण्याचं मोठं कुतूहल मला होतं. पण मी फक्त तरंगतेय, एवढंच ती सांगू शकत होती. शेवटी मी तिला जागं करून ते सत्र थांबवलं.

पुनर्जन्मावर शास्त्रीय अभ्यासाच्या आधारे लिहिलेला एखादा शोधनिबंध आहे का, याचा शोध मी अगदी तळमळीने घेऊ लागलो. मी कित्येक वैद्यकीय वाचनालयांमध्ये असा एखादा शोधनिबंध मिळतोय का, ते धुंडाळत होतो. वर्जिनिया विद्यापीठाच्या मानसोपचार विभागातील प्रख्यात प्राध्यापक इयान स्टीव्हन्सन (एम.डी.) यांचं बरंच लेखन मी वाचून काढलं. मानसोपचाराबाबत त्यांनी खूप मोठ्या प्रमाणावर लेखन केलं आहे. डॉ. स्टीव्हन्सन यांनी पुनर्जन्माच्या स्मृती ज्यांना आठवत आहेत, अशा जवळपास दोन हजारहून अधिक मुलांच्या अनुभवांचं संकलन केलंय. त्यापैकी अनेक मुलांना ते आजवर जी भाषा शिकलेले नाहीत किंवा ज्यांना एखाद्या भाषेचा गंधही नाही, ती परकी भाषा बोलता येते, असं त्यांनी नमूद केलं आहे. त्यांचे केसेसचे अहवाल अगदी परिपूर्ण, अत्यंत यथायोग्य संशोधन केलेले आणि अगदी वाखाणण्याजोगे आहेत.

एडगर मिशेल यांचा एक उत्तम असा वैज्ञानिक दृष्टिकोन मला वाचायला मिळाला. मोठ्या कुतूहलाने मी ड्युक विद्यापीठाचा ESP डेटा तपासला. तसंच ब्राऊन विद्यापीठातील प्राध्यापक सी.जे. ड्युकासे यांचं लेखनही वाचलं. डॉ. मार्टिन इबॉन, डॉ. हेलन वॉंबॅक, डॉ. गरट्युड शिमिडलर, डॉ. फ्रेडरिक लेन्झ, डॉ. इडिथ फियोर यांचे संशोधनही मी वाचलं. मी जितकं जास्त वाचत गेलो, तेवढं अधिक वाचण्याची माझी इच्छा तीव्र होत गेली. मनाच्या सर्व पैलूंबाबत मला पूर्ण ज्ञान आहे, असा माझा समज होता, मात्र माझं ज्ञान फारच मर्यादित आहे हे माझ्या लक्षात येत गेलं. कित्येक ग्रंथालयं या विषयावरच्या संशोधक लेखांनी आणि साहित्यानी भरलेली आहेत, पण फार

कमी लोकांना त्याबाबत माहिती आहे. त्याहीपेक्षा महत्त्वाचं म्हणजे, ही सारी संशोधनं अतिशय ख्यातनाम अशा शास्त्रज्ञ आणि संशोधकांनी केलेली आणि तपासलेली आहेत. मग ती चुकीची किंवा फसवी आहेत, असं कसं म्हणता येईल? त्या संदर्भातील पुरावे अगदी ठोस म्हणावेत, असेच आहेत. तरी मला शंका येत होती. त्यावर विश्वास ठेवणं कठीणच होतं.

मी आणि कॅथरीन, आम्ही दोघंही आपापल्यापरीने या अनुभवामुळे निश्चितच प्रभावित झालो होतो. कॅथरीन भावनिकदृष्ट्या सुधारत होती, तर मी माझ्या मनाच्या कक्षा व्यापक करत होतो. आजवर अनेक वर्षं कॅथरीन तिला सतावणाऱ्या भयामुळे पार कोलमडून गेली होती, आता कुठे तिला जरा बरं वाटू लागलं होतं. भले प्रत्यक्ष स्मृती असोत किंवा तिच्या कल्पना, त्यांच्या आधारे तिला मदत करण्याचा मार्ग मला गवसला होता आणि आता मी मुळीच थांबणार नव्हतो.

उपचाराच्या पुढच्या सत्राच्या वेळी कॅथरीन त्या तंद्रीमध्ये जात होती, तेव्हा...

क्षणभर या सगळ्या गोष्टींचा मी शांतपणे विचार केला. समोर बसलेली कॅथरीन हळूहळू संमोहनामध्ये जात होती. संमोहनात जाण्यापूर्वी तिने एका स्वप्नाचा वेध घेण्याचा प्रयत्न केला होता. जुन्या दगडी पायऱ्यांवर कोणता तरी खेळ खेळला जात होता. छिद्र असणाऱ्या चेकरबोर्डवरचा तो खेळ होता. ते स्वप्न विशेष करून तिला अगदी लखख दिसलं होतं. आता मी तिला जागा (स्पेस) आणि काळ यांच्या सामान्य मर्यादांच्या पलीकडे जाण्याबाबत सूचना केली आणि त्या स्वप्नाचे धागेदोरे तिच्या आधीच्या जन्मात सापडतात का, हे पाहण्यास सांगितलं.

''एका उंच मनोऱ्याकडे (टॉवर) जाणाऱ्या पायऱ्या मला दिसत आहेत... तिथून डोंगररांगा दिसताहेत...आणि समुद्रसुद्धा! मी एक मुलगा आहे... माझे केस भुरकट, सोनेरी आहेत.....विचित्रच केस आहेत. मी तपकिरी-पांढऱ्या रंगाचे आखूड कपडे घातले आहेत. ते प्राण्यांच्या कातडीपासून बनवले आहेत. टॉवरच्या अगदी टोकावर काही लोक सगळीकडे बघत उभे आहेत....रखवालदार! ते गलिच्छ आहेत. ते चेकर सारखा काही तरी खेळ खेळत आहेत... पण नाही. त्यांच्याकडचा बोर्ड गोल आहे, चौकोनी नाही. टोकदार खंजीरासारख्या साधनाने ते खेळत आहेत. ती साधनं त्या बोर्डवरच्या छिद्रांमध्ये बरोबर बसतात. त्या साधनांची डोकी प्राण्यांच्या डोक्यांसारख्या आकारांची आहेत. किरुस्तान (उच्चाराप्रमाणे लिहिले आहे) *प्रदेश? नेदरलँड्समधला...काळ...१४७३!''*

मी तिला ती ज्या प्रदेशात राहत आहे, त्याचं नाव विचारलं आणि ते कोणतं साल

आहे, ते तिला ऐकू येतंय का किंवा दिसतंय का, हेही विचारलं.

“मी आता एका बंदराच्या गावात आहे. जमीन समुद्राखाली गेली आहे आणि तिथे एक तटबंदीदेखील दिसतेय.....आणि पाणी! मला एक झोपडी दिसतेय.... त्यात मातीच्या भांड्यांत माझी आई स्वयंपाक करतीय. माझं नाव जॉन आहे.”

यानंतर मी तिला तिच्या त्या जन्मातल्या मृत्यूच्या क्षणापर्यंत घेऊन गेलो. आतापर्यंतच्या आमच्या सत्रांमध्ये मी असा कोणता तरी एकच जबरदस्त भयावह प्रसंग किंवा घटना शोधत होतो, ज्याचा थेट संबंध तिच्या या जन्मातल्या लक्षणांशी असेल. जर या सगळ्या गोष्टी तिच्या कल्पना असतील (मला याची खात्री नव्हती) तर या कल्पना आणि हे विचारच तिच्या लक्षणांच्या मुळाशी असू शकत होते. कारण मी असे लोक बघितले आहेत, जे त्यांच्या स्वप्नांनीच हैराण झालेले असतात. काहींना तर हेसुद्धा आठवत नसतं की, लहानपणी घडलेल्या त्या भयानक घटना त्यांच्याबरोबर खरोखर घडल्या होत्या की, त्यांनी स्वप्नं पाहिलं होतं. तरी त्या भयानक प्रसंगांच्या आठवणी मोठेपणीही त्यांची पाठ सोडत नसत.

यात एक गोष्ट मला विशेषत्वाने नमूद करावीशी वाटते, ती म्हणजे काही वेळा फक्त एका भयानक घटनेचा होणारा मानसिक परिणाम आणि रोज घडणाऱ्या छोट्या छोट्या नकारात्मक गोष्टींमुळे आयुष्यावर होणारा परिणाम एकसारखाच असू शकतो. उदाहरणार्थ, पालक जर ऊठसूठ मुलांवर टीका करत असतील, त्यांना टोमणे मारत असतील, तर याचे परिणाम एखाद्या भयानक घटनेमुळे होणाऱ्या परिणामांपेक्षा खूप वाईट ठरू शकतात. या छोट्या छोट्या नकारात्मक घटना आपल्या दैनंदिन जीवनामध्ये मिसळून जातात आणि स्पष्टपणे दिसत नाहीत. यामुळे या घटना आठवणंसुद्धा अधिक अवघड होऊन जातं. म्हणूनच त्यांना बाहेर काढणंसुद्धा कठीण होतं. एखाद्या लहान मुलाला जर सदैव दोषारोपणाचा सामना करावा लागला, तर त्याचा आत्मसन्मान आणि आत्म विश्वास तेवढाच खालावतो, जेवढा त्या मुलाचा एखाद्या दिवशी सर्वांसमोर वाईटरीत्या मोठ्या प्रमाणावर पाणउतारा झालेला असेल. एखाद्या मुलाने लहानपणापासून दररोज घरात गरिबी आणि अन्नाचा तुटवडा पाहिला असेल, आणि दुसऱ्या एखाद्या मुलाला कधी तरी अचानक अनपेक्षितरीत्या उपासमार सहन करावी लागली असेल तर या दोघांवर होणारा मानसिक परिणाम सारखाच असू शकतो. ही गोष्टसुद्धा मी अनुभवातूनच शिकलो की, एखाद्या प्रसंगानंच सारं जग हलून गेलेल्या व्यक्तीच्या समस्या तेवढ्याच गंभीर असतात, जेवढ्या रोजच्या रोज दुःखद अनुभवांना सामोरं जावं लागणाऱ्या व्यक्तींच्या समस्या असतात. त्यामुळे दोघांना एकसारखंच महत्त्व आणि वेळ द्यायला हवा.

कॅथरीन सांगू लागली.

''तिथे होडक्यांसारख्या बोटी आहेत. त्या उठावदार रंगांनी रंगवल्या आहेत. आमच्याजवळ बोटीमध्ये शस्त्रं, भाले, धनुष्यबाण, गोफणी आहेत. पण ही शस्त्रं खूप मोठी आहेत. बोटीवर विचित्र दिसणारी मोठाली वल्ही आहेत. प्रत्येकालाच ती वल्हवायला लागताहेत. आम्ही वाट चुकून हरवू की काय, अशी भीती वाटत आहे. अंधार दाटून आलाय. कुठेच दिवे दिसत नाहीत. मी अतिशय घाबरून गेलो आहे. आमच्याबरोबर इतरही काही बोटी आहेत. (बहुतेक आक्रमणासाठीचा ताफा असावा.) मला प्राण्यांची खूप भीती वाटते. प्राण्यांच्या घाणेरड्या आणि कुबट वास येणाऱ्या कातड्यांवर आम्ही झोपतो. आम्ही टेहळणी करत आहोत. माझे बूट पिशवीसारखे अगदी विचित्र दिसत आहेत.... घोट्यांजवळ ते गाठ मारून बांधले आहेत....तेही प्राण्यांच्याच कातडीपासून बनवले आहेत. (बराच वेळ ती काहीच बोलत नाही) आगीमुळे माझा चेहरा तापला आहे. माझ्याबरोबरचे लोक इतरांना मारून टाकत आहेत....पण मी नाही. मला कुणाला मारावंसं वाटतच नाही. माझ्या हातात माझा सुरा आहे.''

एकाएकी ती धडपडू लागली, तिचा श्वास कोंडल्यासारखा झाला. तिने सांगितलं की, शत्रूच्या आक्रमकाने तिची मागून मान पकडली आहे आणि त्याने तिचा गळा चाकूने चिरलाय. मरण्यापूर्वी तिने आपल्या मारेकऱ्याचा चेहरा बघितला, तो स्टुअर्ट होता. त्या वेळी तो खूप वेगळा दिसायचा. पण तो तोच आहे, हे तिने ओळखलं. जॉन त्या जन्मात अवघ्या एकविसाव्या वर्षी मरण पावला.

त्यानंतर तिला शरीराबाहेर तरंगण्याचा अनुभव आला. ती वर तरंगत होती आणि खाली काय चाललंय, ते दृश्य तिला दिसत होतं. ती ढगांपर्यंत वाहत गेली. ती खूप गोंधळून गेली होती. इतक्यात आपण एका छोट्याशा आणि उबदार जागेत खेचले जातोय, असं तिला जाणवलं. ती पुन्हा जन्म घेणार होती.

''कुणी तरी मला हातात घेतलंय.'' ती काहीशा हळुवारपणे आणि स्वप्नात असल्यासारखी म्हणाली.

''मला जन्माला येताना ज्यांनी मदत केली, त्यांनीच मला हातात घेतलंय. त्या व्यक्तीने हिरवा गाऊन आणि त्यावर पांढरा एप्रन घातला आहे. तिने पांढरी आणि कोपऱ्यात दुमडलेली टोपी घातली आहे. खोलीला विचित्र दिसणाऱ्या खिडक्या आहेत.... खूप भाग आहेत. ती इमारत दगडांची आहे. माझ्या आईचे केस लांब आणि काळेभोर आहेत. तिला मला हातात घ्यायची फार इच्छा आहे. आईने विचित्र

शर्ट घातलाय. त्याचा स्पर्श मला बोचतोय. सूर्यप्रकाशात आलं की, बरं वाटतंय. छान उबदार वाटतं.... ही तीच...माझी आत्ताचीच आई आहे.''

या आधीच्या सत्राच्या वेळी मी तिला एक सूचना केली होती. त्या त्या जन्मात तिला अशा कुणी महत्त्वाच्या व्यक्ती आढळतात का, की ज्या तिच्या आत्ताच्या म्हणजे कॅथरीनच्या जन्मातही आहेत, याचा डोळसपणे शोध घे, असं मी तिला सांगितलं होतं. बहुतांश लेखकांच्या मते, आत्म्यांचा एखादा गट त्यांची बऱ्याच जन्मांपासूनची कर्मं फेडण्यासाठी (इतरांबरोबरची आणि सेल्फबरोबरची कर्ज फेडण्यासाठी आणि धडे शिकण्यासाठी) वारंवार एकत्रच जन्म घेत असतात.

माझ्या लहानशा आणि मंद प्रकाश असणाऱ्या क्लिनिकमध्ये साऱ्या जगाच्या नकळत अगदी नाट्यपूर्णरीत्या हे चित्रविचित्र वाटावं असं जे काही घडत होतं, ते अधिकाधिक जाणून घेण्याच्या प्रयत्नात या माहितीची खातरजमा करून घ्यावी, असं मला वाटत होतं. कॅथरीनच्या तोंडून हे सारं ऐकत असताना ही अगदी आगळी-वेगळी माहिती शास्त्रीय निकषावर घासून बघावी, असं माझं मत होतं. गेली १५ वर्षं संशोधन करत असताना मी ही शास्त्राची कसोटी नेहमीच लावत असे.

या सत्रांच्या दरम्यान स्वतः कॅथरीनच सायकीक स्तरावर अधिकाधिक प्रगल्भ होत होती. अनेकदा तिला व्यक्ती आणि प्रसंगांच्या बाबतीत अंतःप्रेरणा होत असत, त्या खऱ्याही ठरत. हिप्नोसिसच्या दरम्यान, आता मी काय प्रश्न विचारणार त्याचा अगोदरच ती अंदाज करू शकत असे. भविष्यातील घडामोडींचा आधीच वेध घेणारी स्वप्नं तिला पडत.

तिचे आई-वडील तिच्याकडे आले असताना हे सगळं काय चाललंय, याबाबत तिच्या वडिलांनी तीव्र शंका व्यक्त केली, पण त्याची सत्यता सिद्ध करण्यासाठी, ती त्यांना रेस ट्रॅकवर घेऊन गेली. तिथे तिने त्यांच्या डोळ्यांदेखत प्रत्येक रेसमध्ये कोणता घोडा जिंकणार आहे, ते भाकीत अगोदरच वर्तवलं आणि त्यावर पैसे लावले. वडील अवाक् झाले. तिने स्वतःला सिद्ध केलंय, याची खात्री पटताच, तिने जिंकलेले सर्व पैसे गोळा केले आणि तिथून बाहेर पडल्यावर रस्त्यावरचा जो पहिला भिकारी दिसला, त्याला ते सगळे देऊन टाकले. या नव्याने मिळालेल्या आध्यात्मिक शक्तींचा वापर आर्थिक कमाईसाठी करू नये, असं तिला स्वयंप्रेरणेने वाटत होतं. तिच्या मते, या आध्यात्मिक शक्तीचा खूप व्यापक असा अर्थ होता. माझ्याशी याबाबत बोलताना तिला या अनुभवामुळे काहीसं घाबरायला झाल्याचं तिने सांगितलं. पण तरीही स्वतःच्या या प्रगतीबाबत ती अगदी खूश होती आणि म्हणूनच तिला मागील जन्माचा वेध घेणं सुरू

ठेवायचं होतं, असं तिने आवर्जून सांगितलं. मी तर तिला या नव्याने प्राप्त झालेल्या मानसिक सामर्थ्यामुळे, विशेषतः त्या रेसकोर्सवरच्या प्रसंगानंतर आश्चर्यचकित झालो होतो. कारण रेसकोर्सचा प्रसंग हा ठोस म्हणता येईल, असा पुरावा होता. एका अर्थाने प्रत्येक रेसचं जिंकायचं तिकीट तिच्याजवळ होतं. हा निव्वळ योगायोग नव्हता. गेल्या काही आठवड्यांमध्ये काही तरी वेगळं घडत होतं, हे निश्चित! माझा शास्त्रीय दृष्टिकोन सांभाळण्यासाठी माझा संघर्ष सुरू होता. तिचं मानसिक सामर्थ्य मी नाकारू शकत नव्हतो. आणि त्याच वेळी माझ्या मनात येत होतं की, जर तिच्या या क्षमता खऱ्या असतील, त्यातून ठोस पुरावे मिळत असतील, तर मग, आधीच्या जन्मांतील प्रसंग, घटनाही खऱ्या असतील?

नुकताच तिचा जन्म झाला होता, त्या आयुष्यात ती पुन्हा शिरली. हा पुनर्जन्म, तुलनेने अलीकडचा असावा, पण तिला कोणतं साल आहे, ते सांगता आलं नाही. तिचं नाव होतं एलिझाबेथ!

"मी आता मोठी झालीय. मला एक भाऊ आणि दोन बहिणी आहेत. मला जेवणाचा टेबल दिसतोय....माझे वडील तिथे आहेत...ते म्हणजे एडवर्डच आहेत. (तोच तो बालरोगतज्ज्ञ...यापूर्वीही एका जन्मात तो तिचे वडील असल्याचं तिने पाहिलं होतं.) माझे आई-बाबा पुन्हा भांडत आहेत. खाण्यात बटाटे आणि सोयाबीन आहेत. हे जेवण अगदी थंड झालेलं आहे, म्हणून माझे वडील भयंकर रागावले आहेत. ते दोघे खूप भांडतात. बाबा नेहमी दारू पिऊन तर्र असतात आणि..... माझ्या आईला ते मारहाणसुद्धा करतात.(कॅथरीनच्या आवाजात भीती होती आणि ती थरथरतदेखील होती.) बाबा मुलांना ढकलून देतात. ते आता पूर्वीसारखे राहिलेले नाहीत. मला ते आवडत नाहीत. ते तिथून निघून जावेत असं मला वाटतं." (एखादं लहान मूल कसं बोलेल, तसं ती बोलत होती.)

पारंपरिक मानसोपचारात मी ज्या प्रकारे प्रश्न विचारतो, त्यापेक्षा वेगळ्या पद्धतीने मी या सत्रात प्रश्न विचारले. या सत्रात मी कॅथरीनचा तो संपूर्ण जन्म एक-दोन तासात जाणून घेण्याच्या दृष्टीने, त्यात तिच्याबाबत काही भयानक घटना घडली होती का, तिचे त्रासदायक पालक यांचा या जन्मातल्या लक्षणांशी काही संबंध लावता येतोय का, हे तपासून पाहण्यासाठी मी तिचा मार्गदर्शक म्हणून भूमिका बजावली. पारंपरिक उपचारपद्धती अधिक सविस्तर वेळ आणि तपशिलाने केली जाते. रुग्णाने उच्चारलेला प्रत्येक शब्द सर्व बाजूंनी तपासला जातो, त्यातील छुपे अर्थ शोधले जातात. रुग्णाच्या चेहऱ्यावरचा प्रत्येक हावभाव, शरीराची प्रत्येक हालचाल, आवाजातील सूक्ष्मातिसूक्ष्म

चढउतार या सर्व बाबींचा विचार होतो, त्याचे विश्लेषण केले जाते. प्रत्येक भावनिक प्रतिक्रिया काळजीपूर्वक तपासली जाते. तुकड्यातुकड्यातील वर्तणुकीचे आकृतिबंध मोठ्या कष्टाने एकत्रित सांधले जातात. कॅथरीनच्या बाबतीत मात्र अनेक वर्षं काही मिनिटांत भर्रकन जातात. कॅथरीनची सत्रं म्हणजे Indy 500 (वेगवान रेसची कार) भरधाव वेगाने चालवून गर्दीतले महत्त्वाचे चेहरे काही क्षणांत टिपून घेण्यासारखं होतं.

मी माझं लक्ष पुन्हा एकदा कॅथरीनकडे वळवलं आणि तिला काळामध्ये थोडं पुढे जायला सांगितलं.

''आता माझं लग्न झालंय. आमच्या घरात एक खूप मोठी खोली आहे. माझ्या नवऱ्याचे केस पिंगट सोनेरी आहेत. मी त्याला ओळखत नाही. (म्हणजे या आयुष्यात तिच्या त्या नवऱ्याचं अस्तित्व नव्हतं.) आमचं एकमेकांवर प्रेम आहे आणि आम्ही अगदी खूश आहोत.''

तिच्या वडिलांच्या घरातल्या त्या कटकटीतून ती बाहेर आली होती, असं वाटत होतं. ती कोणत्या प्रदेशात राहत आहे, तो ओळखीचा आहे का, असं मी तिला विचारलं.

''ब्रेनिंगटन?'' कॅथरीन संकोचाच्या स्वरात कुजबुजली.

''जुन्या कव्हर्सची काही पुस्तकं तिथे आहेत. एक मोठं पुस्तक एका पट्टीने बांधलेलं आहे. ते बायबल आहे..... खूप मोठी आणि फॅन्सी अक्षरं आहेत..... गायलिक भाषेतील!''

इथे तिने काही शब्द उच्चारले, पण ते मला कळले नाहीत. ते गायलिक भाषेतले होते की नाही, मला काहीच माहीत नाही.

''आम्ही आता आतल्या भागात राहतो. समुद्राजवळ नाही. कौंटी....ब्रेनिंगटन? खूप सारी डुकरं आणि शेळ्या असणारं एक शेत मला दिसतंय. ते शेत आमचं आहे.''

ती आता काळामध्ये पुढे गेली होती.

''आम्हाला दोन मुलं आहेत.....मोठ्या मुलाचं लग्न आहे. मला चर्च दिसतंय... खूप जुनी, दगडी इमारत आहे.''

अचानक तिच्या डोक्याला काही तरी दुखापत झाली आणि कॅथरीनला एकाएकी वेदना होऊ लागल्या. ती कपाळाची डावी बाजू दाबून धरत होती. त्या दगडी पायऱ्यांवर आपण पडलो असं तिने सांगितलं. पण त्यातून ती सावरली. तिचा मृत्यू वार्धक्याने

घरातच झाला. त्या वेळी तिचं कुटुंब तिच्या सभोवताली होतं.

याही वेळी शरीर सोडून ती वर तरंगत होती, पण या वेळी ती अजिबात गोंधळलेली नव्हती.

> *''मी त्या तेजःपुंज प्रकाशाच्या संपर्कात आहे. तो फारच छान आहे. त्यातून आपल्याला ऊर्जा मिळते.''*

ती आता विश्रांती घेत होती. मृत्यूनंतर आणि पुनर्जन्मापूर्वी! काही मिनिटं अशीच शांततेत गेली. आणि मग अचानक ती बोलू लागली. पण नेहमी ती हळू आवाजात कुजबुजल्यासारखी बोलायची तसं नाही, तर मोठ्या व घोगऱ्या आवाजात आणि अगदी विनासंकोच!

> *''आपलं काम आहे, शिकणं! आणि ज्ञान ग्रहण करत-करत देवसदृश होणं. आपल्याला किती मर्यादित ज्ञान असतं! तुम्ही इथे माझे मार्गदर्शक बनण्यासाठी आले आहात. मला फार काही शिकायचं आहे. ज्ञानप्राप्तीने आपण देवापर्यंत पोहोचू शकतो आणि विश्रांती घेऊ शकतो. त्यानंतर आपलं पुनरागमन होतं, या वेळी इतरांना शिकवण्यासाठी आणि त्यांची मदत करण्यासाठी.''*

मी अगदी निःशब्द झालो. तिच्या मृत्यूनंतर पण पुनर्जन्माच्या आधी, या मधल्याच स्थितीमधला हा संदेश होता. मात्र याचा स्रोत काय? कारण हे कॅथरीन बोलत आहे, असं अजिबात वाटत नव्हतं. ती आजवर अशा आवाजात, असे शब्द वापरून, अशा संकल्पना वापरत कधीच बोलली नव्हती. इतकंच नाही, तर तिच्या आवाजाचा स्वरही पूर्ण निराळा होता.

एक गोष्ट त्या क्षणी माझ्या अजिबातच लक्षात आली नाही की, हे सगळे शब्द जरी कॅथरीन उच्चारत असली, तरी ते तिच्या स्वतःच्या विचारातून आलेले नव्हते, तर तिला जे सांगितलं जात होतं, ते ती बोलत होती. नंतर तिने हे तिला कोण सांगत होतं, याचं स्पष्टीकरण दिलं. खूप उच्च स्तरावर पोहोचलेले, अत्यंत विकसित आत्मे होते ते. आत्ता ते शरीररूपात नव्हते. तिने त्यांना 'गुरू' म्हणून संबोधलं. ते कॅथरीनच्या माध्यमातून माझ्याशी बोलू शकत होते. याचा अर्थ स्पष्ट होता. आता कॅथरीन केवळ आधीच्या जन्मात प्रवास करू शकत होती असं नाही, तर ती आता या दुनियेच्या पलीकडचं ज्ञानही इथे आणण्यास समर्थ झाली होती. अतिशय सुंदर असं ज्ञान! मी स्थिर राहून या सत्राच्या उद्देशावर टिकून राहण्याचा कसोशीने प्रयत्न करत होतो.

आता या प्रकारात एक नवाच पैलू समोर आला होता. कॅथरीनने कधीही डॉ. एलिझाबेथ

कुब्लर रॉस किंवा डॉ. रेमंड मूडी यांचं लेखन वाचलं नव्हतं. या दोघांनी मृत्यूसमीपच्या अनुभवांवर लिहिलं आहे. 'तिबेटियन बुक ऑफ द डेड' या पुस्तकाबाबतही तिने कधीच ऐकलं नव्हतं. पण तरीही या सर्व लेखनात ज्या गोष्टींचा उल्लेख आहे, त्या सर्व ती आत्ता बोलत होती. एका दृष्टीने हादेखील पुरावाच होता. फक्त त्याबाबत अधिक ठोस तपशील किंवा वस्तुस्थितिजन्य बाबी मिळाल्या असत्या, तर मी त्याची सत्यता पडताळू शकलो असतो. माझ्या मनातल्या शंका जरी धूसर झाल्या असल्या तरी त्या पूर्ण विलीन झाल्या नव्हत्या. कोण जाणे, तिने मृत्यूसमीपच्या अनुभवांविषयी एखाद्या मासिकात लेख वाचला असेल किंवा टी.व्ही. वर एखादी मुलाखत ऐकली असेल, असं माझ्या मनात आलं. वास्तविक तिने याविषयी असं काही वाचलं किंवा पाहिलं असल्याचं आठवत नसल्याचं सांगितलं, तरी अजाणिवेच्या पातळीवर तिला काही आठवत असेल, असं मला वाटलं. पण ती या सर्व लेखनांच्या बरीच पुढे गेली होती आणि मधल्या स्थितीमध्ये असताना तो संदेश तिने पाठवला होता. मला आणखी पुरावे हवेत, असं मला वाटलं.

त्यानंतर ती जागी झाली आणि तिला तिच्या आधीच्या जन्मातले सारे तपशील नेहमीप्रमाणेच आठवत होते. पण एलिझाबेथ म्हणून तिचा मृत्यू झाल्यानंतरचं काहीही तिला आठवत नव्हतं. नंतरसुद्धा तिला या मधल्या अवस्थेतले कोणतेही तपशील आठवणार नव्हते. तिला तिचे जन्मच तेवढे आठवणार होते.

'ज्ञानाच्या साहाय्यानेच आपण देवापर्यंत पोहोचू शकतो.' आम्ही आता याच वाटेवरून मार्गक्रमण सुरू केलं होतं.

प्रकरण ४

"एक चौकोनी पांढऱ्या रंगाचं घर मला दिसतंय. त्याच्यापुढे वाळूचा रस्ता आहे. लोक घोड्यांवरून मागे-पुढे जाताहेत."

कॅथरीन तिच्या नेहमीच्या शैलीत स्वप्नात असल्यासारख्या हलक्या आवाजात कुजबुजत बोलत होती.

"खूप झाडं आहेत सभोवताली... एक मोठं घर आहे आणि त्याच्या भोवताली लहान लहान घरं आहेत. गुलामांची किंवा नोकरांची घरं असावीत अशी... प्रचंड गरमी जाणवतेय. दक्षिणेकडचा प्रदेश आहे हा!.....व्हर्जिनिया?"

बहुधा १८७३ साल असावं, असं तिला वाटतंय. ती तेव्हा एक लहानशी मुलगी होती.

"तिथे घोडे आहेत, खूप सारी पिकंही आहेत....मका, तंबाखू!"

ती आणि इतर नोकरचाकर त्या मोठ्या घराच्या स्वयंपाकघरात आहेत. ती कृष्णवर्णीय आहे. तिचं नाव आहे ॲबी! तिला कोणत्या तरी आपत्तीची चाहूल लागलीय, ती धास्तावल्यासारखी झालीय. मुख्य घराला आगीने वेढलंय आणि ते जळून राख होताना तिने तिच्या डोळ्यांनी बघितलंय. मी आता तिला तिथून १५ वर्षं पुढे १८८८ मध्ये नेलं.

"मी जुना ड्रेस घातलाय. एका घरातल्या दुसऱ्या मजल्यावरचा आरसा मी पुसून साफ करतेय. विटांच्या त्या घराला भरपूर तावदानांच्या खिडक्या आहेत. तो आरसा सरळ नाहीये, वेडावाकडा आहे. त्याच्या टोकाला एक गोलाकार मूठ आहे. या घराच्या मालकाचं नाव जेम्स मॅन्सन आहे. तीन बटणं आणि भली मोठी काळ्या रंगाची कॉलर असणारा विचित्र कोट त्याच्याकडे आहे... त्याला दाढी आहे.... पण मी त्याला ओळखत नाही.(म्हणजे या जन्मात त्याचं तिच्या आयुष्यात अस्तित्व नाही.) तो मला अतिशय चांगलं वागवतो. त्याच्या मालमत्तेमध्येच जवळपास असणाऱ्या एका घरात मी राहते. मी खोल्यांची साफसफाई करते. त्या मालमत्तेमध्ये एक शाळेची इमारतसुद्धा आहे, मात्र त्या शाळेत जायला मला परवानगी नाही. मी लोणीसुद्धा तयार करते!"

अगदी साध्यासोप्या भाषेत, हळू आवाजात कॅथरीन बोलत होती आणि तिला

दिसणाऱ्या प्रसंगातल्या अगदी बारीकसारीक तपशिलांकडे ती काळजीपूर्वक लक्ष देत होती. पुढच्या पाच मिनिटांत मी लोणी कसं बनतं, ते शिकलो. ताक घुसळून लोणी काढायचं ॲबीचं तंत्र कॅथरीनसाठीसुद्धा नवीन होतं. पुन्हा मी तिला थोडं पुढे घेऊन गेलो.

''मी कुणाबरोबर तरी आहे. आम्ही एकत्रच राहतो-झोपतो...पण आमचं लग्न झालंय असं मला वाटत नाही. पण आम्ही नेहमीच एकत्र राहत नाही. तो मला ठीकठाक वाटतो, त्यापलीकडे त्याच्याबद्दल फार काही विशेष वाटत नाही. मला मुलं दिसत नाहीयेत. तिथे सफरचंदाची झाडं आहेत, बदकं आहेत. बाकीचे लोक थोड्या अंतरावर राहतात. मी सफरचंदं वेचत आहे. माझ्या डोळ्यांना काही तरी झोंबतंय....''

ती आपले बंद डोळे घट्ट आवळल्यासारखे करत होती.

''हा धूर आहे. या दिशेने वारा वाहत आहे.....जळत असणाऱ्या लाकडांमुळे हा धूर येतोय. ते लाकडी पिंपं जाळत आहेत.''

आता तिला खोकलाही येऊ लागला.

''हे नेहमीच होतं, ते लाकडी पिंपांना आतून काही तरी काळं लावत आहेत..... डांबर... त्या पिंपांतून पाणी झिरपू नये यासाठी!'' ....

आमच्या यापूर्वीच्या सत्रानंतर पुन्हा एकदा त्या 'मधल्या अवस्थेचा अनुभव' घेण्यासाठी मी अगदी आतुर झालो होतो. त्या जन्मातलं नोकर म्हणून असणारं तिचं आयुष्य जाणून घेण्यात आम्ही जवळपास ९० मिनिटं घालवली होती. गादीवरच्या चादरी, लोणी, लाकडी पिंपं यांबाबत मला पुष्कळ माहिती मिळाली होती, आता मी त्या आध्यत्मिक सत्रासाठी अधिक आसुसलो होतो. त्यामुळे न राहवून मी तिला तिच्या मृत्यूच्या क्षणापर्यंत नेलं.

''मला श्वास घ्यायला खूप त्रास होतोय. छातीत फार दुखतंय.''

कॅथरीन आचके देत होती. तिला खूपच वेदना होत आहेत, हे सरळसरळ दिसत होतं.

''माझ्या छातीत दुखतंय, मला खूप जोरात धडधडतंय, मला खूप थंडी वाजतेय.... माझं शरीर थरथरतंय.''

कॅथरीन आता थरथर कापत होती.

''लोक खोलीत जमलेत, ते मला कसली तरी पानं (चहा) प्यायला देत आहेत.

त्याला विचित्र वास येतोय. काही तरी मलम ते माझ्या छातीवर चोळताहेत. ताप..... पण मला खूप थंडी वाजतेय.''

त्या जन्मात तिला अगदी शांत मृत्यू आला. शरीर सोडून जेव्हा ती तरंगत छतापर्यंत गेली, तेव्हा तिला खालचं सगळं दिसू लागलं. तिचं शरीर अंथरुणात होतं. ती तेव्हा साठीची, लहान चणीची, कृश अशी बाई होती. कुणी तरी येऊन तिची मदत करेल, या अपेक्षेने ती अद्यापही तरंगतच होती. तिला प्रकाशाची जाणीव झाली आणि ती त्या दिशेला खेचली जात आहे, असं तिला जाणवू लागलं. तो प्रकाश आता अधिकाधिक प्रखर आणि तेजस्वी होऊ लागला. आम्ही शांत होतो... काही मिनिटं अशीच गेली. अन् आता एकदमच ती दुसऱ्या जन्मात गेली... ॲबी म्हणून तिच्या जन्माच्या हजारो वर्षं आधीच्या जन्मात!

कॅथरीन हळू आवाजात बोलत होती.

''एका उघड्या खोलीत खूप सारे लसूण टांगून ठेवले आहेत. मला त्यांचा वास येतोय. लसणामुळे रक्तातील वाईट घटक निघून जातात आणि शरीरशुद्धी होते, असं म्हणतात. पण त्यासाठी तुम्हाला लसूण रोज खायला हवा. बाहेरही लसूण आहे. बागेमध्ये! इतरही काही औषधी वनस्पती आहेत....अंजीर, खजूर आणि इतर बरंच काही. माझी आई लसूण आणि इतर काही वनस्पती विकत घेत आहे. घरात कोणी तरी आजारी आहे. ही कसली तरी वेगळीच मुळं आहेत. काही वेळा ती फक्त तुमच्या तोंडात, कानात किंवा इतर ठिकाणी ठेवायची असतात. फक्त ती आत सारून ठेवायची.''

''एक दाढीवाला म्हातारा माणूसही मला दिसतोय. तो गावातील वैदूंपैकी एक आहे. काय करायचं ते तो तुम्हाला सांगतो. कसला तरी......प्लेग आला आहे..... त्यामुळे लोक मरत आहेत. मृतदेह जतन करून ठेवण्यासाठी जो लेप लावला जातो, तो आता लावला जात नाहीये, कारण लोकांना आजाराची भीती वाटतेय. मृतदेह थेट पुरून टाकले जात आहेत. लोकांना खरंतर हे आवडत नाहीये. त्यांच्या मते, असं केलं तर आत्मा त्याच्या मार्गाने पुढे जाऊ शकत नाही (कॅथरीनने सांगितलेल्या तिच्या मृत्यूनंतरच्या अनुभवांच्या अगदी विरुद्ध होतं हे.) पण खूप मोठ्या संख्येने लोक मरण पावले आहेत, गायीगुरं मरताहेत. पाणी....पूर.. लोक पुरामुळे आजारी पडताहेत. (तिला नुकतीच सर्वत्र पसरणाऱ्या साथीच्या रोगांबाबत वैज्ञानिक माहिती आठवली असणार) मलाही या पाण्यामुळे काही तरी आजार झाला आहे. या आजारामुळे पोटात फार दुखतं. हा आजार पोट आणि आतड्यांचा आहे. तुमच्या

शरीरातलं पाणी बऱ्याच प्रमाणात कमी होतं. मी आत्ता पाणी आणायलाच आले आहे, पण हे पाणीच आम्हाला मारत आहे. पाणी घेऊन मी परत आले आणि माझ्या आईकडे आणि भावांकडे पाहिलं. माझे वडील आधीच मरण पावले आहेत, आता माझे भाऊदेखील अत्यवस्थ आहेत.''

तिला तिथून पुढे नेण्यापूर्वी मी काही क्षण थांबलो. मृत्यू आणि मृत्यूनंतरचं जग याबद्दलचा तिचा दृष्टिकोन आणि समज प्रत्येक जन्मात कसा बदलत होता, याबाबत मला फारच कुतूहल आणि रस वाटत होता. मात्र प्रत्येक जन्मात तिला मिळणारा मृत्यूचा अनुभव मात्र अगदी एकसारखाच होता, त्यात काहीही बदल होत नव्हता. मृत्यू झाला की, तिच्यातला जागृत (चेतन) असणारा भाग शरीर सोडून बाहेर येत असे, तरंगत वर जात असे आणि एका अद्भुत व ऊर्जा देणाऱ्या प्रकाशाच्या दिशेने तो खेचला जात असे. त्यानंतर ती कुणी तरी येऊन तिला मदत करण्याची वाट बघत असे. आत्मा आपोआपच मार्गस्थ होत असे. मृतदेहाला लेप लावणे किंवा पुरणे अशा कोणत्याही विधींचा आत्म्याच्या पुढील प्रवासाशी काहीही संबंध येत नव्हता. त्याचा पुढचा प्रवास हा अगदी सहज आणि आपोआप घडून येणारी गोष्ट असते. त्यासाठी कोणतीही पूर्वतयारी अजिबात आवश्यक नसते. एखाद्या उघड्या दरवाजातून सहज बाहेर जावं, तसं असतं हे!

''जमीन वैराण आणि कोरडी आहे. मला आजूबाजूला डोंगर दिसत नाहीत, सगळीकडे फक्त सपाट जमीन... शुष्क! माझ्या एका भावाचा मृत्यू झालाय. मला जरा बरं वाटतंय पण अजूनही मला वेदना होत आहेतच.''

मात्र तरीही ती नंतर फार काळ जगली नाही.

''मी एका बिछान्यावर आहे, अंगावर काही तरी आवरण आहे.''

ती अत्यंत आजारी होती. आता कितीही लसूण किंवा इतर कोणतीही वनौषधी तिचा मृत्यू टाळू शकत नव्हती. लवकरच ती शरीरातून बाहेर आली आणि तरंगू लागली व त्या परिचित प्रकाशाच्या दिशेने खेचली जाऊ लागली. कुणी तरी येऊन तिला मदत करण्याची ती प्रतीक्षा करत होती.

तिचं डोकं हळूहळू दोन्ही बाजूंना वळू लागलं. एखादं दृश्य ती नीट पाहत असावी, असं वाटत होतं. तिचा आवाज पुन्हा एकदा घोगरा आणि मोठा झाला होता.

''ते सांगतात, अनेक देव आहेत. कारण देव आपल्या सर्वांमध्ये असतो.''

त्या आवाजातील घोगरेपणा... भारदस्तपणा आणि त्या आध्यात्मिक संदेशामध्ये

असलेला ठामपणा ऐकल्यावर हा आवाज त्या 'दोन जन्मांच्या मधल्या अवस्थेतला' आहे, हे मला लगेचच लक्षात आलं. पण यानंतर ती जे काही बोलली, त्यामुळे मी निःशब्द झालो, मला काही बोलताच येईना, माझ्या पायाखालची जमीन सरकल्यासारखं झालं.

''तुझे वडील इथे आहेत, आणि तुझा लहान मुलगासुद्धा! तुझे वडील म्हणताहेत की, तू त्यांना नक्की ओळखशील कारण त्यांचं नाव अव्रोम आहे आणि तू तुझ्या मुलीचं नाव त्यांच्या नावावरूनच ठेवलं आहे. त्यांचा मृत्यू हृदयाच्या आजारामुळे झाला आहे. तुझ्या मुलाचं हृदयदेखील असामान्य होतं, कोंबड्यांप्रमाणे ते उलट होतं. त्याने प्रेमापोटी खूप मोठा त्याग केला आहे... तो अतिशय विकसित आत्मा आहे आणि त्याच्या मृत्यूतून त्याने त्याच्या आई-वडिलांचं ऋण फेडलं आहे. त्याला तुम्हाला अजून एका गोष्टीची जाणीव करून द्यायची आहे. ती म्हणजे, औषधांचा उपयोग एका टप्प्यापर्यंतच होतो. त्यानंतर त्याचा फायदा होत नाही. औषधांचा आवाका अत्यंत मर्यादित असतो.''

कॅथरीन बोलायची थांबली. मी मात्र मती गुंग झाल्यासारखा गप्प बसून राहिलो होतो. मी जे काही ऐकलं होतं, त्याचा अन्वयार्थ लावण्याचा बधीर मनाने मी प्रयत्न करत होतो. खोली बर्फासारखी गार वाटत होती.

माझ्या व्यक्तिगत आयुष्याबद्दल कॅथरीनला अगदीच जुजबी माहिती होती. माझ्या टेबलावर माझ्या छोट्या मुलीचा फोटो होता. तोंडात खालचे दोन पिटुकले दात आले होते, ते दाखवत बाकीच्या बोळक्यासारख्या तोंडाने ती खदखदून हसत होती. या फोटोच्या बाजूलाच माझ्या मुलाचा फोटो होता. यापलीकडे कॅथरीनला माझ्या कुटुंबाबद्दल किंवा व्यक्तिगत जीवनाबद्दल काहीही माहीत नव्हतं. मानसोपचाराच्या पारंपरिक तंत्रांमध्ये मी चांगलाच निपुण होतो. मानसोपचारतज्ज्ञ हा एखाद्या कोऱ्या कागदासारखा असला पाहिजे, म्हणजे रुग्णाला त्याचे विचार, त्याच्या भावना, दृष्टिकोन मांडता आले पाहिजेत. म्हणजे नंतर मानसोपचारतज्ज्ञाला त्यांचे विश्लेषण करून रुग्णाच्या मनाचा ठाव घेणे शक्य होते. मी कॅथरीनच्या बाबतही असंच उपचारात्मक अंतर ठेवलं होतं. ती खरोखरच मला केवळ एक मानसोपचारतज्ज्ञ म्हणूनच ओळखत होती. माझा भूतकाळ किंवा माझं व्यक्तिगत आयुष्य याबाबत तिला काहीही ठाऊक नव्हतं. मी माझ्या पदव्यांचं प्रदर्शनही कधीच क्लिनिकमध्ये केलं नव्हतं.

आमच्या नवजात पहिल्या मुलाचा - ॲडमचा - अनपेक्षित मृत्यू ही माझ्या आयुष्यातील सर्वांत दुर्दैवी घटना होती. त्याचा मृत्यू १९७१ सालाच्या आरंभीच्या

काळात झाला, तेव्हा तो अवघा २३ दिवसांचा होता. त्याच्या जन्मानंतर आम्ही त्याला घरी घेऊन आलो आणि त्यानंतर अवघ्या दहाच दिवसांत त्याला श्वसनाचा आणि त्यामुळे उलट्यांचा (projectile vomiting) त्रास होऊ लागला. त्याच्या आजाराचं निदान खूप अवघड होत होतं. 'Total anomalous pulmonary venous drainage with an atrial septal defect', असं कारण आम्हाला सांगण्यात आलं होतं. एक करोड व्यक्तींमागे एकाला हा आजार होण्याची शक्यता असते. फुफ्फुसांच्या नसा ज्या हृदयाकडे ऑक्सिजनयुक्त रक्त वाहून नेतात, त्या शिरांची रचनाच चुकीची होती. त्या हृदयात चुकीच्या बाजूने शिरत होत्या. त्याचं हृदय उलटं केल्यासारखं होतं. ही गोष्ट अतिशय दुर्मीळ अशी होती.

ओपन हार्ट सर्जरी सारखी धाडसी शस्त्रक्रिया ॲडमला वाचविण्यात अपयशी ठरली होती. तो या शस्त्रक्रियेनंतर काही दिवसांतच मरण पावला. त्यानंतर कित्येक महिने आम्ही हे दुःख पचवू शकलो नव्हतो.... आमच्या आशा... आमची स्वप्नं धुळीला मिळाली होती. त्यानंतर वर्षभराने आमच्या मुलाचा जॉर्डनचा जन्म झाला, आमच्या दुःखावर त्याने फुंकर घातली.

ॲडमच्या जन्माच्या वेळी, मानसोपचाराच्या क्षेत्रात करियर करावं का, याबाबत मी दुविधेत होतो. इंटर्नल मेडिसिनमध्ये मी माझी इंटर्नशिप अगदी आनंदाने करत होतो. मेडिसिन म्हणजेच वैद्यकीय क्षेत्रात मला रेसिडेन्सी देऊही करण्यात आली होती. ॲडमच्या मृत्यूनंतर मात्र मी मानसोपचाराच्या क्षेत्रातच करियर करण्याचं ठरवलं. आधुनिक औषधं, त्यांचे प्रगत गुणधर्म आणि तंत्रज्ञान या सगळ्या गोष्टी माझ्या तान्ह्या बाळाला वाचवू शकल्या नाहीत, याचा मला भयानक संताप आला होता.

माझ्या वडिलांना १९७९च्या आरंभी त्यांच्या वयाच्या एकसष्टाव्या वर्षी हृदयविकाराचा जबरदस्त झटका आला, तोपर्यंत त्यांची प्रकृती अगदी ठणठणीत होती. त्यांना पहिल्यांदा झटका आला, त्यातून ते वाचले, मात्र यामुळे त्यांचं हृदय क्षतिग्रस्त झालं होतं, आणि त्यानंतर अवघ्या तीनच दिवसांत त्यांचा मृत्यू झाला. कॅथरीन मला पहिल्यांदा भेटायला आली, त्याच्या आधी नऊच महिने त्यांचा मृत्यू झाला होता.

माझे वडील अतिशय धार्मिक वृत्तीचे होते, त्यांना आध्यत्मिक मार्गापेक्षा कर्मकांडांची जास्त आवड होती. त्यांना त्याचं 'अव्रोम' हे हिब्रू भाषेतील नाव त्यांच्या 'आल्विन' या इंग्लिश नावापेक्षा अधिक शोभत असे. त्यांच्या मृत्यूनंतर अवघ्या चार महिन्यांतच आमच्या मुलीचा जन्म झाला, वडिलांच्याच नावावरून तिचं नाव आम्ही 'ॲमी' असं ठेवलं.

आज... १९८२ मध्ये माझ्या जरा अंधाऱ्या आणि शांत क्लिनिकमध्ये, गुप्त ठेवलेल्या आणि कोणालाही माहीत नसलेल्या सत्य गोष्टींचा जणू धबधबाच माझ्यावर कोसळत होता. जणू या आध्यत्मिक समुद्रात मी पोहत होतो आणि मला हे पाणी अतिशय आवडत होतं. माझ्या हातांवर शहारे आले होते. कॅथरीनला ही सगळी माहिती पूर्वीच ठाऊक असण्याचं कारणच नव्हतं. ही माहिती तिला मिळण्याची शक्यताही नव्हती. माझ्या वडिलांचं हिब्रू नाव, माझ्या पहिल्या मुलाचा अगदी तान्हा असताना झालेला मृत्यू, एक कोटी व्यक्तींमागे एकाला असणारा तो हृदयाचा विकार, प्रगत औषधांबद्दल असणारे माझे विचार, माझ्या वडिलांचा मृत्यू, माझ्या मुलीचं नाव.....या सगळ्या गोष्टी तंतोतंत आणि अचूक होत्या. एका लॅबमध्ये काम करणारी ही साधीभोळी टेक्निशियन अनुभवातीत ज्ञानाची वाहक बनली होती. आणि हे सारं सत्य जर ती सांगू शकत होती, तर मग अजून काय काय ती सांगू शकेल, असं माझ्या मनात आलं.

''कोण?'' मी म्हणालो, ''कोण आहे तिथे? कोण सांगतंय तुला हे सगळं?''

''गुरू!'' ती कुजबुजत म्हणाली.

''अनेक गुरूंचे आत्मे मला हे सांगत आहेत. मी एकूण ८६ वेळा शरीररूपात जगले आहे, असं ते मला सांगताहेत.''

कॅथरीनचा श्वासोच्छ्वास आता मंदावला होता. तिचं दोन्ही बाजूला हलणारं डोकं आता स्थिरावलं होतं. ती आता शांतपणे विश्रांती घेत होती. मला पुढे जायचं होतं, पण तिने जे काही सांगितलं होतं, त्यानंतर माझं लक्ष विचलित होत होतं. खरोखरच तिला ८६ जन्म लाभले असतील? आणि 'गुरू'? त्यांचं काय? ते खरंच असतील? आपल्या आयुष्यांना हे शरीरविहीन पण महान ज्ञान असणारे आत्मे मार्गदर्शन देत असतील? देवापर्यंत पोहोचवण्याचा मार्ग? हे सारं खरं असेल? तिने आत्ता जे काही सांगितलं होतं, ते ऐकल्यानंतर मला यावर शंका घेणंही अवघड जात होतं. तरी विश्वास ठेवण्यासाठीही मला प्रयत्न करावा लागत होता. वर्षानुवर्षांपासून माझ्यावर झालेल्या प्रोग्रामिंगमधून मी बाहेर पडत होतो. पण माझा मेंदू, माझं हृदय आणि माझी अंतःप्रेरणा कॅथरीन बरोबर असल्याचा निर्वाळा मला देत होती. ती सत्य समोर आणत होती.

माझे वडील आणि माझा मुलगा यांच्याबद्दल काय? एका अर्थी ते अद्याप जिवंत होते, ते खरंतर मरण पावले नव्हतेच. त्यांना जमिनीत दफन केल्यानंतर अनेक वर्षांनी ते माझ्याशी पुन्हा बोलत होते, इतकंच नाही तर अतिशय अचूक आणि थेट माहिती देऊन ते या गुप्त माहितीची सत्यता सिद्धही करत होते. जर हे सारं खरं असेल, तर कॅथरीन सांगत होती, तसं माझा मुलगा आध्यात्मिकदृष्ट्या विकसित असेल?

खरोखरच आमच्या पोटी जन्माला येण्यासाठी त्याने संमती दिली असेल आणि आमच्या कर्माचा... आमच्या ऋणाचा बोजा कमी करण्यासाठी जन्मानंतर अवघ्या २३ दिवसांत त्याने मृत्यू स्वीकारला असेल? या जोडीला औषधं आणि मानवी जीवन यांबाबत तो मला शिकवून गेला असेल? मानसोपचारक्षेत्रातच मी काम करावं, यासाठी माझ्या निश्चयावर त्याने शिक्कामोर्तब केलं असेल? या सगळ्या विचारांमुळे मी उल्हसित झालो होतो आणि अगदी गारठूनही गेलो होतो. मात्र यामागे मला अतोनात प्रेम, एकरूपतेची खोल भावना आणि स्वर्ग व पृथ्वी यांच्या बरोबरचं नातं जाणवत होतं. मला माझ्या वडिलांची आणि मुलाची खूप आठवण येत असे. त्यांच्या बाबतीत पुन्हा समजल्यावर मला खूप बरं वाटलं.

माझं आयुष्य आता पहिल्यासारखं कधीच राहणार नव्हतं. माझ्यासाठी सहकार्याचा एक हात वरून खाली आला होता आणि त्याने माझा जीवनप्रवाह पूर्णपणे बदलून टाकला होता. काटेकोर विश्लेषण, संशयपूर्ण त्रयस्थपणा यांच्या आधारे केलेली निरीक्षणं सर्व काही योग्य होती. कॅथरीनच्या आठवणी आणि संदेश अगदी खरे होते. तिच्या अनुभवांच्या अचूकतेसंदर्भातल्या माझ्या आंतरिक प्रेरणा बरोबर होत्या. माझ्याकडे त्याबाबतचा पुरावा होता.

तरीही, माझ्या त्या आनंदाच्या आणि जाणिवेच्या क्षणी, त्या गहन अशा अनुभवातदेखील, माझ्या मनाच्या जुन्या तार्किक आणि शंकाखोर भागाने आपला विरोध दर्शवलाच. कदाचित ते निव्वळ ESP किंवा एखादं सायकिक* (Psychic) शक्ती वा कौशल्य असावं. मान्य! ते कौशल्यच असेल, पण त्यामुळे पुनर्जन्म किंवा गुरूंचे आत्मे यांना पुष्टी कशी मिळणार? तरीही या वेळी माझ्याकडे जास्त माहिती होती. वैज्ञानिक साहित्यात हजारो केसेस नोंदवल्या आहेत. विशेषतः लहान मुलं-त्यांना पूर्णपणे अनोळखी असणारी परदेशी भाषा बोलता येते, पूर्वीच्या जन्मात शरीरावर ज्या ठिकाणी मोठी जखम असते, त्याच ठिकाणी या मुलांना जन्मखूण सापडते किंवा अनेक दशकांपूर्वी, शतकांपूर्वी हजारो मैलांवर कुठे तरी लपवून ठेवलेली किंवा पुरून ठेवलेली एखादी मौल्यवान वस्तू वा खजिना ज्या मुलांना अचूक माहिती असतो, अशा मुलांच्या कथा! हे असलं सारं कॅथरीनच्या संदेशात प्रतिबिंबित होत होतं. कॅथरीनचं व्यक्तिमत्त्व आणि तिचं मन मी जाणत होतो. ती कशी आहे आणि कशी नाही, हे मला ठाऊक होतं.... नाही... या वेळी माझं मन मला फसवू शकणार नव्हतं. या वेळी मला मिळालेले पुरावे अगदी ठोस

सायकिक (Psychic): विज्ञानाद्वारे स्पष्ट न करता येणारे नियम, शक्ती (जसे टेलिपॅथी, अतीन्द्रिय दृष्टी), संकल्पनांशी संबंधित असं काही.*

होते आणि अगदी उत्स्फूर्तही होते. हे सारं सत्यच होतं. पुढे होणाऱ्या आमच्या सत्रांमध्ये कॅथरीन या सत्याचे आणखी पुरावे देणार होती.

पुढच्या काही आठवड्यांमध्ये मी बऱ्याच वेळा या सत्राचं सामर्थ्य आणि त्याची तात्कालिकता विसरूनच जात असे. रोजच्या सामान्य गोष्टींची काळजी करत असे, शंका पुन्हापुन्हा डोकं वर काढत. जेव्हा जेव्हा माझं मन निरंकुश होई, तेव्हा माझे जुने दृष्टिकोन, मतं, शंका पुन्हा उद्भवत. पण अशा वेळी, असं काही घडलं होतं, याची मनाला मी आठवण करून देत असे. जोवर तुम्ही स्वतः असा काही अनुभव घेत नाही, तोवर या गोष्टींवर विश्वास ठेवणं किती अवघड असतं, हे मला समजू शकतं. हा अनुभव बौद्धिक समजुतीला भावनिक श्रद्धेची जोड देतो. पण तरीही या अनुभवाचा परिणाम थोडाफार कमी होत जातो.

सुरुवातीला मी इतका का बदलतो आहे, हे मला नेमकं कळत नव्हतं. मला एवढंच कळत होतं की, मी जास्त शांत आणि संयमी झालो होतो, मी अधिक शांत, आनंदी आणि निवांत दिसतोय, असं लोकही मला सांगत होते. मला आता आयुष्यात अधिक आशा, आनंद, अधिक समाधान जाणवत होतं. मला ठोस हेतूही सापडला होता. माझी मृत्यूची भीती कमी होत होती, हीदेखील स्वागतार्ह गोष्ट होती. आता मी माझ्या स्वतःच्या मृत्यूला किंवा आपलं अस्तित्वच नसणं या गोष्टीला घाबरत नव्हतो. इतर लोकांच्या मृत्यूबद्दलही मला आता चिंता वाटत नव्हती, अर्थात, त्यांची कमतरता मला नक्कीच भासेल, हे मला ठाऊक होतं. पण मृत्यूची भीती किती जबरदस्त असते! लोक ही भीती टाळण्यासाठी काय काय करतात! मध्यम वयात येणारी निराशा, आपल्यापेक्षा तरुण व्यक्तींबरोबर अफेअर्स...कॉस्मेटीक सर्जरी, व्यायामाचं अतिवेड, भौतिक गोष्टींचा संग्रह करण्याची वृत्ती, जास्तीत जास्त तरुण दिसण्याचा आटापिटा करत राहणं...असं बरंच काही! आपल्या मनात आपल्याच मृत्यूचा बागुलबुवा असतो. काही वेळा तर ही भीती इतकी उग्र रूप धारण करते की, आपण आपल्या आयुष्याचा हेतूच विसरून जातो.

मी पूर्वीप्रमाणे आता विचारांनी पछाडलेला नव्हतो. मला आता सतत नियंत्रणात राहण्याची गरज वाटत नव्हती. जरा कमी गंभीर राहण्याचा मी प्रयत्न करत होतो, पण माझ्यासाठी हे परिवर्तन सोपं नव्हतं. अजून मला खूप काही शिकायचं होतं.

कॅथरीनचं बोलणं खरं असेल, ही शक्यता, संभाव्यता मान्य करण्यासाठी माझं मन आता खुलं झालं होतं. माझ्या वडिलांच्या आणि मुलाच्या बाबतीत विश्वास ठेवण्यास अवघड अशी माहिती तिला तिच्या पंचेंद्रियांद्वारे मिळू शकणारी नव्हती. तिचं ज्ञान आणि क्षमता यांनी तिची अद्भुत अशी मानसिक ताकद सिद्ध केली होती. तिच्या बोलण्यावर

विश्वास ठेवणं अगदी योग्य होतं, पण मी जे काही लोकप्रिय साहित्यात वाचलं होतं, त्याबाबत मला शंका वाटत होती. मृत्यूनंतरच्या जीवनाविषयी बोलणारे आणि इतर अतींद्रिय घटनांबाबत बोलणारे हे लोक कोण होते? निरीक्षण आणि घटनेची सत्यता पडताळण्याचं काही शास्त्रीय प्रशिक्षण त्यांनी घेतलं असेल का? कॅथरीनच्या बाबतीतल्या अतिशय उत्स्फूर्त आणि भन्नाट अनुभवांनंतरही माझं अत्यंत चौकस मन प्रत्येक नव्या माहितीची काटेकोर पडताळणी करत राहणार, हे मला ठाऊक होतं. प्रत्येक सत्रानंतर तसं घडेल का, हे मला तपासायचं होतं. एखाद्या शास्त्रज्ञाच्या सूक्ष्मदर्शकाप्रमाणे मला त्याचा प्रत्येक पैलू तपासून बघायचा होता. आणि तरीही एक विशिष्ट चौकट तिथे राहणार होती, हे मी आतासुद्धा नाकारू शकत नव्हतो.

प्रकरण ५

आम्ही अद्याप आमच्या सत्राच्या मध्यावरच होतो. कॅथरीनची विश्रांती घेऊन झाली आणि ती बोलू लागली. कुठल्या तरी देवळासमोर असणाऱ्या हिरव्या रंगाच्या पुतळ्यांबद्दल ती सांगत होती. मी माझ्या विचारांमधून स्वतःला बाहेर काढलं आणि तिचं बोलणं ऐकू लागलो. ती आत्ता तिच्या अगदी प्राचीन काळातील जन्मात होती. मला वाटतं आशियामध्ये कुठे तरी! पण खरं सांगायचं तर मी मात्र अजूनदेखील गुरूंबरोबरच होतो. हे अगदी अविश्वसनीय आहे, असं माझ्या मनात येत होतं. ती तिच्या पूर्वीच्या जन्माबद्दल बोलत होती, पुनर्जन्माविषयी सांगत होती. तरीही, गुरूंचे संदेश ऐकण्याशी तुलना करता, हे जरा कमी महत्त्वाचं वाटत होतं. मात्र मला आता एक गोष्ट पक्की जाणवली होती, ती म्हणजे, प्रत्येक जन्मात तिच्या मृत्यूच्या प्रसंगापर्यंत पोहोचण्यासाठी संपूर्ण जन्मातून जावंच लागत होतं, सगळा जन्म अनुभवून झाल्यानंतरच ती शरीर सोडून जाण्याच्या क्षणापर्यंत येत असे. त्यानंतरच दोन जन्मांमधल्या स्थितीत गेल्यावर ती गुरूंचे संदेश सांगू शकत असे. मात्र त्या स्थितीत तिला थेट जाता येत नसे.

''एका मोठ्या देवळासमोर हिरव्या रंगाचे पुतळे आहेत.''

ती कुजबुजत सांगत होती.

''या देवळाला कळस आहेत आणि तपकिरी रंगाचे गोल दिसत आहेत. समोरच्या बाजूला १७ पायऱ्या आहेत, त्या चढून गेलं की, लगेच एक खोली आहे. धूप जळतोय. कुणीही चपला घातलेल्या नाहीत. सर्वांनी मुंडन केलंय. त्यांचे चेहरे गोल आहेत आणि डोळे गडद आहेत. त्यांचा वर्ण काळा-सावळा आहे. मी तिथेच आहे. माझ्या पायाला काही तरी दुखापत झालीय आणि मी तिथे मदत घेण्यासाठी आले आहे. माझा पायाचा पंजा चांगलाच सुजलाय. मला त्यावर उभं राहता येत नाहीये. माझ्या पावलांवर त्यांनी कसल्याशा विचित्र पानांचा लेप लावला आहे.... कसली पानं आहेत ती... टॅनिन? (टॅनिन किंवा टॅनिक ॲसिड, हे निसर्गामध्ये बऱ्याच झाडांच्या मुळांमध्ये, लाकडामध्ये, सालींमध्ये, पानांमध्ये किंवा फळांमध्ये आढळते आणि प्राचीन काळापासून याच्या रक्त गोठवण्याच्या गुणधर्मामुळे वैद्यकीय उपचारांमध्ये याचा वापर केला गेला आहे.) सुरुवातीला माझा पाय स्वच्छ करण्यात आला. देवासमोर केलं जाणारं हे एक कर्मकांड आहे. माझ्या पावलात विषारी

घटक आहेत. मी कशावर तरी पाय ठेवला आहे. माझा गुडघा सुजला आहे. माझ्या पायावर काही रेषा दिसताहेत (बहुधा रक्तातील विषामुळे?) तो खूप जडावला आहे. त्यांनी माझ्या पावलाला भोक पाडलंय आणि त्यावर काही तरी खूप गरम टाकत आहेत.''

कॅथरीन आता वेदनेने अगदी तळमळत होती. औषधाचा जो कडू काढा प्यायला दिला होता, त्यामुळेही तिला गुदमरायला होत होतं. तो औषधी काढा पिवळ्या पानांपासून बनवला होता. तिचा पाय नंतर बरा झाला, पण तिच्या पावलांची आणि पायांची हाडं मात्र कधीच पूर्ववत झाली नाहीत. मी आता तिला थोडं पुढील काळात नेलं. अठराविश्वं दारिद्र्यातलं आणि भकास असं आयुष्य तिला दिसत होतं. एका लहानशा झोपडीवजा एकाच खोलीत ती आणि तिचं कुटुंब राहत होतं. त्या झोपडीत एकही टेबल नव्हतं. कुठल्या तरी प्रकारचा भात ते खात, पण त्यांची भूक मात्र भागत नसे. ते नेहमीच अर्धपोटी असायचे. तिला वार्धक्यही अगदी झपाट्याने आलं. आयुष्यभर दारिद्र्य आणि उपासमार यांनी तिचा पिच्छा सोडला नाहीच. नंतर ती तशीच मरून गेली. मी थांबलो पण मला तिचा थकवा जाणवत होता. तिला मी जागं करणार, एवढ्यात तीच म्हणाली की, रॉबर्ट जेरोंडला माझी मदत हवीय. आता हा रॉबर्ट जेरोंड कोण आणि मी त्याला काय मदत करू शकणार आहे, याची मला अजिबात कल्पना नव्हती. पण यानंतर काहीच घडलं नाही.

जागी झाल्यानंतरही कॅथरीनला तिच्या या मागील जन्मातले अनेक तपशील आठवत होते. पण तिला तिच्या मृत्यूनंतरचं मात्र काहीही आठवत नव्हतं, दोन जन्मांच्या मधल्या स्थितीतलंही काही लक्षात नव्हतं. गुरूआठवत नव्हते, त्यांनी दिलेलं, अगदी अविश्वसनीय वाटावं असं ज्ञान आठवत नव्हतं. मी तिला विचारलं, ''कॅथरीन, तुझ्या मते 'गुरू' या संकल्पनेचा अर्थ तुझ्यासाठी काय आहे?'' तिला वाटलं, हे एका गोल्फ टूर्नामेंटचं नाव आहे. ती प्रगती तर झपाट्याने करत होती, पण पुनर्जन्माची संकल्पना तिच्या स्वतःच्या धार्मिक विश्वासाच्या आधारे मांडणं तिच्यासाठी अवघडच होतं. म्हणूनच आत्ता लगेच गुरूंविषयी तिला काही न सांगण्याचा मी निर्णय घेतला होता. याशिवाय एखादी व्यक्ती अतिशय दुर्लभ अशा प्रतिभेची धनी आहे, ज्यामुळे ती परलोकातील गुरूंच्या आत्म्यांकडून अतिशय सुंदर आणि अद्भुत असे ज्ञान इथे पोहोचवू शकते, ही बातमी त्या व्यक्तीला कशा प्रकारे सांगावी, हेसुद्धा मला कळत नव्हतं.

पुढच्या सत्राला माझ्या पत्नीला उपस्थित राहण्याची संमती कॅथरीनने दिली. कॅरोल ही स्वतः एक सुप्रशिक्षित आणि कुशल मानसोपचारतज्ज्ञ समाजसेविका आहे. या सगळ्या

अद्‌भुत घडामोडींबद्दल तिचं मत काय आहे, हे जाणून घेण्याची माझी इच्छा होती. माझे बाबा आणि आमचा मुलगा अ‍ॅडम यांच्याविषयी कॅथरीनने मला काय सांगितलं, हे तिला सांगितल्यानंतर कॅरोलही मला मदत करण्यासाठी उत्सुक होती. कॅथरीन जेव्हा तिच्या जुन्या जन्मातल्या गोष्टींबद्दल बोलायची, तेव्हा ती अगदी सावकाश बोलायची, त्यामुळे तेव्हा नोट्स टिपून घेणं मला अजिबातच अवघड जात नसे, पण जेव्हा गुरू बोलत, तेव्हा ते खूपच वेगाने बोलत, त्यामुळे त्याचं टेप-रेकॉर्डिंग करायचा मी निर्णय घेतला.

एक आठवड्यानंतर पुढच्या सत्रासाठी कॅथरीन आली. तिच्यात सुधारणा होत होतीच. तिच्या मनातील भीती, चिंता हळूहळू कमी होत होती. वैद्यकीयदृष्ट्या तिच्यात ठोस अशी सुधारणा होत होतीच, पण तरी तिच्यात इतक्या प्रमाणात सुधारणा कशी झाली, हे मला कळत नव्हतं. अरोंदा म्हणून ती कशी बुडाली होती, ते तिला आठवलं होतं, जॉन असताना, तिला गळा कापून कसं मारण्यात आलं होतं, ते तिला आठवलं होतं, पाण्यामुळे आलेल्या साथीच्या आजाराला ती लुईस असताना कशी बळी पडली होती ते आणि इतरही अनेक वेदनादायी... दुःखद प्रसंग तिला आठवले होते. दारिद्र्य, गुलामी... आणि तिच्या कुटुंबात रोज-रोज होणारा छळ या गोष्टीही तिने पुनःपुन्हा अनुभवल्या होत्या. या रोजच्या आयुष्यात सतत होणाऱ्या गोष्टी मानसिक स्तरावर मोठा परिणाम करून जातात, याचं हे शेवटचं उदाहरण होतं. दोन्ही प्रकारचे जन्म तिला आठवल्याने तिच्यात अशी सुधारणा झाली असावी, पण अजूनही एक शक्यता होती. तिला मिळालेल्या आध्यात्मिक अनुभवाचीच मदत तिला झाली असेल का? मृत्यू ही गोष्ट जशी वाटते, तशी प्रत्यक्षात नाही, या गोष्टीचं ज्ञान झाल्यानेच तिच्या मनातील भीती कमी होऊन निरोगी वृत्ती वाढीस लागली असू शकेल का? केवळ या स्मृतीच नाहीत तर, ही संपूर्ण प्रक्रियाच तिच्यात सुधारणा होण्यामागील कारण असेल का?

कॅथरीनच्या सायकिक (Psychic) क्षमता निश्चितच वाढत होत्या. तिला अधिकाधिक अंतर्ज्ञानाची जाणीवही होऊ लागली होती. स्टुअर्टबरोबर अजूनही तिचे वाद सुरू होते, पण आता त्या वादांना ती अधिक चांगल्याप्रकारे सामोरी जाऊ शकत होती. तिच्या डोळ्यांत चमक आली होती, तिची कांती आता तेजस्वी दिसत होती. त्या आठवड्यात तिला एक विचित्र स्वप्न पडलं होतं, ते तिला तुकड्यातुकड्याने आठवत होतं. एका माशाचा लाल रंगाचा पंख तिच्या हातावर रेखला आहे, असं तिला स्वप्नात दिसलं होतं.

काही मिनिटांमध्येच ती संमोहनाच्या खोल स्तरात गेली.

''मला काही उंच कडे दिसत आहेत. एका कड्यावर मी उभी आहे आणि खाली वाकून बघत आहे. मी जहाजांची वाट पाहत आहे. तेच माझं काम असावं.

निळ्या रंगाचे काही तरी कपडे मी घातले आहेत....निळी पँट....आखूड अशी... मी विचित्र प्रकारचे बूट घातले आहेत.... काळ्या रंगाचे बूट आणि त्याला बक्कल आहे. ते बूट फारच विचित्र आहेत. क्षितिजावर नजर टाकली असता कुठेच जहाजं दिसत नाहीयेत.''

कॅथरीन अगदी हलकेच कुजबुजत बोलत होती. त्या जन्मातल्या पुढील एखाद्या महत्त्वपूर्ण प्रसंगाकडे मी तिला घेऊन गेलो.

''आम्ही एल, स्टाउट एल (बीअरचा एक प्रकार) पीत आहोत. खूप गडद रंगाची आहे ती. ते ग्लास खूप जाड आहेत. ते खूप जुने आहेत आणि धातूच्या बैठकींनी त्यांना आधार दिला आहे. या ठिकाणी खूप दुर्गंध भरून राहिला आहे, तिथे लोकही बरेच आहेत. सर्वत्र खूप कोलाहल...गोंगाट आहे. प्रत्येक जणच बडबड करतोय... सगळीकडे नुसताच गोंधळ, गोंगाट आहे.''

मी तिला विचारलं, ''तुला तुझ्या नावाने कुणी हाक मारताना ऐकू येतंय का?''

''ख्रिस्टीयन.... माझं नाव ख्रिस्टीयन आहे.'' या जन्मात ती पुन्हा पुरुष होती. *''आम्ही कोणत्या तरी प्रकारचं मांस खातोय आणि एल पितोय. एल खूप कडू आणि गडद रंगाची आहे. ते तिच्यावर मीठही घालत आहेत.''*

ते वर्षं कोणतं आहे, ते तिला दिसत नव्हतं.

''तेथील लोक युद्धाबद्दल चर्चा करत आहेत. काही जहाजांनी बंदरांची नाकेबंदी केली आहे. पण ते कुठे, ते मात्र मला ऐकू येत नाही. जर हे लोक जरा शांत बसले, तर कदाचित मला ते कळू शकेल, पण इथे तर प्रत्येक जण बडबड करतोय. नुसता गोंगाट चाललाय.''

मी तिला ती कुठे आहे, असं विचारलं.

''हॅमस्टेड.....हॅमस्टेड.....हे एक बंदर आहे. वेल्समधलं समुद्राकाठचं बंदर! ते ब्रिटिश भाषा बोलत आहेत.''

ती पुन्हा थोड्या पुढील काळात गेली, तेव्हा ख्रिस्टीयन त्याच्या जहाजावर होता.

''मला कसला तरी वास येतोय. काही तरी जळल्याचा...भयंकर वास आहे हा...बहुतेक लाकूड जळल्याचा...पण नाही....अजूनही कसला तरी...हा उग्र दर्प तुमच्या नाकात जळजळ निर्माण करतो.....जवळच काही तरी जळत असावं...बहुतेक एखादं जहाज! आम्ही गन पावडर असलेला काही तरी माल जहाजात चढवतोय.''

कॅथरीन अस्वस्थ होत आहे, हे आता अगदी स्पष्ट दिसून येत होतं.

''गन पावडरने आम्ही काही तरी करत आहोत. ही पावडर अगदी काळीभोर आहे. ती हाताला चिकटतेय. तुम्हाला भराभर हालचाल करावी लागत आहे. जहाजावर हिरव्या रंगाचा झेंडा आहे. त्याचा रंगही अगदी गडद आहे..... हा हिरवा आणि पिवळा झेंडा आहे. त्याच्यावर एक प्रकारचा मुगुट रेखाटला आहे. तीन टोकं असणारा मुगुट!''

अचानक कॅथरीन वेदनेने अगदी कळवळली. तिला खूप वेदना होत होत्या.

''आह!'' ती दुखणं सहन न झाल्याने एकदम चीत्कारली.

''माझा हात दुखतोय....खूप दुखतोय. काही तरी धातू आहे हा...माझ्या हातात गरम धातू आहे. त्याने आगआग होत आहे. आह...आह!''

आता मला तिने तुकड्यातुकड्यात सांगितलेलं तिचं स्वप्न आठवलं....तिच्या हातावर कोरला गेलेला माशाचा तो लाल रंगाचा पंख! तिची वेदना मी तिथे थांबवली. पण ती अजूनही विव्हळत होती.

''सगळीकडे धातूचे तुकडे आहेत.... ज्या जहाजावर आम्ही होतो, ते उद्ध्वस्त करण्यात आलं आहे.....बंदरात! आगीवर नियंत्रण तर आलं आहे....पण अनेक माणसं ठार झाली आहेत.....कित्येक लोक, पण मी वाचलोय... मात्र माझ्या हाताला दुखापत झाली आहे. पण काही दिवसांनंतर तो बरा होईल.''

मी पुन्हा तिला थोड्या पुढील काळात घेऊन गेलो आणि एखादा महत्त्वाचा प्रसंग आठवायला सांगितलं.

''मला आता एक छपाई कारखाना दिसतोय. ब्लॉक आणि शाईच्या साहाय्याने तिथे छपाई सुरू आहे. तिथे पुस्तकांची छपाई आणि बांधणी सुरू आहे. पुस्तकांना चामड्याची कव्हर्स आहेत आणि दोरीवजा बंदाने ती बांधली आहेत. ते बंदही चामड्याचेच आहेत. मला एक लाल रंगाचं पुस्तक दिसतंय... ते इतिहासाविषयीचं आहे. पण मला त्याचं नाव काय आहे, ते दिसत नाही. त्याची छपाई अद्याप पूर्ण झालेली नाही. पुस्तकं खूप सुबक दिसत आहेत. त्यांची चामड्याची कव्हर्स अगदी गुळगुळीत आहेत. खूप छान आहेत पुस्तकं.....पुस्तकं तुम्हाला किती शिकवतात!''

पुस्तकं पाहणं, ती हाताळणं, त्यांना स्पर्श करणं या गोष्टी ख्रिस्टीयनला अगदी मनापासून आवडत होत्या, हे स्पष्ट दिसत होतं. मात्र तरीही, तो तसा फारसा शिकलेला

नसावा, असं वाटत होतं. कदाचित पुस्तकातून ज्ञान मिळवता येतं, अशी अंधुक जाणीव त्याला झाली असावी. मी आता त्याला त्या जन्मातल्या शेवटच्या दिवशी घेऊन गेलो.

''मला एका नदीवरचा पूल दिसत आहे. मी आता वृद्ध झालो आहे.... चालणंसुद्धा आता माझ्यासाठी अवघड झालंय....मी त्या पुलावरून चालत निघालो आहे....त्याच्या दुसऱ्या बाजूला!......अचानक मला छातीत दुखायला लागलं आहे...मला...खूप दडपण जाणवतं आहे. छातीवर खूप दबाव जाणवतोय... दुखतंय....आह...!''

कॅथरीनच्या घशातून आता गुदमरल्यासारखा आवाज येत होता...त्या पुलावर ख्रिस्टीयनला हृदयविकाराचा झटका येत होता, त्याचा अनुभव ती घेत होती. तिचा श्वासोच्छ्वास आता खूप वेगाने आणि वरचे वर होत होता. तिचा चेहरा, गळा घामाने थबथबला होता. तिला जोरात खोकल्याची उबळ आली आणि तिला श्वासच घेता येईना...तिची धडपड सुरू झाली. मला तिची काळजी वाटू लागली. पूर्वजन्मातला हृदयविकाराचा झटका या जन्मात असा तीव्रपणे अनुभवणं धोकादायक असू शकतं का? कुणालाच हे ठाऊक नाही. ही एक नवीनच गोष्ट समोर आली होती. अखेरीस ख्रिस्टीयनचा मृत्यू झाला. कॅथरीन आता शांत होऊन सोफ्यावर तशीच झोपली होती. आता तिचा श्वासोच्छ्वासही खोलवर आणि नियमित होऊ लागला होता. तिला बघून मी सुटकेचा एक खोल निःश्वास टाकला.

''मी मुक्त झाल्यासारखं वाटतंय... मुक्त आहे मी आता...!'' कॅथरीन हलकेच पुटपुटत होती... ''मी अंधारात फक्त तरंगते आहे...तरंगतेय...आता भोवताली प्रकाश आहे...आणि...आत्मेसुद्धा..इतर काही माणसं!''

मी तिला विचारलं, 'ख्रिस्टीयन म्हणून नुकत्याच संपलेल्या आयुष्याबद्दल तुझ्या मनात काही विचार येत आहेत का?''

''मी अधिक क्षमाशील असायला हवं होतं, पण मी तशी नव्हते. माझ्याशी वाईट किंवा चुकीचं वागणाऱ्या लोकांना मी क्षमा करू शकले नाही. मी त्यांना माफ करायला हवं होतं. पण मी त्यांचं चुकीचं वागणं कधी विसरू शकले नाही. मी ते माझ्या आत आत साठवत राहिले....त्याला वर्षानुवर्षं कुरवाळत...जोपासत राहिले......डोळे...मला डोळे दिसत आहेत...''

तिचा आता कुणाशी तरी संपर्क होतोय, हे लक्षात येऊन मी तिला विचारलं, ''डोळे? कुणाचे डोळे?''

"गुरूंच्या....आत्म्यांचे!" ती पुटपुटली.

"...पण मला थोडी वाट बघायला हवी. काही गोष्टींवर विचारमंथन करायला हवं."

काही क्षण असेच शांततेत गेले.... अखेरीस मीच त्या शांततेचा भंग करत मोठ्या अपेक्षेने तिला विचारलं,

"ते तयार आहेत, हे तुला कसं कळेल?"

ती म्हणाली, *"ते मला बोलावतील."*

आणखी काही क्षण असेच गेले आणि मग तिचं डोकं दोन्ही बाजूला भराभर हलू लागलं. तिचा आवाज घोगरा आणि निश्चल बनला. तिच्यात झालेले हे बदल सूचक होते.

"या आयामामध्ये (dimension) *मी एकटीच नाही तर अनेक आत्मे आहेत. आपल्याला संयम बाळगायला हवा....ही एक गोष्ट मीसुद्धा कधीच शिकले नाही......खूप सारे आयाम आहेत."*

मी तिला विचारलं, "ती या आयामात पूर्वी कधी आली होती का? तिचे अनेक पुनर्जन्म झाले आहेत का?"

"वेगवेगळ्या वेळी मी वेगवेगळ्या स्तरांवर गेले आहे. प्रत्येक वेळी अधिक उच्च अशा चेतनेच्या स्तरावर! आपण चेतनेच्या कोणत्या स्तरावर जाणार आहोत, हे आपण केलेल्या प्रगतीवर अवलंबून असते...."

हे सांगून ती पुन्हा गप्प झाली. मी तिला विचारलं, "प्रगती साधण्यासाठी आपल्याला कोणते धडे मिळवण्याची आवश्यकता असते?" ती लगेच उत्तरली.

"प्रथम आपण आपलं ज्ञान सगळ्यांना दिलं पाहिजे. आपण आपल्या जेवढ्या क्षमता वापरतो, त्यापेक्षा किती तरी अधिक पटीने आपण सक्षम असतो. ही जाणीव आपल्यापैकी काहींना इतरांपेक्षा थोडी लवकर होते. या टप्प्यावर पोहोचण्यापूर्वी तुम्ही स्वतःच्या दुर्गुण व दोषांवर काम केलं पाहिजे. जर तुम्ही हे केलं नाही, तर पुढच्या जन्मातही तुम्ही ते सोबत घेऊन जाता. भौतिक अवस्थेत असताना आपण ज्या वाईट किंवा चुकीच्या सवयी लावून घेतो, त्यांच्यापासून आपणच स्वतःला मुक्त करू शकतो.... गुरू आपल्यासाठी ही गोष्ट करू शकत नाहीत. तुम्ही त्या गोष्टींशी

झगडत बसण्याचा आणि स्वतःला त्यातून मुक्त न करण्याचा पर्याय निवडलात, तर पुढच्या जन्मातही त्या सवयी तुमचा पिच्छा सोडत नाहीत, त्या तशाच पुढे चालू राहतात. मात्र जेव्हा तुम्ही स्वतः या बाह्य समस्यांवर मात करण्यासाठी समर्थ बनता, तेव्हाच त्या गोष्टी पुढील जन्मात तुमच्या सोबत येत नाहीत.... तुम्ही त्या तुमच्या सोबत घेऊन जात नाही.

''आपण आणखीही एक गोष्ट लक्षात ठेवली पाहिजे.... ज्या व्यक्तींच्या लहरी म्हणजेच व्हायब्रेशन्स तुमच्या लहरींशी जुळतात, तेवढ्याच लोकांशी संबंध ठेवणं योग्य नाही. तुम्ही ज्या पातळीवर आहात, त्याच पातळीवरच्या दुसऱ्या कुणाकडे तरी खेचलं जाणं, ही अगदी स्वाभाविक बाब आहे... पण हे चूक आहे. ज्या व्यक्तींच्या लहरी चुकीच्या किंवा गैर आहेत, अशा लोकांशीही तुम्ही संबंध ठेवला पाहिजे...... त्या लोकांना साहाय्य करण्यासाठी.....ते महत्त्वाचं आहे....

''आपल्या साऱ्यांनाच अंतःप्रेरणेचं सामर्थ्य लाभलेलं असतं. त्या सामर्थ्याचा उपयोग आपण करायला हवा, त्या सामर्थ्याला प्रतिबंध करू नये. जे लोक या सामर्थ्याला विरोध करतात, प्रतिबंध करतात, त्यांना पुढे धोकादायक बाबींना सामोरं जावं लागतं. प्रत्येक पातळीवरून परत जाताना आपल्या सगळ्यांना सारख्याच शक्ती दिल्या जात नाहीत. आपल्यापैकी काहींना अधिक प्रमाणात त्या लाभतात, कारण त्या वेगळ्या काळात जमा केलेल्या असतात. अशा प्रकारे सारे लोक एकसारखे निर्माण करण्यासाठी आलेले नसतात. पण शेवटी आपण सगळे अशा एक टप्प्यावर पोहोचतो, जिथे सगळे सारखेच असतो.''

कॅथरीन थांबली. हे विचार तिचे नाहीत, हे मला ठाऊक होतं. भौतिकशास्त्र किंवा अध्यात्म यांची कोणतीही पार्श्वभूमी तिला नव्हती. तिला चेतनेच्या पातळ्या, आयाम, लहरी यांबाबतही काही माहिती नव्हती. मात्र, तिने उच्चारलेले शब्द आणि विचारांचं सौंदर्य, त्यांचे तत्त्वज्ञानात्मक अर्थ या गोष्टी कॅथरीनच्या कुवतीपलीकडच्या होत्या. ती आतापर्यंत कधीच इतक्या नेमक्या आणि काव्यात्मक पद्धतीने बोलली नव्हती. मला या गोष्टी समजाव्यात म्हणून हे विचार अचूकपणे शब्दांत उतरविण्यासाठी कोणती तरी एक उच्च अशी शक्ती कॅथरीनच्या मनाशी आणि स्वरयंत्राशी ताळमेळ घालण्याचा प्रयत्न करतेय, हे मला जाणवत होतं. नाही, हे कॅथरीनचे विचार अन् शब्द नव्हते....नक्कीच ही कॅथरीन नव्हती... तिच्या आवाजाला स्वप्नाळू नाद होता.

''जे लोक कोमामध्ये असतात.......ते मधल्याच अवस्थेत अडकलेले असतात. अजून त्यांची सध्याची पातळी सोडून पुढच्या पातळीवर जाण्याची तयारी नसते....ही

पातळी सोडून जाण्याची आपली तयारी आहे की नाही, हा निर्णयच त्यांचा झालेला नसतो. आणि हा निर्णय घेणं, केवळ त्यांच्याच हातात असतं. त्या भौतिक अवस्थेत अजून काही शिकण्यासारखं राहिलेलं नाही, असं त्यांना वाटलं, तरच त्यांना ती स्थिती सोडून किंवा ओलांडून पुढे जाण्यास संमती असते. पण अद्याप काही शिकायचं राहिलं असेल, तर मात्र त्यांना त्यांची इच्छा नसली तरी परत फिरावं लागतं. हा त्यांच्यासाठी विश्रांतीचा काळ असतो. त्या काळात त्यांच्या मानसिक शक्ती विश्रांती घेऊ शकतात..''

थोडक्यात, कोमातील लोकांचा परत फिरायचं का नाही, हा निर्णय भौतिक अवस्थेत त्यांना अजून किती शिकायचं आहे, यावर अवलंबून असतो. आता काही नवीन शिकण्यासारखं उरलेलं नाही, असं जर त्यांना वाटलं, तर ते थेट त्यांच्या आध्यात्मिक अवस्थेत जाऊ शकतात. मग भले तुम्ही त्यांच्यावर आधुनिक औषधांचे कितीही उपचार केलेत, तरी त्याचा काही उपयोग होत नाही. मृत्युसमीपच्या अनुभवांवर झालेल्या संशोधनावर जे काही साहित्य प्रकाशित झालं आहे, त्यामध्ये ही सर्व माहिती देण्यात आली आहे. त्यामध्येच काही व्यक्ती मृत्यूच्या दारातून परत येण्याचा पर्याय का निवडतात, हेही सांगितलं आहे. इतर व्यक्तींना हा पर्याय निवडण्याची संधीच दिली जात नाही. कारण त्यांना अद्याप बरंच काही शिकण्यासारखं असतं. त्यामुळे त्यांना परतावंच लागतं. अर्थात, मृत्युसमीपचे अनुभव घेतलेल्या ज्या व्यक्तींच्या मुलाखती घेण्यात आल्या, त्या सर्वच व्यक्ती पुन्हा आपल्या शरीरात परत आल्या होत्या. त्या सगळ्यांच्या अनुभवात खूप साधर्म्य होतं. आपल्या शरीरातून बाहेर आल्यानंतर वरती छताकडे तरंगत जाताना त्यांनी खाली त्यांना वाचविण्यासाठी सुरू असणारे प्रयत्न पाहिले होते. त्यानंतर त्यांना एका तेजस्वी प्रकाशाची किंवा प्रकाशमान अशा 'आध्यात्मिक' आकृतीची जाणीव झाली होती. काही वेळा अंधाऱ्या बोगद्याच्या दुसऱ्या टोकाला त्यांना हे दिसलं होतं. कोणतीही वेदना त्यांना जाणवली नव्हती. आपली पृथ्वीवरील कार्यं अजून संपलेली नाहीत आणि त्यामुळे आपल्याला शरीरात परतावं लागेल, या गोष्टीची जाणीव झाल्यानंतर या व्यक्ती पुन्हा आपल्या शरीरात परतल्या. त्याचबरोबर त्यांना वेदना आणि इतर शारीरिक संवेदना जाणवू लागल्या.

माझ्या काही रुग्णांना मृत्युसमीपचा अनुभव मिळाला होता. त्यापैकी सगळ्यात विलक्षण गोष्ट होती, दक्षिण अमेरिकेतल्या एका व्यावसायिकाची. त्याचं नाव जेकब! कॅथरीनचे उपचार संपल्यानंतर जवळपास दोन वर्षांनी तो मला भेटला. पारंपरिक मानसोपचार पद्धती वापरून आमची उपचारांची अनेक सत्रं झाली होती. १९७५ साली हॉलंडमध्ये तो त्याच्या तिशीत असताना एक घटना घडली. एका मोटारसायकलने त्याला धडक मारली. तो बेशुद्ध पडला होता. त्याला आठवत होतं की, तो शरीर सोडून

तरंगत वर गेला आणि अपघाताच्या ठिकाणी घडणाऱ्या सगळ्या गोष्टी वरून पाहू शकत होता. ॲम्ब्युलन्स आली, डॉक्टर त्याच्या जखमांवर उपचार करत होते, आजूबाजूला बघ्यांची गर्दी जमली होती, या सगळ्या गोष्टी त्याला दिसत होत्या. इतक्यात, काही अंतरावरून येणाऱ्या सोनेरी प्रकाशाची जाणीव त्याला झाली. तो त्या प्रकाशाच्या दिशेने तिथवर गेला. तेव्हा तिथे त्याला तपकिरी रंगाचे कपडे घातलेला एक संन्यासी दिसला. त्या संन्याशाने जेकबला सांगितलं, अद्याप त्याची मृत्यूची वेळ आलेली नाही आणि त्याने त्याच्या शरीरात परत गेलं पाहिजे. त्या संन्याशाचं ज्ञान आणि त्याचं सामर्थ्य याची जेकबला जाणीव झाली. त्याच्याकडून जेकबच्या आयुष्यात भविष्यात घडणाऱ्या बऱ्याच घटनांची झलकही त्याला दिसली आणि नंतर त्या घटना घडल्यासुद्धा. जेकब पुन्हा आपल्या शरीरात परत आला. त्या हॉस्पिटलमध्ये तो शुद्धीवर आला आणि त्याला जीवघेण्या वेदना जाणवू लागल्या.

त्यानंतर १९८० साली तो इस्राइलमध्ये प्रवास करत होता, त्याने हिब्रोन येथील केव्ह ऑफ पॅट्रिआर्कला भेट दिली. हे ठिकाण मुस्लीम आणि ज्यू या दोन्ही धर्मांचं पवित्र श्रद्धास्थळ आहे. जेकब हा ज्यू होता आणि हॉलंडमधल्या अपघातानंतर तो वृत्तीने अधिक धार्मिक बनला होता. त्यामुळे तो प्रार्थनाही अधिक वेळा करू लागला होता. त्याने तिथे मशिद पाहिली आणि तेथील मुस्लीम लोकांबरोबर तोही खाली बसून प्रार्थना करू लागला. थोड्या वेळाने तो तिथून निघू लागला, इतक्यात एक वृद्ध मुस्लीम व्यक्ती त्याच्याजवळ आली आणि त्याला म्हणाली, ''तुम्ही इतरांपेक्षा वेगळे दिसताय. आम च्याबरोबर दुसरे कुणी सहसा प्रार्थनेला खाली बसत नाहीत.'' तो वृद्ध इसम बोलताना क्षणभर थांबला, त्याने एकवार जेकबकडे अगदी निरखून पाहिलं आणि म्हणाला, ''तुला तो संन्यासी भेटला होता ना, त्याने तुला जे काही सांगितलंय ते कधीच विसरू नकोस.'' ही थक्क करून टाकणारी गोष्ट होती. पाच वर्षांपूर्वी झालेला तो अपघात... आणि इथे हजारो मैल दूरवरच्या ठिकाणी कुणी एक अनोळखी वृद्ध भेटतो आणि त्याला जेकबला तो बेशुद्धावस्थेत असताना भेटलेल्या संन्याशाच्या भेटीबद्दल माहिती असते. हे आश्चर्यच होतं.

त्यानंतर माझ्या क्लिनिकमध्ये या सगळ्याबाबत आणि कॅथरीनने नुकत्याच मांडलेल्या ज्ञानावर मी मनोमन विचार करत होतो. आपल्या सगळ्यांना (मानवांना) एकसारखं बनवलेलं नसतं, या विधानाबद्दल आपल्या थोर पूर्वजांचे विचार काय असतील, यावर मी चिंतन करू लागलो. अनेक जन्मांतून आपण जी विशेष कौशल्यं, क्षमता आणि साम र्थ्यं जमा करतो, ते सोबत घेऊनच आपण पुन्हा जन्म घेत असतो. 'पण शेवटी आपण सारे जण समान...सारखे होतो.' पण ही गोष्ट अनेक जन्मांनंतर साध्य होत असावी,

असं मला वाटत होतं.

मला तरुण मोझार्ट आठवला. अगदी लहान वयातच त्याला अवगत असणारी विशेष कौशल्यं मला आठवली. हेसुद्धा मागच्या जन्मातून या जन्मात सोबत घेऊन आलेल्या क्षमतांचं उदाहरण असेल का? म्हणजे थोडक्यात आपण जसं आपले भोग पुढील जन्मात सोबत घेऊन येतो, तसंच आपल्या क्षमतादेखील घेऊन येतो, असं म्हणावं लागेल.

मी विचार केला, लोक नेहमीच समविचारी गटांमध्ये कसे एकत्र येतात आणि ते भिन्न विचारांच्या लोकांना टाळतात, बऱ्याच वेळा त्या लोकांबद्दल त्यांना भीतीसुद्धा वाटते. हीच गोष्ट सर्व पूर्वग्रह आणि वेगवेगळ्या गटांतील मत्सराचं मूळ असते. 'ज्या व्यक्तींच्या लहरी म्हणजेच व्हायब्रेशन्स तुमच्या लहरींशी जुळतात, फक्त तेवढ्याच लोकांशी संबंध ठेवणे योग्य नाही.' इतर लोकांना *साहाय्य* करणं महत्त्वाचं! तिच्या शब्दांमध्ये मला आध्यात्मिक सत्याची जाणीव होत होती.

"मला परत यायलाच पाहिजे." कॅथरीन पुन्हा बोलू लागली.

"परत आलंच पाहिजे."

पण मला तर अजून ऐकायचं होतं. रॉबर्ट जेरोंड म्हणजे कोण, असं मी तिला विचारलं. तिने आधीच्या सत्रात हे नाव उच्चारलं होतं आणि त्याला माझ्या मदतीची आवश्यकता आहे, असंही सांगितलं होतं.

"मला नाही माहीत तो कोण आहे.... कदाचित तो दुसऱ्या पातळीवर असेल....या पातळीवर नसेल..."

तिला तो सापडला नसावा, असं दिसत होतं. ती म्हणाली, *"जेव्हा त्याला हवं असेल, जर त्याला माझ्याकडे यायचं असेल तरच तो मला संदेश पाठवेल. त्याला तुझी मदत हवी आहे."*

मी त्याला कशी मदत करायची, हे मला अद्याप कळत नव्हतं.

"मला माहीत नाही, पण तुलाच शिकायचं आहे, मला नाही." कॅथरीन उत्तरली.

हा प्रकार खरंच विशेष होता. हे माझ्यासाठी पूरक साहित्य तर नव्हतं? की मी स्वतः शिकणं हीच त्याला मदत होती? आम्ही नंतर त्याच्याविषयी कधीच ऐकलं नाही.

कॅथरीन पुन्हा बोलू लागली, *"मला परत गेलं पाहिजे.. मला पहिल्यांदा त्या प्रकाशाकडे गेलं पाहिजे ..."*

मध्येच ती एकदम सावध झाली.

''मी उगीचच बराच वेळ काचकूच करत राहिले.....म्हणूनच मला आता पुन्हा वाट बघावी लागणार आहे.''

ती वाट बघत असताना तिला काय दिसतंय आणि काय जाणवतंय, असं मी तिला विचारलं.

''इतर आत्मे..! तेदेखील प्रतीक्षा करत आहेत.''

मग मी तिला विचारलं की, ती प्रतीक्षा करत आहे तोपर्यंत आपल्याला शिकण्याजोगं काही आहे का? मी विचारलं, ''आपण काही जाणून घ्यायला हवं, असं काही तू सांगू शकतेस का?''

''मला सांगण्यासाठी ते इथे नाहीएत.'' ती उत्तरली.

ही गोष्ट थक्क करणारी होती. जर कॅथरीनला सांगणारे गुरू तिथे नसतील, तर ती स्वतंत्रपणे कोणतंही ज्ञान देण्यास असमर्थ होती.

''मला इथे खूपच अस्वस्थ वाटतंय. मला इथून जायचं आहे.... योग्य वेळ येईल, तेव्हा मी परत जाईन.''

पुन्हा काही क्षण असेच शांततेत गेले. अखेरीस ती योग्य वेळ आली असावी. कॅथरीन दुसऱ्या जन्मात गेली.

''मला सफरचंदाची झाडं दिसताहेत.....आणि एक घर...पांढऱ्या रंगाचं घर...मी त्या घरात राहते. सफरचंदं कुजून गेली आहेत...त्यांच्यात अळ्या झाल्या आहेत.... ती खाण्यालायक नाहीत. तिथे एक झोका दिसतो आहे. झाडाला बांधलेला झोपाळा!''

मी तिला स्वतःकडे बघायला सांगितलं.

''माझे केस पिंगट-भुरकट आहेत. मी पाच वर्षांची आहे आणि माझं नाव आहे कॅथरीन!''

मला एकदम आश्चर्य वाटलं. तिने याच जन्मात प्रवेश केला होता. तिचं वय पाच वर्षं होतं. ती या जन्मात आली, त्याअर्थी त्यामागे काही विशेष कारण असावं. ''कॅथरीन काही घडलंय का?'' मी विचारलं.

''माझे वडील आमच्यावर रागावले आहेत.... कारण आम्ही बाहेर जायला नको होतं..... ते...ते मला काठीने मारत आहेत. काठी खूप जड आहे.... ती खूप जोरात लागते... मला भीतीही वाटतेय.''

ती एखाद्या लहान मुलासारखी बोलत होती. ती कळवळत होती.

''आम्हाला खूप मारल्याशिवाय ते थांबणार नाहीत. ते आमच्याशी असं का वागतात? इतके वाईट का वागतात ते?''

मी तिला तिच्या आयुष्याकडे उच्च दृष्टिकोनातून बघायला सांगितलं आणि तिच्या प्रश्नांची उत्तरं तिलाच शोधायला सांगितली. अशा पद्धतीने काही लोकांनी उत्तरं शोधल्याचं मी अलीकडेच वाचलं होतं. या उच्च दृष्टिकोनालाच काही लेखक 'हायर सेल्फ किंवा ग्रेटर सेल्फ' असं म्हणतात. अशी काही अवस्था खरोखरच असेल तर कॅथरीन तिथवर पोहोचते का, हे जाणून घेण्यास मी उत्सुक होतो. तिला जर ही गोष्ट शक्य झाली, तर हे एक प्रभावी असं उपचाराचं तंत्र सिद्ध होईल, असं मला वाटत होतं. अंतर्दृष्टी आणि समज यांकडे नेणारा सोपा मार्ग!

कॅथरीन आता हलकेच कुजबुजत होती.

''आम्ही त्यांना नकोच आहोत. त्यांच्या दृष्टीने आम्ही म्हणजे त्यांच्या आयुष्यातला मोठा अडथळा आहोत......आम्ही त्यांना नकोसे आहोत.''

''तुझा भाऊसुद्धा?'' मी विचारलं.

''हो...माझा भाऊ तर त्यांना अगदीच नकोसा आहे. कारण त्याचा जन्मच त्यांच्यासाठी अनपेक्षित होता. तेव्हा त्यांचं लग्नच झालं नव्हतं आणि त्याचवेळी त्यांना त्याच्या जन्माची चाहूल लागली...''

कॅथरीनसाठी ही अगदीच धक्कादायक अशी नवीन माहिती होती. तिच्या आईला लग्नापूर्वीच दिवस गेले होते, याची कॅथरीनला मुळीच कल्पना नव्हती. पण ही गोष्ट खरी आहे, यावर नंतर तिच्या आईनेच शिक्कामोर्तब केलं.

ती तिचा हा जन्म आठवत होती, तरीही कॅथरीनने आत्ता तिच्या आयुष्याबद्दलचा उच्च दृष्टिकोन आणि ज्ञानाचं दर्शन घडवलं. अन्यथा ही बाब तिच्या दोन जन्मांच्या मधल्या आध्यात्मिक अवस्थेतच घडत असे. कसं कुणास ठाऊक, तिच्या मनाचा हा अधिक उच्च असा भाग होता...याला उच्च जाणीव किंवा सुपरकॉन्शस (super conscious) असं म्हणता येईल. इतर काही लोकांनी याचं वर्णन हायर सेल्फ असं

केलं आहे. जरी आत्ता ती गुरू आणि त्यांचं अलौकिक ज्ञान यांच्या सान्निध्यात नव्हती, तरीही, तिच्या त्या सुपरकॉन्शस स्थितीत तिने सखोल अंतर्ज्ञान आणि माहिती मिळवली होती. त्यामुळेच तिला तिच्या भावाच्या जन्माविषयी समजलं होतं. जागृत स्थितीत असणारी कॅथरीन अधिक चिंताग्रस्त, अधिक साधी आणि तुलनेने अधिक वरवरचा विचार करणारी होती. आता माझ्या मनात विचार येत होता की, पौर्वात्य आणि पाश्चिमात्य धर्मांचे संदेष्टे (prophets) आणि संत ज्यांना, 'जाणते' म्हणजेच सर्वज्ञानी असं म्हटलं जातं – त्यांनी आपल्या या उच्च जाणिवेचा (super conscious) उपयोग ज्ञान आणि विद्वत्ता प्राप्त करून घेण्यासाठी केला असेल का? तसं जर शक्य असेल, तर मग आपल्या सगळ्यांमध्येही ती क्षमता असली पाहिजे. कारण आपल्या साऱ्यांमध्ये ही उच्च जाणीव असते. प्रसिद्ध मनोविश्लेषक कार्ल यंग याला जाणिवेच्या विविध स्तरांविषयी ठाऊक होतं. त्याने सामूहिक अजाणिवेविषयी (collective unconscious) लिहिलं आहे. कॅथरीनच्या उच्च जाणिवेशी मिळतीजुळती ही स्थिती होती.

कॅथरीनची जाणीव, जागृत बुद्धी आणि तिचं संमोहित अवस्थेतलं उच्च जाणीव ठेवणारं मन यांच्यातील दुवे जुळवता जुळवता मी अगदी हैराण झालो होतो. जेव्हा ती संमोहित अवस्थेत असे, तेव्हा त्या उच्च जाणिवेच्या स्थितीत मी तिच्याशी अद्‌भुत असा तत्त्वज्ञानात्मक संवाद साधू शकत असे, पण एकदा ती त्या अवस्थेतून बाहेर जागृतावस्थेत आली की, तिला तत्त्वज्ञान किंवा इतर संबंधित गोष्टींविषयी काहीही रस नसे. ती रोजच्या जगात तिच्या कार्यक्षमतेनुसार जगत असे.

दरम्यान, तिचे वडील तिचा छळ करत होतेच आणि त्यामागची कारणं आता स्पष्ट होत होती. 'त्यांना अजून बरेच धडे घ्यायचे आहेत....?' मी तिला प्रश्नाच्या स्वरूपात म्हटलं.

"हो....खरंय हे!"

"त्यांना नेमके काय धडे घ्यायचे आहेत, काय शिकायचं आहे, हे तिला ठाऊक आहे का?" मी तिला विचारलं.

"त्याबद्दल काहीही मला माहीत करून देण्यात आलेलं नाही."

तिचा स्वर अगदी त्रयस्थ आणि परका होता.

"माझ्यासाठी जे महत्त्वाचं आहे, जे माझ्याशी संबंधित आहे, तेवढ्याच गोष्टी मला माहीत करून दिल्या जातात. प्रत्येकाने स्वतःशी जे काही संबंधित आहे, त्याकडेच लक्ष द्यावं....ज्यामुळे त्याला किंवा तिला पूर्णत्व प्राप्त होऊ शकेल.

आपल्या सर्वांनाच काही धडे शिकायचे असतात...ते एका वेळी एक या प्रकारे आणि क्रमाने शिकायचे असतात..... तेव्हाच आपल्याला कळू शकतं, समोरच्या व्यक्तीला कशाची गरज आहे, एखाद्या व्यक्तीत काय कमी आहे किंवा आपल्यात काय कमी आहे, ज्याची पूर्ती झाल्यावर आपल्याला पूर्णत्व मिळू शकते.''

ती अगदी हळू आवाजात कुजबुजत होती आणि तिच्या त्या तशा बोलण्यातून प्रेमयुक्त अनासक्ती जाणवत होती.

कॅथरीनने पुन्हा बोलायला सुरुवात केली, तसा तिचा लहान मुलासारखा स्वर परत आला.

''माझे वडील मला खूप त्रास देत आहेत. मला जे पदार्थ खायची अजिबात इच्छा नाही, ते पदार्थ ते मला जबरदस्तीने खायला भाग पाडत आहेत......काय आहे ते....लेट्युस, कांदे आणि काय काय ...मला ते अजिबात खायची इच्छा नाही. पण ते मला बळजबरीने खाऊ घालत आहेत...आणि या सगळ्याचा मला त्रास होऊ शकतो, हेही त्यांना चांगलंच ठाऊक आहे. पण त्यांना कसलीही फिकीर नाही.''

तोंडात काही कोंबल्यासारखी आता कॅथरीन घुसमटू लागली. मोकळा श्वास घेण्यासाठी तिची धडपड सुरू होती. तिने सारं दृश्य उच्च दृष्टिकोनातून बघावं म्हणजे तिच्या वडिलांच्या अशा वागण्यामागचं कारण कळेल, असं मी तिला पुन्हा सुचवलं.

कॅथरीन घोगऱ्या आवाजात कुजबुजत म्हणाली,

''कदाचित असं वागण्याने त्यांच्यातली पोकळी भरून येत असावी. ते माझ्याशी जसे वागले आहेत, त्यामुळे ते माझा तिरस्कार करतात....त्यामुळेच त्यांना माझा राग येतो आणि स्वतःबद्दलही तिरस्कार वाटतो.''

जेव्हा ती अवघी तीन वर्षांची होती, तेव्हा त्यांनी तिच्यावर लैंगिक अत्याचार केला होता, ते मी पूर्णपणे विसरूनच गेलो होतो.

''म्हणूनच त्यांना मला शिक्षा करायची आहे..... मीच काही तरी केलं असणार ज्यामुळे ते माझ्याशी तसं वागले.''

ती तेव्हा तीनच वर्षांची होती आणि तिचे वडील दारू पिऊन तर्रर होते. तरीही त्या प्रसंगाची अपराधी बोच तेव्हापासून तिने अद्याप उराशी खोल बाळगली होती. मला आता सगळं स्पष्ट झालं होतं.

मी तिला समजावलं, ''तू तेव्हा अगदी लहान होतीस, त्यामुळे जे घडलं त्याच्या

अपराधीपणाच्या भावनेतून तू आता स्वतःला मुक्त करायला हवंस. तू तर काहीच केलं नाहीस. एक तीन वर्षांची अजाण मुलगी काय करू शकेल? तू काहीच केलेलं नाहीस, जे केलंय ते तुझ्या वडिलांनी!''

''त्यांनी तरीही माझा द्वेषच केला असता.'' ती हळूच कुजबुजत म्हणाली.

''मी त्यांना आधीही ओळखत होते, पण मला त्याबद्दल आत्ता काही माहिती आठवत नाहीये. मला आधीच्या काळात जायला हवं.''

बराच उशीर झाला होता, पण त्यांचं नातं अगोदर कसं होतं, हे जाणून घेण्यासाठी तिला मागे नेण्याची गरज होती. त्यासाठी मी अगदी तपशिलाने सूचना दिल्या.

''तू आता अगदी सखोल...गाढ अशा अवस्थेत आहेस. क्षणभरात मी तीन ते एक असे उलट्या क्रमाने आकडे मोजणार आहे. तू अधिक गाढ अवस्थेत जाशील...तुला पूर्णपणे सुरक्षित वाटेल. मागील काळात भ्रमंती करण्यासाठी तुझं मन सज्ज होईल...

''तुझ्या या जन्मातील वडिलांबरोबर तुझा संपर्क पहिल्यांदा कधी आला होता, त्या काळापर्यंत तू जाशील, लहानपणी तू आणि तुझ्या वडिलांमध्ये जे घडलं, त्या घटनेचा संबंध मागे ज्या घटनेशी आहे त्या काळापर्यंत तू जाशील. जेव्हा मी 'एक' आकडा उच्चारेन, तेव्हा तू त्या जन्मात जाशील आणि तो प्रसंग आठवशील. तुला स्वस्थ होण्यासाठी ही गोष्ट अगदी आवश्यक आहे. तू ते निश्चितपणे करू शकशील....तीन... दोन...एक...'' काही काळ असाच स्तब्धतेत गेला.

''मला ते दिसत नाहीत... पण लोक मारले जात आहेत, ते मला दिसतंय.''

आता तिचा आवाज मोठा आणि घोगरा होऊ लागला.

''लोकांनी जोवर त्यांची कर्मं पूर्ण केलेली नाहीत...निभावलेली नाहीत, तोवर त्यांचं आयुष्य मध्येच अचानकपणे संपवण्याचा अधिकार आपल्याला नाही, आणि आपण तेच करतोय.... आपल्याला तसा काही अधिकार नाही. त्यांना जगू दिलं तर त्यांना आयुष्यातच मोठी शिक्षा मिळेल. मृत्यूनंतर जेव्हा ते दुसऱ्या पातळीवर जातील, तेव्हा तिथेही त्यांना त्रास होईल. अत्यंत अस्वस्थ अशा अवस्थेत ते असतील. त्यांना शांती लाभणार नाही. त्यांना पुन्हा जन्म देण्यात येईल, पण त्यांचं आयुष्य अतिशय खडतर असेल. त्यांनी अगोदरच्या जन्मात ज्या लोकांना त्रास देऊन अन्याय केला आहे, अशा लोकांची परतफेड त्यांना त्या जन्मात करावी लागेल. ते लोकांचं आयुष्य मध्येच संपवत आहेत, त्यांना असं करण्याचा काही एक अधिकार

नाही. केवळ परमेश्वरच त्यांना शिक्षा देऊ शकतो...आपण नाही, आणि त्यांना शिक्षा मिळेल.''

एक क्षण असाच शांततेत गेल्यावर ती पुढे म्हणाली, *''ते आता गेले आहेत.''*

गुरूंच्या आत्म्यांनी आम्हाला आज एक आणखी स्पष्ट आणि प्रभावी संदेश दिला होता. परिस्थिती कशीही असली तरी, कुणालाही मारण्याचा अधिकार आपल्याला नाही. चुकीच्या गोष्टींसाठी त्यांना परमेश्वरच शिक्षा देईल.

कॅथरीन थकून गेली होती. तिचं तिच्या वडिलांबरोबरचं पूर्वजन्मातील नातं शोधण्याचा प्रयत्न मी पुढे ढकलला. तिला तिच्या गाढ संमोहनातून बाहेर काढलं. ख्रिस्टीयनचा जन्म आणि छोटी कॅथरीन म्हणून तिचे अनुभव सोडल्यास तिला इतर काहीही आठवत नव्हतं. ती दमली होतीच, पण मनावरचं मोठं ओझं उतरावं, अशी ती शांत आणि निवांत झाली होती. मी कॅरोलकडे बघितलं. आम्ही दोघेही पुरते थकून गेलो होतो. कॅथरीनचा प्रत्येक शब्द ऐकताना कधी आम्हाला हुडहुडी भरून आली होती, तर कधी घाम फुटला होता. एका अविश्वसनीय वाटावा असा अनुभव आम्ही दोघांनी अनुभवला होता.

प्रकरण ६

कॅथरीनबरोबरची सत्रं आता अनेक तास चालू लागली होती, त्यामुळे मी तिच्या साप्ताहिक सत्रांचं नियोजन दिवसाच्या शेवटी करू लागलो. पुढच्या आठवड्यात जेव्हा ती आली, तेव्हादेखील तिच्या चेहऱ्यावर ती शांत अवस्था झळकत होती. तिचं तिच्या वडिलांशी फोनवर बोलणंही झालं होतं. त्यांना फारसे काही तपशील न सांगता, तिच्या पद्धतीने तिने त्यांना माफ केलं होतं. मी आजवर कधीच तिला इतकं शांत आणि प्रसन्न पाहिलं नव्हतं. ज्या वेगाने तिने प्रगती केली होती, ते पाहून मी थक्कच झालो होतो. जो रुग्ण अत्यंत गंभीर आणि दीर्घकालीन अशा भयगंड आणि चिंतेने पछाडलेला आहे, त्याने इतक्या नाट्यमय पद्धतीने प्रगती करणं, ही बाब खरोखरच अत्यंत दुर्मीळ होती. पण अर्थातच, कॅथरीनही काही सामान्य रुग्णांप्रमाणे नव्हती आणि तिच्यावर वापरली गेलेली उपचारपद्धतीदेखील अद्वितीय होती.

आताही ती अगदी पटकन संमोहनाच्या अवस्थेत गेली.

''मला चिनी मातीची एक बाहुली दिसतेय. फायरप्लेसच्या (भिंतीतील शेकोटी) चौकटीवर ती ठेवली आहे. फायरप्लेसच्या समोर दोन्ही बाजूंना अनेक पुस्तकं आहेत. कुठल्याशा घरातली ही एक खोली आहे. बाहुलीच्या शेजारी मेणबत्त्या आहेत.....एक पेंटिंग आहे....चेहऱ्याचं पेंटिंग!.....एका माणसाचा चेहरा आहे तो.....तोच आहे...''

ती सगळ्या खोलीचं शोधक वर्णन करत होती. तिला तिथे काय काय दिसतंय, असं मी विचारलं. ती उत्तरली, *''फरशीवर काही तरी अंथरलं आहे....मऊ, केसाळ असं काही....बहुतेक ते एखाद्या प्राण्याचं कातडं असावं. हो...प्राण्याचं कातडंच आहे ते! सगळ्या फरशीवर ते घातलं आहे. उजव्या हाताला काचेची दोन दारं आहेत.....त्या दोन्हींतून व्हरांड्यात जाता येतं. घराच्या समोरच्या भागात चार पायऱ्या आणि खांब आहेत....चार पायऱ्या उतरून खाली गेलं की रस्ता! सभोवताली खूप मोठी मोठी झाडं आहेत.... तिथे बाहेर काही घोडेही आहेत. घोड्यांना त्यांच्या समोरच्या खांबांना लगाम घालून बांधले आहे.''*

मी तिला विचारलं, ''हे कुठे आहे, तुला माहीत आहे का?'' कॅथरीनने एक खोलवर श्वास घेतला.

''मला नाव तर कुठे दिसत नाही. पण वर्ष....वर्ष असणार कुठे तरी....मला वाटतं, १८व्या शतकात असावं...पण मला खात्री नाही त्याबद्दल....खूप झाडं आहेत आणि पिवळ्या रंगाची फुलं...फारच विचित्र फुलं आहेत...खूप मोठी फुलं... पिवळ्या रंगांच्या फुलांत मध्यभागी काळा रंग आहे.''

ती मध्येच गप्प झाली. त्या फुलांतच ती असावी. मला एकदम फ्रान्सच्या दक्षिणेला असणारी सूर्यफुलांची शेतं आठवली. मी तिला तिथलं हवामान कसं आहे, असं विचारलं.

''हवामान तर सौम्य आहे, पण तसं हवेशीर नाही. वारा नाहीये. उष्णही नाही आणि थंडही नाही.''

ते ठिकाण कोणतं आहे, हे ओळखण्यात आमची काहीच प्रगती होत नव्हती. त्या पिवळ्या फुलांच्या रम्य वातावरणातून मी तिला पुन्हा त्या घरात घेऊन गेलो. त्या फायरप्लेसच्या चौकटीच्यावरचं ते पेंटिंग कुणाचं आहे, असं मी तिला विचारलं.

''मला नाही माहीत....पण मला 'आरॉन' असं काही ऐकू येतंय. त्याचं नाव आरॉन आहे.''

मी तिला विचारलं, ''हे घर त्याच्या मालकीचं आहे का?'' त्यावर ती म्हणाली,

''नाही, हे घर त्याच्या मुलाच्या मालकीचं आहे. मी तिथे काम करते.''

पुन्हा एकदा या जन्मात ती नोकर होती. तिच्या जन्मांमध्ये ती कधीच क्लिओपात्रा किंवा नेपोलिअनसारखी प्रसिद्ध व्यक्ती नव्हती. पुनर्जन्माविषयी ज्या लोकांना शंका वाटते (म्हणजे त्यात दोन महिन्यांपूर्वीपर्यंत खुद्द मीदेखील होतो) अशा लोकांचं प्रसिद्ध व्यक्ती म्हणून पुनर्जन्म घेणं हे अपेक्षित प्रमाणापेक्षा अधिक वेळा घडतं, असं नमूद करतात. आता इथे मी मात्र फारच वेगळ्या परिस्थितीत होतो. मानसोपचार विभागातल्या माझ्या क्लिनिकमध्येच अगदी शास्त्रीयदृष्ट्या पुनर्जन्म ही संकल्पना सिद्ध होत होती, इतकंच नाही, तर त्यापेक्षाही बरंच काही उघडपणे समोर येत होतं.

कॅथरीन पुढे बोलू लागली.

''माझा पाय.....खूप जड झाला आहे. तो दुखतोय. असं वाटतंय की, मला पायच नाही, माझ्या पायाला दुखापत झाली आहे. मला घोड्याने लाथ मारली आहे.''

मी तिला स्वतःकडे निरखून पाहायला सांगितलं.

''माझे केस पिंगट तपकिरी आहेत.... कुरळे तपकिरी... एका विशिष्ट प्रकारची टोपी मी घातली आहे... निळ्या रंगाचा पिनॅफोर असणारा पोशाख घातलाय मी... आणि एप्रन! मी वयाने लहान आहे, पण खूप लहानही नाही. माझा पाय मात्र चांगलाच दुखतोय. भयानक वेदना होत आहेत.''

तिला खूपच दुखतंय हे स्पष्टपणे कळत होतं.

''त्याच्या टापांनी त्याने मला लाथ मारली. अगदी वाईट घोडा आहे तो.''

तिच्या वेदनेची जाणीव जसजशी कमी होत गेली, तसतसा तिचा आवाज हळुवार होत गेला. ती पुढे सांगू लागली,

''घोड्यांना खाण्यासाठी कोठारात ठेवलेल्या वाळलेल्या गवताचा मला वास येतोय. तिथे इतर काही लोक तबेल्यात काम करत आहेत.''

तिची कामं कोणकोणती आहेत, असं मी तिला विचारलं.

''जेवण वाढणं, खाणं देणं हे माझं काम आहे..... ते मी त्या मोठ्या घरात करते. मला गाईंचं दूध काढतानाही काही मदत करावी लागते.''

त्यावर मी तिला म्हटलं, ''त्या घराच्या मालकांविषयी मला अधिक जाणून घ्यायचं आहे.''

''मालकांची पत्नी जरा स्थूल आहे आणि ती दिसायलाही अगदी गबाळी आहे. दोन मुलीदेखील आहेत तिथे....पण मी त्यांना ओळखत नाही.''

मी विचारण्याच्या आधीच तिने माझ्या प्रश्नाचा अंदाज घेऊन सांगितलं. कारण, त्या मुलींचा तिच्या या जीवनात काही महत्त्वाचा संबंध आहे का, असा माझा पुढचा प्रश्न असेल, हे तिने ओळखलं होतं. त्या १८व्या शतकातील आयुष्यात तिचं कुटुंब कसं होतं, याची मी चौकशी केली.

''मला माहीत नाही. कारण मला माझं कुटुंब दिसत नाही. माझ्याबरोबर मला कुणीच दिसत नाही.''

तिने उत्तर दिलं. मग मी तिला ती तिथेच राहते का, हे विचारलं. त्यावर ती म्हणाली,

''हो. मी इथेच राहते, पण या मुख्य घरात नाही, तर आम्हाला एक अगदी छोटंसं घर राहायला दिलं आहे, तिथे! इथे भरपूर कोंबड्या आहेत. आम्ही त्यांची अंडी गोळा करतो. तपकिरी रंगाची अंडी असतात ती. माझं घर अगदी लहानसं

आहे...पांढऱ्या रंगाचं...एकच खोली आहे. मला तिथे एक माणूस दिसतोय. मी त्याच्यासोबतच राहते. त्याचे केस खूप कुरळे आहेत आणि त्याचे डोळे निळेभोर आहेत.''

ते दोघे विवाहित आहेत का, असं मी विचारलं.

''नाही...आम्ही विवाहित नाही.''

मग मी विचारलं की, तिचा जन्म तिथेच झाला आहे का?

''नाही. या ठिकाणी मी अगदी लहान असतानाच मला आणण्यात आलं आहे. माझं कुटुंब अगदी गरीब होतं.''

तिचा तो मित्र परिचित वाटत नव्हता. मी तिला काळाच्या ओघात पुढे जाऊन त्या आयुष्यातील एखादी महत्त्वाची घटना आठवण्याची सूचना केली.

''काही तरी पांढरं शुभ्र मला दिसतंय. त्यावर अनेक रिबिनी लावल्या आहेत. बहुतेक ती टोपी असावी. पिसं आणि शुभ्र रिबिनी लावलेली विशिष्ट प्रकारची टोपी.''

''कोणी घातली आहे ती टोपी? ती.....'' तिने मला मध्येच थांबवलं आणि म्हणाली, *''अर्थातच घरच्या मालकिणीने....''*

मला थोडा मूर्खासारखा प्रश्न विचारल्यासारखं वाटलं.

''त्यांच्या मुलींपैकी एकीचं लग्न आहे. त्या संपूर्ण इस्टेटवरील सगळे जण या सोहळ्यात सहभागी झाले आहेत.''

मी तिला विचारलं, ''या सोहळ्याविषयी वर्तमानपत्रात काही छापून आलंय का?'' कारण तसं काही प्रसिद्ध झालं असेल तर मला तिचं लक्ष तारखेकडे वेधता आलं असतं.

''तेव्हा तिथे वर्तमानपत्रं होती, असं नाही वाटत मला. मला तसं काही दिसत नाही.''

या जन्मात दस्तऐवज शोधणं अवघड होत होतं, हे मला जाणवलं. मी तिला विचारलं, ''या लग्नसोहळ्यात तू सहभागी झाली आहेस का?'' त्यावर मोठ्या आवाजात ती झटकन म्हणाली,

''आम्ही लग्नात सहभागी नाही...केवळ जाणारे-येणारे लोक आम्ही बघत आहोत. सोहळ्यात सहभागी व्हायला नोकरांना परवानगी नाही.''

"आत्ता तुला काय वाटतंय?"

"द्वेष...मत्सर..."

"का? ते लोक तुला चांगलं वागवत नाहीत का?"

ती हळू आवाजात म्हणाली, "कारण आम्ही गरीब आहोत. आम्ही त्यांच्याकडे बांधले गेलो आहोत. त्यांच्याकडे इतकं वैभव आहे, त्यामानाने आमच्याकडे काहीच नाही."

"तुला या इस्टेटीमधून कधी बाहेर पडता आलं का, की आयुष्यभर तिथेच राहिलीस?"

ती अगदी असमाधानाने म्हणाली, *"मी माझं सगळं आयुष्य इथंच व्यतीत केलंय."*

तिच्या त्या स्वरातून व्यक्त होणारी खंत मला जाणवत होती. तिचं आयुष्य खडतर तर होतंच, पण पूर्णतः नैराश्यानं भरलेलं होतं. त्या जन्मातल्या तिच्या अखेरच्या म्हणजे मृत्यूच्या दिवसापर्यंत मी तिला नेलं.

"मला एक घर दिसतंय. मी अंथरुणात पडले आहे. ते कोमट असं काही तरी मला प्यायला देत आहेत. त्याला पुदिन्याचा वास येतोय. मला छातीत खूप जड वाटतंय. श्वास घ्यायला खूप त्रास होतोय. माझ्या छातीत आणि पाठीत खूप दुखतंय.....असहनीय वेदना होताहेत. मला धड बोलतासुद्धा येत नाहीये."

प्रचंड वेदना होत असल्याने ती खूप वेगाने आणि वरवर श्वास घेत होती. काही क्षण तिच्या चेहऱ्यावर अतीव वेदना जाणवत होत्या. त्यानंतर तिचा चेहरा पूर्ववत होत गेला आणि तिचं शरीर शांत झालं. तिचा श्वासोच्छ्वासही पूर्ववत झाला.

"मी माझ्या शरीरातून बाहेर आले आहे."

आता तिचा आवाज मोठा आणि घोगरा झाला.

"मला तो अप्रतिम प्रकाश दिसू लागला आहे....माझ्याकडे लोक येत आहेत. मला साहाय्य करायला ते येत आहेत. खूप चांगले लोक आहेत ते!.......त्यांना कशाचंही भय वाटत नाही..... मला खूप हलकं वाटतंय....."

पुन्हा काही क्षण निःशब्द शांततेत गेले. त्यानंतर मी विचारलं, "तुझं जे आयुष्य नुकतंच संपलंय, त्याबद्दल तुझ्या मनात काय विचार आहेत?"

"तो विषय नंतर येईल, आत्ता या क्षणी तर मला अतिशय शांत वाटत आहे. एक

खूप निवांत असा हा कालावधी आहे. आत्म्याला...इथे विलक्षण शांततेची अनुभूती मिळत असते. तुमच्या साऱ्या शारीरिक वेदना मागे पडतात. तुमचा आत्मा विलक्षण प्रसन्नता आणि शांतीचा अनुभव घेतो. ही जाणीव अत्यंत सुंदर आहे. सूर्याचा तेजस्वी प्रकाश सतत आपल्यावर असावा, अशी ती जाणीव आहे. हा प्रकाश इतका छान आहे..! सगळ्याच गोष्टी त्या प्रकाशातून निर्माण होतात. याच प्रकाशापासून ऊर्जा मिळते. आपला आत्मा अगदी तातडीने त्याच्या दिशेने जातो. आपल्याला प्रकर्षाने खेचून घेणारी ती चुंबकीय शक्ती असावी, असा हा प्रकाश. शक्तीचा तो मूलस्रोत आहे. त्या प्रकाशात स्वस्थ करण्याची ताकद आहे.''

''त्याला काही रंग आहे का?''

''त्याचे अनेक रंग आहेत.''

ती थांबली, त्याच प्रकाशात निवांत आराम घेत ती थांबली.

मी मध्येच विचारलं, ''तू काय अनुभवते आहेस?''

''काहीही नाही....फक्त शांतता! तुम्ही इथे तुमच्या मित्रांमध्ये असता. आत्ताही इथे सगळे आहेत. खूप जण मला दिसत आहेत. काही परिचित आहेत, इतर मात्र ओळखीचे नाहीत. आम्ही सारे तिथेच आहोत....प्रतीक्षा करतोय.''

ती प्रतीक्षा करत थांबली. काही क्षण असेच स्तब्धतेत गेले. मी तिच्या या अनुभवाचा वेग थोडा वाढवायचा ठरवलं.

''मला एक प्रश्न विचारायचा आहे.''

''कुणाला?'' कॅथरीनने विचारलं.

''कुणालाही... तुला किंवा गुरूंना...'' मी म्हणालो, ''या प्रश्नाचं उत्तर जाणून घेणं आपल्याला फायदेशीर ठरेल.... आपल्याला त्याची मदतच होईल. माझा प्रश्न असा आहे : आपण आपल्या जन्म आणि मृत्यूची वेळ आणि पद्धत ठरवतो का? आपण आपली परिस्थिती निवडू शकतो का? अन् पुन्हा पलीकडे जाण्याच्या वेळेचीही आपण निवड करू शकतो का? या सगळ्या प्रश्नांची उत्तरं जर आपण समजून घेऊ शकलो, तर तुझ्या मनातले अनेक प्रकारचे भयगंड आपण कमी करू शकू. या प्रश्नांची उत्तरं देऊ शकेल, असं कुणी तिथे आहे का?'' खोलीत आता एकदम गारठा जाणवू लागला होता. कॅथरीन जेव्हा बोलू लागली, तेव्हा तिचा आवाज ऐकताना तो अधिक खोल आणि घुमल्यासारखा वाटत होता. आजवर मी कधीही न ऐकलेला आवाज होता तो. कुण्या

कवीचा तो आवाज होता.

"होय! शरीर केव्हा धारण करायचं आणि केव्हा सोडून जायचं याची निवड आपण करत असतो. पृथ्वीतलावर आपण जे कार्य संपन्न करायला आलो होतो, ते झाल्यावर आपल्याला समजतं. येथील आपला काळ पूर्ण झाला आहे, हे तुमच्या लक्षात येतं आणि तुम्ही मृत्यूचा स्वीकार करता. कारण या आयुष्यातून आता घेण्यासारखं काहीच उरलं नाहीये हे तुमच्या लक्षात येतं. मृत्यूनंतर तुमच्याकडे जो कालावधी असतो, त्या वेळी तुम्ही विश्रांती घेऊ शकता... तुमच्या आत्म्याला पुन्हा ऊर्जा मिळवून देऊ शकता. त्यानंतर पुन्हा शरीर केव्हा धारण करायचं, म्हणजेच पुन्हा केव्हा जन्म घ्यायचा, ती वेळ तुम्ही निवडू शकता. जे लोक संकोच करतात, जे खात्रीपूर्वक इथे परत येण्याचा निर्णय घेऊ शकत नाहीत, ते लोक त्यांनी देह धारण करून ज्या गोष्टी प्राप्त करून घेणे आवश्यक आहे, ते प्राप्त करून घेण्याची संधी गमावतात."

हे सारं कॅथरीन माझ्याशी बोलत नव्हती, हे मला अगदी पक्कं कळलं होतं. "माझ्याशी कोण बोलतंय?" मी उत्सुकतेने विचारलं, "कोण बोलतंय?"

तिच्या नेहमीच्या, हलक्या कुजबुजत्या स्वरात कॅथरीन म्हणाली,

"मला नाही माहीत. हा आवाज कुणाचा तरी अगदी......जे कुणी साऱ्या गोष्टी नियंत्रित करतं, पण नेमका कुणाचा, हे मला माहीत नाही. मला फक्त त्यांचा आवाज ऐकू येतोय आणि ते जे सांगतात, ते ऐकून तुम्हाला ते सांगण्याचा मी प्रयत्न करत आहे."

हे ज्ञान तिच्याकडून येत नव्हतं. हे तिच्या सबकॉन्शिअस, अन्कॉन्शिअस वा, सुपर कॉन्शिअसमधून (उच्च जाणिवेतून) येत नव्हतं. हे तिलासुद्धा माहीत होतं. ती ते बोलणं कसंबसं ऐकून, माझ्यापर्यंत पोहोचवत होती. जे कुणी 'साऱ्या गोष्टी नियंत्रित करतं', अशा कुणा खास व्यक्तीचे ते शब्द, ते विचार होते. तर अशा तऱ्हेने एक नवीन गुरू अवतरले होते. या आधीच्या एखाद्या...नव्हे अनेक गुरूंकडून ज्ञानाने संपृक्त असे संदेश आजवर आले होते, त्या सर्वांपेक्षा हे निराळे होते. हा आत्मा अगदी वेगळा होता, त्याचा आवाज खास वैशिष्ट्यपूर्ण होता, त्याची बोलण्याची शैलीसुद्धा अगदी प्रसन्न आणि काव्यात्मक होती. हे गुरू मृत्यूबाबत अगदी कोणतीही टाळाटाळ न करता बोलत होते, पण तरीही त्यांचा आवाज आणि त्यांचे विचार प्रेमाने ओथंबलेले होते. ते प्रेम अत्यंत उबदार आणि खरंखुरं आहे, हे जाणवत होतं, तरीही ते सार्वत्रिक आणि अनासक्त आहे, हेही लक्षात येत होतं. त्यामध्ये विलक्षण आनंद होता, तरीही ते गुदमरवून टाकणारं,

भावुक किंवा बंधनात जखडणारं नव्हतं. त्यात प्रेमळ अनासक्ती किंवा त्रयस्थ असा प्रेमळपणा-माया जाणवत होती. शिवाय ते किंचितसं सुपरिचितही वाटत होतं.

कॅथरीनचा हळू असणारा आवाज आता मोठा झाला होता.

''या लोकांवर माझी मुळीच श्रद्धा नाही.''

''कोणत्या लोकांवर श्रद्धा नाही?''

''गुरूंवर!''

''श्रद्धा नाही? विश्वास नाही?''

''नाही. मुळातच मी श्रद्धाळू नाही. म्हणूनच माझं आयुष्य खूप कठीण होतं. त्या आयुष्यात माझ्या मनात कुणाहीबद्दल विश्वास, श्रद्धा नव्हतीच.''

ती १८व्या शतकातील तिच्या आयुष्याचं शांतपणे विश्लेषण करत होती. त्या आयुष्यात ती काय शिकली, तिने कोणते धडे घेतले, असं मी तिला विचारलं.

''मी संताप आणि सूडवृत्ती या भावनांबद्दल धडे घेतले. इतर लोकांप्रति तुमच्या मनात असणाऱ्या भावना कशा लपवायच्या, ते शिकले. मला हेसुद्धा शिकायचं होतं की, आयुष्यावर आपलं नियंत्रण नसतं. मला ते नियंत्रण हवं होतं, पण मला ते मिळालं नाही. गुरूंवर श्रद्धा ठेवायला हवी, त्यांच्यावर विश्वास ठेवायला हवा, तेच मला संपूर्ण वाटचालीत मार्गदर्शन करतील, पण माझ्या मनात त्यांच्याविषयी श्रद्धा नव्हतीच. सुरुवातीपासून माझं नशीबच फुटकं आहे, असंच मला वाटत होतं. मी कधीच कोणत्याही गोष्टीकडे प्रसन्न चित्ताने पाहिलं नाही. आपल्या मनात श्रद्धा हवी... विश्वास पाहिजेच. आणि...मी नेहमी संशय घेत राहिले....विश्वास ठेवण्याऐवजी मी शंका-कुशंका आणि संशय यांनीच पछाडलेली होते.''

कॅथरीन बोलायची थांबली. मी तिला विचारलं,

''मी किंवा तू - आपण स्वतःला अधिक चांगलं बनविण्यासाठी काय केलं पाहिजे? आपले मार्ग सारखेच असतात का?'' माझ्या या प्रश्नावर ज्या गुरूंकडून उत्तर आलं, ते गेल्या आठवड्यात अंतःप्रेरणांची शक्ती आणि कोमातून परत येणारे रुग्ण यांच्याविषयी बोलले होते. कारण आत्ताचा आवाज कॅथरीनचाही नव्हता आणि जे गुरू आत्ताच काव्यात्मक शैलीत बोलले होते, त्यांच्यापेक्षाही पूर्ण वेगळा होता.

''प्रत्येकाचा मार्ग मूलतः सारखाच असतो. आपण जेव्हा शरीर धारण केलेलं असतं, तेव्हा काही धडे शिकून घेणं आवश्यक असतं. आपल्यापैकी काही जण

इतरांपेक्षा लवकर हे शिकतात. दातृत्व, आशावाद, श्रद्धा, प्रेम.....यांवरचे धडे आपण व्यवस्थित जाणून घ्यायला हवेत. कारण एक प्रेम, एक श्रद्धा, एक आशा एवढंच नसतं, तर या एकेका गोष्टीला अनेक इतर गोष्टींचाही हातभार लागलेला असतो. या गोष्टींच्या अभिव्यक्तीचे कित्येक मार्ग असतात. आपण मात्र यापैकी प्रत्येक गोष्टीतल्या लहानशाच पैलूत अडकून बसलेलो असतो.''

''आपल्यापेक्षा धार्मिक वृत्तीचे लोक या गोष्टींच्या अधिक जवळ आलेले असतात कारण त्यांनी पावित्र्य आणि आज्ञापालनाचं व्रत घेतलेलं असतं. किती तरी गोष्टींचा कोणत्याही फळाची अपेक्षा न करता त्यांनी त्याग केलेला असतो. आणि आपण? आपण कायमच फळाची अपेक्षा करत असतो. आपल्या प्रत्येक कामाचं फळ आपल्याला हवं असतं. मात्र जेव्हा आपल्याला पाहिजे ते फळ लाभत नाही, तेव्हा आपल्या वर्तणुकीचं आपण समर्थन करत राहतो. सतत कर्म करत राहण्यातच खरं फळ असतं... पण फळाची अपेक्षा न करता केल्या गेलेल्या कर्मात! निःस्वार्थी भावनेने केलेल्या कर्मात!''

''मी हेच शिकले नाही.''

कॅथरीन तिच्या हळू आवाजात म्हणाली.

एक क्षणभर मी 'पावित्र्य' या शब्दामुळे गोंधळलो होतो. पण मला आठवलं, की त्याचा मूळ अर्थ 'शुद्ध' असा आहे. केवळ नियंत्रित प्रमाणातील लैंगिक वर्तन याच्यापेक्षा खूप गहन अर्थ व्यक्त करणारी ही संकल्पना आहे.

''...अतिउपभोग करू नका...''

ती पुढे सांगू लागली.

''कोणतीही गोष्ट अति केली....अतिरेक केला... तर ते तुमच्या लक्षात येईल... तसं करताना तुम्हाला समजत असतंच...''

पुन्हा एकदा ती मध्येच थांबली.

''मी प्रयत्न करतोय,'' मी म्हटलं आणि कॅथरीनवर लक्ष केंद्रित करायचं ठरवलं. अद्याप गुरू तिथून निघून गेले नव्हते. मी विचारलं, ''कॅथरीनच्या मनातील भय आणि चिंता दूर करण्यासाठी मी तिला काय मदत करू? आणि तिला तिचे धडे शिकण्यात कसं साहाय्य करू? मी आत्ता जे करत आहे, ते ठीक आहे, का यापेक्षा कोणती चांगली पद्धत आहे? मी त्यात काही बदल करू का? एखाद्या विशिष्ट पैलूकडे अधिक लक्ष

देऊ? मी तिला उत्तम सहकार्य कशा प्रकारे करू शकतो?''

याचं उत्तर खोल आवाजात त्या कवी गुरूकडून आलं. माझ्या खुर्चीतच मी जरा पुढे झुकून बसलो.

''जे योग्य आहे, तेच तू करत आहेस. पण हे तुझ्यासाठी आहे, तिच्यासाठी नाही.''

पुन्हा एकदा मला हा संदेश आला होता की, हे सारे संदेश, कॅथरीनपेक्षा जास्त मला उद्देशून दिले जात होते.

''माझ्यासाठी?''

''होय..आम्ही जे सांगत आहोत ते तुझ्यासाठी आहे.''

कॅथरीनला ते तिसरी व्यक्ती असे संबोधून बोलत होते, इतकंच नाही, तर ते 'आम्ही' असा उल्लेख करत होते. याचा अर्थ खरोखरच एकच नाही तर अनेक गुरू.. अनेक आत्मे तिथे उपस्थित होते.

''मला तुमची नावं कळू शकतील का?'' मी प्रश्न विचारला खरा.. पण लगेचच माझ्या अगदी सामान्य आणि सांसारिक वृत्तीच्या प्रश्नाने मलाच ओशाळवाणं वाटलं. मी म्हणालो, ''मला मार्गदर्शन हवंय....खूप काही जाणून घ्यायचंय मला..''

यावरचं उत्तर म्हणजे माझ्या जन्म आणि मृत्यूबाबतची प्रेमकविताच होती. हा आवाज अगदी हळुवार आणि नाजूक होता. मला त्यात तोच प्रेमळ अनासक्तपणा जाणवत होता. मी खूप कुतूहलाने ऐकत होतो.

''योग्य वेळी तुला मार्गदर्शन केलं जाईल. योग्य वेळी... तुला मार्गदर्शन केलं जाईल...तुला ज्या कार्यपूर्तीसाठी येथे पाठवलं आहे, ती कार्यं जेव्हा पूर्ण होतील, तेव्हा तुझं आयुष्य संपेल. पण त्याआधी नाही. तुला अजून बराच काळ वाटचाल करायची आहे....खूप काळ.''

मी एकाच वेळी काहीसा चिंतेतही पडलो आणि निवांतही झालो. गुरू यापेक्षा जास्त थेट काही बोलले नाहीत, याचा मला आनंदच झाला होता. कॅथरीन आता अस्वस्थ होऊ लागली होती. ती हळू आवाजात बोलू लागली.

''मी पडतेय...खाली पडतेय....माझं आयुष्य शोधण्याचा प्रयत्न करतेय.... पडतेय...''

तिने आणि मीही आता एक सुस्कारा सोडला. एव्हाना गुरू परत गेले होते. त्या अद्भुत अशा संदेशांचा मी विचार करत होतो....आत्म्यांकडून आलेले अगदी व्यक्तिगत असे संदेश होते ते. त्यांचे गर्भितार्थ भन्नाट होते. मृत्यूनंतरचा प्रकाश, मृत्यूनंतरचं जीवन, आपण केव्हा जन्माला यायचं आणि केव्हा मरायचं, याची आपल्याच हातात असणारी निवड, गुरूंकडून निश्चितपणे मिळणारं अचूक असं मार्गदर्शन; निव्वळ वर्षांत नाही, तर आपण किती धडे घेतले, किती शिकलो या आधारे होणारं आयुष्याचं मोजमाप; पावित्र्य, आशा, श्रद्धा आणि प्रेम; फळाची अपेक्षा न करता केलेलं कर्म - या साऱ्या गोष्टींचं ज्ञान माझ्यासाठी नवं होतं. पण या साऱ्यामागचा हेतू काय होता? कोणत्या गोष्टी मिळवण्यासाठी मला इथे पाठवण्यात आलं होतं?

माझ्या क्लिनिकमध्ये एखाद्या धबधब्यासारख्या कोसळणाऱ्या या संदेशांमुळे आणि प्रसंगांमुळे माझ्या व्यक्तिगत आणि कौटुंबिक आयुष्यात खूप खोलवर होणारे बदल दिसू लागले आणि माझ्यात होणारं हे परिवर्तन हळूहळू माझ्या जाणिवेपर्यंत झिरपलं. एक उदाहरण सांगतो. मी माझ्या मुलाला त्याच्या कॉलेजच्या बेसबॉलच्या सामन्यासाठी सोडायला गाडीने निघालो होतो. अचानक आम्ही खूप वाईट अशा ट्रॅफिक जॅममध्ये अडकलो. एरवी अशा ट्रॅफिक जॅममध्ये अडकलो की, मला नेहमीच अत्यंत संताप येत असे. आणि आता तर आमची सामन्याची एखाद-दुसरी इनिंग चुकणार होती.... पण तरीही या वेळी मला मुळीच संताप येत नाहीये, हे मला जाणवत होतं. आता मी कोणत्याही अकार्यक्षम ड्रायव्हरच्या नावाने खडे फोडत नव्हतो. माझ्या मानेचे...खांद्याचे स्नायू अगदी शिथिल होते. माझा वैताग मी माझ्या मुलावर काढत नव्हतो. उलट एकमेकांशी गप्पा मारत आम्ही तो वेळ काढत होतो. माझ्या लक्षात आलं, मला तर फक्त जॉर्डनबरोबर एक आनंदी दुपार घालवायची होती, आम्हा दोघांना खेळ बघताना आनंद मिळतो. त्या दुपारचं उद्दिष्ट म्हणजे एकत्र वेळ घालवणं...इतकंच होतं बस्स! त्या वेळी मी जर संतापलो असतो, तर सगळ्या कार्यक्रमाचाच सत्यानाश झाला असता.

मी माझ्या पत्नी आणि मुलांकडे बघून विचार करू लागलो, यापूर्वीसुद्धा आम्ही असं एकत्र होतो का? या आयुष्यातले कठीण प्रसंग, दुर्दैवी गोष्टी आणि आनंदातही आम्ही एकत्र जगायचे असं ठरवून आलो आहोत का? आम्ही वयातीत आहोत का? मला त्यांच्याबद्दल एक कोमल भावना आणि अतोनात प्रेम जाणवलं. त्यांची वैगुण्यं आणि चुका अगदीच किरकोळ आहेत, असं वाटलं. या गोष्टी खरोखरच फारशा महत्त्वाच्या नव्हत्या. पण परस्परांबद्दलचं प्रेम मात्र सर्वांत महत्त्वाचं होतं.

याच कारणामुळे मी माझ्या स्वतःच्या चुकांकडेही दुर्लक्ष करायला शिकलो. आता

मला अगदी अचूक आणि कायम नियंत्रणात राहण्याची आवश्यकता वाटेनाशी झाली. कुणाला तरी प्रभावित करण्याची इच्छाही संपून गेली.

हा अनुभव कॅरोलला सांगताना मला खूप छान वाटत होतं. आम्ही रात्री जेवण झालं की, नेहमीच या विषयावर बोलत असू. कॅथरीनच्या सत्रानंतर माझ्या भावना आणि प्रतिक्रिया यांच्यावर मंथनही करत असू. कॅरोलला विश्लेषक मनाची देणगी लाभली आहे, पण नेहमीच तिचे पाय जमिनीवर असतात. कॅथरीनबरोबरचे अनुभव मी किती काळजीपूर्वक आणि शास्त्रीय पद्धतीने घेऊ इच्छितो, याची तिला पूर्णतः जाणीव होती. सर्व माहितीकडे अगदी वस्तुनिष्ठपणे बघण्यासाठी वेळप्रसंगी ती कडक अंकुशही ठेवणार होती. पण जसजसे अगदी महत्त्वाचे पुरावे अधिकाधिक संख्येत मिळत गेले, तसतशी कॅरोलही माझा आनंद आणि समजुती जाणून घेत त्यांचा अनुभवही घेऊ लागली.

प्रकरण ७

कॅथरीन जेव्हा पुढच्या आठवड्यात सत्रासाठी आली, तेव्हा गेल्या आठवड्यातल्या त्या अविश्वसनीय वाटाव्या अशा आमच्या संभाषणाच्या टेप मी तिला ऐकवणार होतो. कारण शेवटी पूर्वजन्मातील आठवणींच्या जोडीला मला हे अलौकिक ज्ञान तिच्यामुळेच मिळत होतं. मी तिला सांगितलं, तिला मृत्यूनंतरचे अनुभव मिळाले होतेच, अर्थात तिला दोन जन्मांच्या मधल्या काळातील कुठल्याच गोष्टी आठवत नव्हत्या. पण ती मात्र टेप ऐकायला फारशी उत्सुक नव्हती. तिच्यात भन्नाट सुधारणा झाली होती, पूर्वीपेक्षा किती तरी पटीने ती खूश होती, त्यामुळे या गोष्टी ऐकण्यात तिला मुळीच स्वारस्य नव्हतं. आणि तसंही या गोष्टी तिच्या दृष्टीने जरा 'भयानक'च होत्या. पण तरीही तिला तो टेप ऐकण्यासाठी मी तयार केलंच. ते सारं संभाषण अत्यंत विस्मयकारक, सुंदर आणि आपली चेतना उंचावणारं होतं. मुख्य म्हणजे ते तिच्या माध्यमातूनच माझ्यापर्यंत आलं होतं. टेपमधील अतिशय हळू आवाजात कुजबुजतानाचं स्वतःचं बोलणं तिने कसंबसं काही मिनिटं ऐकलं आणि अखेर मला ते बंद करायला लावलंच. हे सगळं खूप विचित्र वाटतंय आणि त्यामुळे खूप अस्वस्थ वाटतंय, असं तिने मला सांगितलं. मला एकदम आठवलं...... 'हे तुझ्यासाठी आहे, तिच्यासाठी नाही.'

कॅथरीनची प्रगती दर आठवड्याला अगदी झपाट्याने होत होती, त्यामुळे आमची उपचारसत्रंही किती दिवस चालतील, याबद्दल मी साशंक होतो. एके काळी तिच्या मनात कित्येक वादळं उठली होती...आता ती बऱ्यापैकी शमली होती, एव्हाना अगदी थोड्याच गोष्टी तिला छळत होत्या. अजूनही तिला बंद जागांची भीती वाटत होती आणि स्टुअर्टबरोबरचं तिचं नातंही फारसं स्थिरावलं नव्हतं. या दोन गोष्टी सोडल्या तर मात्र तिच्यात उत्तम सुधारणा दिसत होती.

गेल्या कित्येक महिन्यांत आम्ही पारंपरिक मानसोपचाराचं सत्र घेतलंच नव्हतं. कारण तशी गरजच वाटत नव्हती. ती आली की, आम्ही पटकन त्या आठवड्यातल्या घटनांचा आढावा घेऊन लगेचच संमोहन स्थितीत जाऊन मागील जन्मात जात असू. वेदनादायी अशा महत्त्वाच्या प्रसंगांच्या आठवणी किंवा दैनंदिन आयुष्यातले लहान-मोठे त्रासदायक प्रसंग किंवा पूर्वानुभवांचे पुन्हा स्मरण आणि पुन्हा ते प्रसंग जगणे यामुळे कदाचित कॅथरीनमध्ये सुधारणा झाली असावी. तिचे भयगंड आणि तीव्र अस्वस्थतेचे झटके

(पॅनिक अ‍ॅटॅक्स) जवळपास थांबले होते. आता तिला मृत्यूचं भय सतावत नव्हतं. आपलं नियंत्रण सुटेल, अशी भीती आता तिच्या मनात उरली नव्हती. कॅथरीनच्या आजाराची जी लक्षणं होती, त्यावर अलीकडचे मानसोपचारतज्ज्ञ मन शांत करणाऱ्या (ट्रॅंक्वीलायझर्स) आणि नैराश्य दूर करणाऱ्या (अँटीडिप्रेसंट्स) औषधांची मोठी मात्रा देतात. या औषधांच्या जोडीला रुग्णांवर अत्यंत तीव्र असे मानसोपचारही केले जातात आणि भयगंड घालविण्यासाठी गट उपचारांच्या सत्रांनाही त्यांना उपस्थित राहावं लागतं. काही मानसोपचारतज्ज्ञांच्या दृष्टीने कॅथरीनमध्ये जी लक्षणं दिसून येत होती, त्यांचं कारण जैविकही असू शकतं. त्यांच्या मते याचं कारण मेंदूतील एका किंवा अनेक रसायनांमध्ये असणारी कमतरता हे कारण असू शकते.

कॅथरीनला संमोहनाद्वारे मी गाढ संमोहित अवस्थेत घेऊन गेलो, त्या वेळी माझ्या मनात येत होतं, किती छान प्रगती झाली आहे हिची. कोणत्याही औषधांशिवाय, पारंपरिक उपचारांशिवाय किंवा कोणत्याही गटउपचारांचाही अवलंब न करता काही आठवड्यांतच ती जवळपास बरी झाली होती. शिवाय हे म्हणजे लक्षणं केवळ दाबून टाकण्याचा प्रकार नव्हता किंवा मनात सतत भय बाळगून तोंड दाबून कसंबसं आयुष्य ढकलत राहायचं असंही नव्हतं. ती खरंच बरी झाली होती....आता तिच्यात ती लक्षणंही दिसत नव्हती. कल्पनेतही मी कधी विचार केला नव्हता, इतकी ती तेजस्वी, प्रसन्न आणि आनंदी दिसत होती.

पुन्हा एकदा त्याच हळू आवाजात ती बोलू लागली,

''मी आत्ता एका घुमटाकार छप्पर असलेल्या इमारतीत आहे. ते छत निळं आणि सोनेरी रंगाचं आहे. माझ्यासोबत तिथे इतरही लोक आहेत. त्यांनी....काही तरी जुने कपडे घातले आहेत...खूप जुना पोशाख...आणि गलिच्छसुद्धा! आम्ही तिथे कसे आलो, हे मला ठाऊक नाही. तिथे खूप साऱ्या मूर्ती आहेत... काही तुकडेही आहेत, कसल्याशा चौथऱ्यांवर ते तुकडे मांडले आहेत. त्या खोलीच्या टोकाला एक खूप मोठी सोन्याची मूर्ती, पुतळा आहे...तो खूप मोठ्ठा आहे...त्याला पंख आहेत. तो खूप दुष्ट आहे. खोलीत खूप गरम होतंय...खूप गर्मी आहे....त्या खोलीला कुठेही दारं खिडक्या नाहीत म्हणून इतकी गर्मी जाणवते आहे. आमच्या गावांपासून आम्हाला खूप दूर राहावं लागतंय. आमच्याबाबतीत काही तरी चुकीचं आहे.''

''तू आजारी आहेस का?''

''हो, आम्ही सगळेच आजारी आहोत. आम्हाला नेमका काय आजार झालाय,

ते कळत नाहीये, पण आमची त्वचा मृत होतेय, ती अगदी काळी ठिक्कर पडत आहे. मला खूप थंडी वाजतेय. हवा भयानक कोरडी आणि कुबट आहे. आम्ही आमच्या गावात परत जाऊ शकत नाही. आम्ही गावाबाहेरच राहिलं पाहिजे. काही जणांचे चेहरे तर विद्रूप झाले आहेत.''

कुष्ठरोगाप्रमाणे ही व्याधीही भीषण स्वरूपाची होती. यापूर्वी ती कधी खूप सुंदर आयुष्य जगली असली तरी, अद्याप ते आमच्या समोर आलं नव्हतं.

''तुला अजून किती दिवस तिथे राहावं लागणार आहे?''

माझ्या या प्रश्नावर अगदी खेदाने ती उत्तरली, *''कायमच! मरेपर्यंत! कारण या व्याधीवर कोणताही उपाय नाही.''*

''या आजाराचं नाव काय आहे, कोणती व्याधी आहे ही? तुला माहीत आहे?'' मी विचारलं.

''नाही. त्वचा कोरडी पडत जाते आणि नंतर ती निघूनच जाते. किती तरी वर्षं मी तिथेच आहे. काहीजण अगदी नुकतेच आले आहेत. पण या व्याधीमुळे इथे आलो की परतीचे मार्ग बंदच! आम्ही बहिष्कृतच होतो. मरेपर्यंत!''

अगदी हलाखीचं, दुर्दैवी असं आयुष्य तिच्या नशिबी आलं होतं. कुठल्याशा गुहेत ती राहत होती.

''शिकार करून आमचं अन्न आम्हालाच मिळवावं लागतं. शिकार करताना कोणता तरी हिंस्र प्राणी मला दिसला आहे....त्याला शिंगं आहेत. तपकिरी रंगाची भली मोठी शिंगं असणारा तो प्राणी आहे.''

''तुला भेटायला कोणी येतं का?''

''नाही. आमच्याजवळ कुणीच येऊ शकत नाही....अन्यथा त्यांच्यावरसुद्धा हे संकट येऊ शकतं. आमच्या हातून काही भयानक पाप घडलं असावं, त्यामुळेच आम्हाला हा शाप मिळालाय. ही आम्हाला मिळालेली शिक्षा आहे.''

तिच्या आयुष्यांमधली आध्यात्मिक समज वेळेनुसार कायम बदलत असे. मृत्यूनंतरच्या त्या आध्यात्मिक अवस्थेतच विश्वसनीय नियमितता आणि बरं वाटावं अशी स्थिती असे.

''ते साल कोणतं आहे, हे तुझ्या लक्षात येतंय का?'' मी विचारलं.

''आम्हाला काळवेळेचं भानच उरलेलं नाहीये. आम्ही आमच्या व्याधीमुळे पुरते बेजार झालोय. फक्त मरणाची वाट बघणं एवढंच काय ते आमच्या हातात उरलंय.''

''आशेचा काही किरण दिसतोय का?'' प्रश्न विचारला खरा तरी मला मात्र तिची खिन्नता स्पष्टपणे जाणवत होती.

''कोणतीही आशा उरलेली नाही. आम्हा सगळ्यांचं मरण नक्की आहे. माझे हात अत्यंत वेदनेने गळून गेले आहेत. माझं सारं शरीर अशक्त झालंय. मी वयस्कर झालेय. आता साधी हालचाल करणंही अवघड झालंय.''

मी विचारलं, ''जेव्हा तुम्ही हलूही शकत नाही, तेव्हा काय होतं?''

''अशा वेळी तुम्हाला एका वेगळ्या गुहेत नेऊन ठेवतात....मरण्यासाठी!''

''एखाद्या व्यक्तीचा मृत्यू झाल्यावर काय करतात?''

''ते गुहेचं तोंड बंदच करून टाकतात.''

कॅथरीनला बंद जागांची भीती छळत असे. त्याचं मूळ या प्रकारात असेल का, याचा अंदाज घेण्यासाठी मी तिला विचारलं. ''एखादी व्यक्ती मरण्याच्या आधीच गुहेचं तोंड बंद करून टाकतात का?''

ती उत्तरली,

''कुणास ठाऊक? मी तिथे कधीच गेलेले नाही, त्यामुळे मला माहीत नाही. मी इतर काही लोकांबरोबर आत्ता एका खोलीत आहे. भिंतीच्या शेजारी फक्त पडून राहिलीय. प्रचंड गर्मी आहे.''

''कोणती खोली आहे ती?''

''पूजेची.....खूप देव आहेत तिथे! पण फारच गर्मी जाणवते आहे.''

मी तिला आता थोडं पुढच्या काळात घेऊन गेलो.

''मला पांढऱ्या रंगाचं काही तरी दिसतंय. कसल्या तरी प्रकारचं छत असावं असं आवरण आहे ते. लोक कुणाला तरी घेऊन जात आहेत.''

''ती व्यक्ती तू आहेस का?''

''मला माहीत नाही. पण मी माझ्या मृत्यूचं स्वागतच करेन. कारण मला असह्य वेदना होत आहेत.''

कॅथरीनचे ओठ अतीव वेदनेमुळे आवळले गेले होते. ती सांगत होती, त्या प्रचंड गर्मीमुळे तिला धाप लागली होती. मी तिला तिच्या मृत्यूच्या क्षणाशी घेऊन गेलो. अजूनही तिला धाप लागली होती.

मी तिला विचारलं, "तुला श्वास घ्यायला त्रास होतोय?"

"हो....खूप गरम आहे इथे....खूप गर्मी जाणवतेय.....सगळीकडे दाट काळोख आहे...मला काहीही दिसत नाही. आणि मला हलतासुद्धा येत नाहीये."

ती त्या अंधाऱ्या गुहेत, प्रचंड गर्मीत अखेरचे क्षण मोजत... एकटीच पडली होती... शरीर जराजर्जर झालं होतं. गुहेचं तोंड कधीच बंद करून टाकण्यात आलं होतं. ती कमालीची घाबरून गेली होती...खूप केविलवाणी झाली होती ती. आता तिचा श्वासोच्छ्वास वेगाने पण अनियमितपणे चालू लागला. अखेरीस, तिच्या त्या भयानक जीवनाचा शेवट झाला.

"अहाहा! मला आता खूप हलकं हलकं वाटतंय.....मी तरंगत आहे. इथे छान प्रकाश पडलाय. खूपच मस्त वाटतंय इथे!"

"तुला वेदना जाणवत आहेत का?"

"नाही!"

मध्येच काही क्षण ती थांबली. मला आता गुरूंची प्रतीक्षा होती, पण तेवढ्यात कॅथरीन त्या अवस्थेतून झपाट्याने बाहेर येऊ लागली...

"मी प्रचंड वेगाने खाली येत आहे...मी पुन्हा शरीर धारण करत आहे."

हे अचानक ऐकल्यामुळे मला जितकं आश्चर्य वाटत होतं, तेवढंच तिलाही वाटत होतं.

"मला इमारतीच इमारती दिसत आहेत. त्यांना गोलाकार स्तंभ आहेत. कित्येक इमारती आहेत तिथे. आम्ही बाहेर आहोत. सभोवताली ऑलिव्हची झाडं आहेत. खूप सुंदर वातावरण आहे. आम्ही कसलं तरी निरीक्षण करतोय. काही तरी बघतोय. लोकांनी त्यांचे सारे चेहरे झाकले जातील असे गमतीशीर मुखवटे घातले आहेत. मला वाटतं, काही तरी उत्सव असावा. लोकांनी पायघोळ कपडे घातले आहेत आणि चेहरा झाकणारे मुखवटे! त्यांनी काही ना काही सोंग घेतलंय. ते कुठल्याशा व्यासपीठावर आहेत... आम्ही बसलोय त्याच्यावरतीच आहे ते व्यासपीठ."

"तुम्ही नाटक बघत आहात का?"

"होय!"

"तू कशी दिसते आहेस? जरा स्वतःकडे बघून सांग."

"माझे केस तपकिरी आहेत. त्यांची वेणी घातली आहे."

ती बोलायची थांबली. ती स्वतःचं करत असलेलं वर्णन, जसं ती म्हणत होती, तशी ती ऑलिव्हची झाडं यामुळे मला कॅथरीनचा ख्रिस्तपूर्व १५०० वर्षांचा ग्रीक काळातला जन्म आठवला. त्या जन्मात मी तिचा शिक्षक होतो... डायोजेनिस! आता त्याबद्दल थोडं अधिक जाणून घ्यावं, असं मी ठरवलं.

"तुला ती तारीख काय आहे, हे लक्षात येतंय का?"

"नाही."

"तू ज्यांना ओळखतेस, असे कुणी लोक आहेत का तिथे?"

"हो. माझा नवरा माझ्याबरोबर आहे. पण मी त्याला ओळखत नाही."

(म्हणजे, आत्ताच्या जन्मातील तो कुणी परिचित नाही.)

"तुला मुलं आहेत का?"

"आत्ता माझ्यासोबत एक मूल आहे."

कॅथरीन वापरत असणारे शब्द फारच वेगळे वाटत होते. ते अगदी पुराण काळातले आहेत, हे कळत होतं. ती जागृत अवस्थेत असताना बोलते तसे तर ते मुळीच नव्हते.

"तुझे वडील तिथे आहेत का?"

"मला ते कुठेच दिसत नाहीत. पण तुम्ही मात्र तिथेच कुठे तरी आहात... पण माझ्या बरोबर नाही."

याचा अर्थ माझा अंदाज बरोबर होता. आम्ही तब्बल ३५ शतकांपूर्वीच्या काळात होतो.

"मी तिथे काय करतोय?"

"तुम्ही आत्ता फक्त बघताय. पण तुम्ही शिकवता...आम्ही तुमच्याकडून खूप काही शिकलो आहे.... चौकोन, गोल आणि बऱ्याच गमतीशीर गोष्टी. डायोजेनिस, तुम्ही तिथे आहात...!"

"माझ्याबद्दल तुला आणखी काय माहिती आहे?"

"तुम्ही वयस्कर आहात...आणि मला वाटतं, आपलं काही तरी नातंसुद्धा आहे. तुम्ही माझ्या आईचे भाऊ आहात."

“माझ्या कुटुंबातल्या इतरांना तू ओळखतेस?”

“मी तुझी पत्नी....आणि मुलांना ओळखते. तुला मुलगे आहेत. त्यापैकी दोघे माझ्यापेक्षा वयाने मोठे आहेत. माझ्या आईचा खूप तरुण वयातच मृत्यू झालाय.”

“तुझ्या वडिलांनी तुला मोठं केलंय का?”

“हो, पण आता मी विवाहित आहे.”

“तू गर्भवती आहेस?”

“हो... पण बाळंतपणात माझा मृत्यू होईल की काय, अशी धास्ती वाटतेय मला.”

“तुझ्या आईचा मृत्यू बाळंतपणात झाला होता का?”

“होय.”

“आणि म्हणून तुझ्याही बाबतीत तसंच घडेल असं तुला वाटतंय?”

“असं खूपदा घडतं...”

“हे तुझं पहिलंच बाळ आहे का?”

“होय. पण मला भीती वाटतेय. लवकरच त्याचा जन्म होईल असा माझा अंदाज आहे. मी खूप जाड झालीय. हालचाल करणंदेखील मला खूप अवघड होतंय..... खूप गारठा आहे.”

आता ती स्वतःहूनच काळात थोडी पुढे आली होती. तिच्या बाळाच्या जन्माची वेळ आली होती. कॅथरीनला कधीही बाळ झालं नव्हतं. मीसुद्धा १४ वर्षांपूर्वी प्रसूतिशास्त्राचा अभ्यास सोडल्यानंतर या गोष्टींपासून लांबच होतो.

मी तिला विचारलं, “आत्ता कुठे आहेस तू?”

“थंडगार फरशीवर मी झोपले आहे. मला खूप वेदना होत आहेत.... मला कुणाच्या तरी मदतीची नितांत गरज आहे. मला मदत हवीय.”

मी तिला दीर्घ श्वसन करायला सांगितलं. ते केल्यास फारशा वेदना न होता बाळ जन्माला येईल. तिला धाप लागली होती आणि त्याचवेळी ती वेदनेने कण्हतही होती. त्यानंतर आणखी काही वेळ तिच्या प्रसूतिवेदना सुरू होत्या...जरा वेळाने तिच्या बाळाचा जन्म झाला. तिला मुलगी झाली होती.

“आता बरं वाटतंय का तुला?”

“खूप थकायला झालंय....खूपच रक्तस्राव झालाय..!”

“तुझ्या लेकीचं काय नाव ठेवणार आहेस, हे तुला माहितीय?”

“नाही. आत्ता, या क्षणी तर मी खूप दमून गेले आहे....मला माझं बाळ हवंय, बस्स...!”

“इथं आहे तुझं बाळ...तुझी लेक!” मी म्हणालो.

“माझा नवरा खूप खूश आहे.”

ती खरंच खूप दमून गेली होती. मी तिला एक छोटीशी डुलकी काढून ताजंतवानं होण्यास सांगितलं. एक-दोन मिनिटांनी मी तिला तिच्या झोपेतून उठवलं.

“आता तुला जरा बरं वाटतंय का?”

“हो..... मला काही प्राणी दिसत आहेत. ते त्यांच्या पाठीवरून काही वाहून नेत आहेत. त्यांच्या पाठीवर टोपल्या आहेत. त्या टोपल्यांमध्ये खूप काही गोष्टी आहेत...अन्नपदार्थ...लाल रंगाची काही फळं...”

“सभोवतालचा प्रदेश चांगला आहे का?”

“हो. खूप अन्नधान्य आहे.”

“त्या प्रदेशाचं नाव तुला माहीत आहे का? त्या खेड्याचं नाव कुणी विचारलं तर तुम्ही काय सांगता?”

“कॅथेनिया....कॅथेनिया....”

“हे तर एखादं ग्रीक शहराचं नाव वाटतंय.”

“मला नाही माहीत. तुम्हाला माहितीय का? तुम्ही गावातून बाहेर जाऊन आला आहात. मी नाही गेले.”

ही अगदी वेगळीच गोष्ट घडली. कारण त्या जन्मात मी तिचा मामा होतो, वयाने, ज्ञानाने मोठा होतो. त्यामुळे ती माझ्याच प्रश्नाचं उत्तर मला ठाऊक आहे का, असं विचारत होती. दुर्दैवाने, माझी तिच्याप्रमाणे या माहितीपर्यंत पोहोच नव्हती.

मी तिला विचारलं, “तू तुझं पूर्ण आयुष्य फक्त याच गावात राहिलीस का?” त्यावर ती उत्तरली,

''हो. पण तुम्ही मात्र खूप प्रवास करत असता. तुम्हाला अध्यापन करायचं असल्याने, ज्ञान मिळवण्यासाठी तुम्ही प्रवास करता. सगळीकडे प्रवास करत, तो प्रदेश समजून घेण्यासाठी.... वेगवेगळे व्यापारी मार्ग जाणून घेता, जेणेकरून ही माहिती कागदावर उतरवून तुम्हाला नकाशे बनविण्यासाठी त्याचा उपयोग होऊ शकेल....आता तुम्ही वयस्कर झाला आहात. तुम्ही तरुणांबरोबर जाता कारण तुम्हाला तक्ते समजतात. तुम्ही खूप बुद्धिमान आहात.''

''तक्ते? कोणत्या तक्त्यांबद्दल तू बोलत आहेस? ताऱ्यांचे तक्ते?''

''तुम्हाला सांकेतिक चिन्हांची खूप जाण आहे. तुम्ही नकाशे बनवण्यासाठी .... ते तयार करण्यासाठी मदत करू शकता.''

''त्या गावातल्या इतर लोकांना तू ओळखतेस?''

''मी इतर कुणाला ओळखत नाही. फक्त तुम्हालाच ओळखते.''

''बरं....आपलं नातं कसं आहे?''

''खूपच छान. तुम्ही स्वभावाने फार दयाळू आहात. तुमच्या शेजारी नुसतं बसलं तरी मला खूप छान वाटतं. खूप आश्वासक वाटतं.... तुम्ही आम्हाला खूप मदत केली आहे...माझ्या बहिणींनाही तुम्ही मदत केली आहे....''

''पण मी म्हातारा आहे. त्यामुळे एक क्षण असा येईलच, ज्यावेळी मला, तुला सोडून जावंच लागेल.''

''नाही.''

तिला माझ्या मृत्यूची कल्पनाही सहन झाली नाही.

''मला ब्रेड दिसतोय...सपाट असा ब्रेड. पातळ...''

''लोक ब्रेड खात आहेत का?''

''हो. मी, माझे वडील, माझा नवरा आणि गावातले इतरही लोक ब्रेड खात आहेत.''

''कसला प्रसंग आहे तो?''

''तो...बहुधा कसलासा उत्सव आहे.''

''तुझे वडीलही आहेत का तिथे?''

''हो. आहेत.''

''आणि तुझी लेक?''

''हो. तीही तिथेच आहे, पण माझ्याबरोबर नाही, माझ्या बहिणीबरोबर आहे ती.''

''तुझ्या बहिणीकडे नीट बघ.'' तिची तेव्हाची बहीण या जन्मातली कुणी महत्त्वाची व्यक्ती आहे का, हे जाणून घेण्यासाठी मी तिला सुचवलं.

''हो....पण मी तिला ओळखत नाही.'' (या जन्मात)

''तुझ्या वडिलांना ओळखतेस तू?''

''हो.....हो...ओळखते...एडवर्ड! तिथे खूप अंजीरं आहेत, ऑलिव्हज् आहेत...आणि लाल रंगाची फळंही! तिथे पातळ ब्रेड आहे. त्यांनी काही बकऱ्या मारल्या आहेत. ते त्या बकऱ्या भाजत आहेत.''

खूप वेळ ती काहीच बोलली नाही.

''मला काही तरी पांढऱ्या रंगाचं दिसतंय....''

पुन्हा एकदा ती स्वतःच थोड्या पुढील काळात गेली.

''ती पांढऱ्या रंगाची चौकोनी पेटी आहे. मृत्यूनंतर त्यात शव ठेवलं जातं.''

''म्हणजे कुणाचा मृत्यू झालाय का?''

''हो. माझे वडील गेलेत. मला त्यांच्याकडे बघावंसं वाटत नाहीये...त्यांना बघायचं नाहीये मला..!''

''पण तुला बघावंच लागतंय का?''

''हो...कारण त्यांचं दफन करण्यासाठी त्यांना आता घेऊन जातील. मला खूप खूप वाईट वाटतंय.''

''खरंय. मला समजू शकतंय. तुला किती अपत्यं आहेत आता?'' माझ्यातला चौकसपणा तिला धड शोकही करू देत नव्हता.

''मला तीन मुलं आहेत...दोन मुलगे आणि एक मुलगी.''

तिनेही माझ्या प्रश्नाचं आज्ञाधारकपणे उत्तर दिलं आणि पुन्हा ती दुःखात बुडाली.

''त्यांनी आता माझ्या वडिलांचं शव कसल्याशा आवरणाखाली ठेवलंय....''

ती खरंच दुःखात आहे, हे कळत होतं. मी विचारलं, ''तोवर माझाही मृत्यू झालाय का?''

''नाही. आता आपण भांड्यातून द्राक्षाचा रस पितोय...''

''मी आता कसा दिसतोय?''

''तुम्ही खूपच वृद्ध झालाय...खूपच वयस्कर!''

''आता बरं वाटतंय का तुला?''

''नाही! तुमचा मृत्यू होईल तेव्हा मी अगदी पोरकी होऊन जाईन.''

''अगं, मुलं आहेत की तुला. ती तुझी काळजी घेतील.''

''पण तुम्हाला किती माहिती आहे...केवढे ज्ञानी आहात तुम्ही!''

लहान मुलगी बोलावी, तसं ती बोलत होती.

मी तिला धीर देत म्हटलं, ''काही अडणार नाही तुझं, तुलाही खूप ज्ञान आहे. तू नीट राहशील.'' तिला जरा धीर आलाय आणि ती आता विश्रांती घेतीय असं वाटत होतं.

''तुला आता जरा शांत वाटतंय? कुठे आहेस तू आता?''

''मला माहीत नाही.'' ती म्हणाली. तिने त्या जन्मातला आपला मृत्यू अनुभवला नव्हता, पण तिच्या बोलण्यावरून ती एव्हाना मृत्यू पार करून आध्यात्मिक अवस्थेत गेल्याचं जाणवत होतं. या आठवड्यात आम्ही तिचे दोन जन्म उल्लेखनीय अशा तपशिलांसह अनुभवले होते. मी गुरूंची वाट बघत होतो, पण कॅथरीन विश्रांती घेत होती. बराच वेळ असाच गेल्यावर मी तिला विचारलं, ''तू गुरूंशी संवाद साधू शकशील का?'' त्यावर ती म्हणाली, *''मी अजून त्या स्तरावर पोहोचले नाही, आणि जोवर तिथे मी पोहोचत नाही तोवर, मी बोलू शकणार नाही.''*

ती त्या स्तरावर पोहोचलीच नाही. अखेरीस, खूप वेळ वाट पाहिल्यानंतर मी तिला तिच्या संमोहनातून बाहेर आणलं.

प्रकरण ८

आमचं पुढील सत्र तीन आठवड्यांनंतर झालं. त्या दरम्यान मी सुट्टीसाठी गेलो होतो. उष्ण कटिबंधीय प्रदेशातील त्या समुद्रकिनारी पहुडलो असताना मला विचार करायला भरपूर वेळ आणि सवड मिळाली होती. कॅथरीनच्या बाबतीत काय काय घडामोडी घडल्या, संमोहन पद्धतीच्या मदतीने तिने घेतलेला पूर्वजन्मांचा अनुभव, तिच्या जागृत अवस्थेत तिला ज्या बाबींचं बिलकूल ज्ञान नव्हतं, अशा पूर्वजन्मातील विविध वस्तू, प्रक्रिया आणि तथ्यं याबाबतची तिने टिपलेली बारीकसारीक निरीक्षणं, या पूर्वजन्मातील अनुभवांमुळे तिच्या आजाराच्या लक्षणांमध्ये दिसून येणारी सुधारणा, जी तब्बल १८ महिने पारंपरिक मानसोपचार पद्धतींमुळे उपचार घेऊनसुद्धा दिसत नव्हती. पूर्वजन्मातील मृत्यूनंतरच्या आध्यात्मिक अशा मधल्या अवस्थेत तिला अनेक संकल्पनांचा झालेला अचूक उलगडा - जे ज्ञान मिळण्याचा कोणताही स्रोत तिच्याकडे नव्हता...काय नव्हतं या ज्ञानात.... मृत्यूनंतरच्या आयुष्यासंदर्भातील ज्ञान, आध्यात्मिक काव्य, त्या आयुष्याचे तसेच जन्म-मृत्यू, जन्म-पुनर्जन्म असे अनेक पैलू दर्शविणारे धडे असं आणि आणखी बरंच काही! अन् तेही ज्ञानी अशा गुरूंच्या आत्म्यांकडून मिळाले होते. अन्यथा हे ज्ञान कॅथरीनच्या क्षमतांच्या आवाक्यातलं नव्हतंच. मला विचार करण्यासाठी भरपूर खाद्य होतं.

वर्षानुवर्षे मी अनेक रुग्णांवर उपचार केले होते. शेकडो, कदाचित हजारो मानसिक रुग्णांवरही! या साऱ्यांमध्ये सर्व प्रकारच्या भावनिक, मानसिक विकृती होत्या. चार प्रमुख वैद्यकीय महाविद्यालयांत मी काम केलं होतं. मानसोपचार केंद्रात मी कित्येक वर्षं काम केलं होतं, बाह्यरुग्ण विभाग आणि इतरही अशाच उपचार केंद्रांतील कामाचा, रुग्णचिकित्सेचा मला मोठा अनुभव होता. रुग्णांना श्राव्य आणि दृश्य अशा दोन्ही प्रकारच्या होणाऱ्या आभासांची मला व्यवस्थित माहिती होती, तसंच छिन्नमनस्कतेत होणारे विभ्रमदेखील मला ठाऊक होते. मानसिक विकृतींच्या सीमारेषेवर असणाऱ्या आणि हिस्टेरियाची लक्षणं असणाऱ्या, दुभंग व्यक्तिमत्त्व किंवा बहुव्यक्तित्व असणाऱ्या रुग्णांवरही मी उपचार केले होते. नॅशनल इन्स्टिट्यूट ऑफ ड्रग ॲब्युझ (NIDA) चे आर्थिक साहाय्य असणाऱ्या ड्रग अँड अल्कोहोल ॲब्युझ या संस्थेत मी करिअर टीचर म्हणून काम केलं होतं. त्यामुळे ड्रगच्या सेवनामुळे मेंदूवर काय परिणाम होऊ शकतात, याची मला पूर्णतः कल्पना होती.

कॅथरीनला यांपैकी कोणतीही विकृती नव्हती आणि कशाचीही लक्षणं तिच्यात दिसत नव्हती. शिवाय तिच्या बाबतीत जे काही घडत होतं, त्याचं कारण कोणताही मानसिक आजार नव्हता. ती मनोरुग्ण नव्हती तसंच सत्यापासून दूर अशा आभासी दुनियेत राहणारीही नव्हती. तिला कोणत्याही प्रकारचे भास होत नसत किंवा तिचे कधीच मिथ्या समज नव्हते.

तिने कधीही ड्रग्जचं सेवन केलं नव्हतं आणि तिच्यात समाजविघातक विकृतीही दिसून आल्या नव्हत्या. तिचं व्यक्तिमत्त्वदेखील कधीच हिस्टेरियाग्रस्त नव्हतं आणि तिला कधीच समाजापासून अलिप्त राहावं असं वाटत नसे. थोडक्यात, आपण काय करतोय किंवा कोणता विचार करतोय, याबद्दल ती सजग होती. कोणत्याही गोष्टी आपोआप घडत नाहीत, याची तिला पूर्ण जाणीव होती. त्यामुळे तिचं व्यक्तिमत्त्व दुभंग किंवा बहुव्यक्तित्व असणारंदेखील नव्हतं. तिने संमोहनाच्या अवस्थेत असताना जे काही सांगितलं होतं, ते ज्ञान आणि सांगण्याची शैली या गोष्टी तिच्या जागृत अवस्थेतील क्षमतांच्या खूपच पलीकडच्या होत्या. शिवाय त्यातील काही प्रसंग तर अगदी सायकिक (Psychic) होते. जसे तिने माझ्या (विशेषतः माझे वडील आणि माझा मुलगा यांच्याबद्दल) आणि तिच्या स्वतःच्या गतआयुष्यातील विशिष्ट परिस्थिती आणि प्रसंग यांचं वर्णन अचूक केलं होतं. त्या अवस्थेत तिला मिळालेलं किंवा तिने गोळा केलेलं ज्ञान तिला तिच्या या चालू जन्मात मिळण्याची कोणतीही शक्यता किंवा मार्ग उपलब्ध नव्हता. तिला मिळालेलं ज्ञान किंबहुना एकूण सगळे अनुभव लक्षात घेतले तर ते तिची संस्कृती आणि ज्या वातावरणात ती मोठी झाली, त्यात मिळणं शक्यच नव्हतं, उलट त्या सगळ्यांचा विचार करता, ते विपर्यस्तच होतं.

कॅथरीन ही तुलनेने अगदी साधी आणि प्रामाणिक मुलगी होती. ती काही खूप बुद्धिमान नव्हती, त्यामुळे त्या खास अवस्थेत तिच्या मार्फत जे तपशील, तथ्यं, ऐतिहासिक प्रसंग, वर्णनं आणि काव्य इ. आलं होतं, त्या सर्व गोष्टी तिने स्वतः आपल्या मनानेच तयार करणं शक्य नव्हतं. तिला झालेली ही अनुभूती तिच्या अवचेतन मनाच्या एका भागातूनच झाली आहे, असं एक मानसोपचारतज्ज्ञ म्हणून तसंच एक वैज्ञानिक या नात्यानेही मला ठामपणे वाटत होतं आणि ते निःसंशयपणे सत्य होतं. कॅथरीन अगदी निष्णात अशी अभिनेत्री असती, तरी तिला या गोष्टी रचून सांगता आल्या नसत्या. तिच्या क्षमतेच्या किती तरी पट पलीकडचं हे ज्ञान अचूक आणि थेट होतं.

तिच्यावरील उपचारांचा एक भाग म्हणून कॅथरीनच्या गत जन्मांचा वेध घेण्याचा मी विचार केला होता. उपचारांच्या या नवीन राज्यात आम्ही प्रवेश केल्यानंतर इतर

कोणतंही औषध न घेता तिच्यात अगदी नाट्यमय अशी सुधारणा दिसून आली होती. या नवीन राज्यात आरोग्य देणारी एक निराळीच शक्ती समोर आली. पारंपरिक उपचार पद्धती किंवा अत्याधुनिक औषधांपेक्षा ही शक्ती अधिक प्रभावी होती, हे नक्की!

या पद्धतीमध्ये केवळ भयानक वाईट प्रसंग आठवण्याची आणि पुनः एकदा ते जगण्याची खुबी तर होतीच, याचबरोबर तिच्यामध्ये अगदी दैनंदिन जीवनात शरीर, मन आणि स्वाभिमानाला होणाऱ्या इजांच्या स्मृतीदेखील जाग्या होत होत्या. तिच्या प्रत्येक जन्माचा वेध घेत असताना मी तिला विशिष्ट प्रकारे प्रश्न विचारत असे. त्यातून मी तिच्या आयुष्यातील खूप खोलवर रुतून बसलेला भावनिक आणि शारीरिक छळाचा ठरावीक साचा शोधत असे. जसे, दारिद्र्य, उपासमार, व्याधी, विकलांगत्व, गांजणूक आणि तिचे पूर्वग्रह, पुनःपुन्हा आलेले अपयश आणि अशा बऱ्याच साऱ्या गोष्टी. हा शोध घेत असताना तिच्या पूर्वजन्मातील अधिक बोचऱ्या गंभीर घटनांकडेसुद्धा मी विशेष लक्ष ठेवून होतो, उदाहरणार्थ, खूप वाईट पद्धतीने ओढवलेला मृत्यू, अतिप्रसंग, अचानक उद्भवलेलं एखादं सार्वजनिक संकट इत्यादी. थोडक्यात, ज्यांचा परिणाम खूप खोलवर आणि तिच्या मनावर कायमचा राहील अशा भयप्रद घटना! माझी ही नवीन उपचारपद्धती थोडीशी पारंपरिक उपचारपद्धतीसारखीच होती. मात्र पारंपरिक उपचारपद्धतीमध्ये अवघ्या १०-१५ वर्षांपूर्वीच्या आयुष्याचाच वेध घेतला जाई, पण इथे मी काही हजारो वर्षांपूर्वीच्या तिच्या आयुष्याचा वेध घेत होतो. म्हणूनच माझे प्रश्न पारंपरिक पद्धतीपेक्षा अधिक थेट आणि अधिक स्पष्टपणे दिशा दर्शवतील असे होते. या नवीन उपचारपद्धतीचं यश मात्र स्पष्ट आणि वादातीत होतं. कॅथरीन आणि नंतर ज्या ज्या रुग्णांसाठी मी ही संमोहन पद्धती वापरली, ते सारे जण अगदी आश्चर्यकारकरीत्या वेगाने बरे झाले.

पण कॅथरीनच्या गतजन्मांतील आठवणींचं आणखी काही स्पष्टीकरण देता येण्याजोगं होतं? या आठवणी तिच्या गुणसूत्रांतून (जीन्समधून) तिला मिळाल्या होत्या का?(अनुवंशाने मिळाल्या होत्या का?) शास्त्रीयदृष्ट्या विचार करता, ही शक्यता अगदीच कमी होती. कारण आनुवंशिक स्मृतीसाठी एका पिढीतून दुसऱ्या पिढीत जाताना अनुवंशाचा एक सलग मार्ग आवश्यक असतो. थोडक्यात सांगायचं तर या आठवणींची सलग, कुठेही न तुटलेली शृंखला लागते. कॅथरीनने पृथ्वीतलावरील सर्व प्रदेशात जीवन व्यतीत केलं होतं आणि तिच्या अनुवंशाची साखळी वारंवार तुटली होती. कधी ती तिच्या अपत्यासह पुरात मृत्यू पावली होती, कधी अपत्यहीन स्त्री म्हणून तिला मरण आलं होतं तर कधी ऐन तारुण्यात तिचा मृत्यू ओढवला होता. तिची अनुवंशाची पुंजी त्या त्या जन्मात संपून गेली होती. ती पुढच्या जन्मात परावर्तित झालीच नव्हती, पण

तिच्या मृत्यूनंतरच्या जीवनाचा अनुभव आणि दोन जन्मांतील त्या मधल्या अवस्थेबद्दल काय? तेव्हा ना तिने शरीर धारण केलं होतं, ना तिच्याजवळ तो अनुवंशाचा वारसा होता आणि तरीही तिच्या आठवणी सातत्याने पुढे सुरू राहिल्या. म्हणूनच अनुवंशाबाबतचं स्पष्टीकरण गृहीत धरता येणार नाही.

असं असेल तर मग 'जंग'ने (ॲनॅलिटिकल सायकोलॉजीचा संस्थापक) मांडलेल्या सामूहिक अजाणिवेच्या (collective unconscious) कल्पनेबाबत काय? मानवी स्मृती आणि अनुभव यांचा असा साठा, ज्यातून हवी तेव्हा माहिती घेतली जाऊ शकेल. भिन्न संस्कृतींमध्ये अनेकदा सारखी प्रतीकं असतात, स्वप्नातही त्यांचा अनुभव येतो. जंगच्या मते एकत्रित अजाणीव ही गोष्ट व्यक्तिगतरीत्या कमावलेली नसते, तर ती काही ना काही प्रकारे मेंदूच्या रचनेत 'अनुवंशाने' लाभत असते. मात्र त्यात प्रतिमा आणि प्रेरणा यांचा समावेश असतो. कोणत्याही ऐतिहासिक परंपरा किंवा प्रसाराशिवाय प्रत्येक संस्कृतीमध्ये त्या पुन्हा नव्याने फुलत असतात. कॅथरीनच्या स्मृती इतक्या थेट व नेमक्या होत्या की, त्यांना जंगच्या संकल्पनेनुसार पडताळून पाहणं शक्यच नव्हतं, असं माझं मत होतं. तिने कोणतीही प्रतीकं किंवा वैश्विक प्रतिमा किंवा प्रेरणा यांविषयी काहीही सांगितलं नव्हतं. नेमकी स्थळं आणि माणसं यांच्याविषयी तिने सविस्तर वर्णनं केलं होतं. जंगच्या संकल्पना खूपच ढोबळ वाटत असल्या तरी दोन जन्मांच्या मधल्या अवस्थेचा वेध घेणं बाकी होतं. थोडक्यात काय तर 'पुनर्जन्म' ही बाबच अधिक सार्थ वाटत होती.

कॅथरीनचं ज्ञान हे केवळ नेमकं आणि विस्तृत होतं, एवढंच नाही तर ते तिच्या जाणिवेच्या क्षमतेच्या खूपच पलीकडचं होतं. तिला अशा गोष्टी माहीत होत्या, ज्या एखाद्या पुस्तकातून जाणून घेतल्या आणि नंतर तात्पुरत्या विस्मृतीत गेल्या अशा नव्हत्या. हे ज्ञान असंही नव्हतं, जे लहानपणी जाणून घेऊन नंतरच्या आयुष्यात दबलं गेलं असावं. गुरू आणि त्यांनी दिलेल्या संदेशांचं काय? ते तिच्यामार्फत आले होते, पण ते तिचे स्वतःचे नव्हते. मुख्य म्हणजे गुरूंचे ज्ञान आणि प्रज्ञा तिच्या जन्मातल्या स्मृतींमध्ये प्रतिबिंबित होत होती. ही माहिती आणि हे संदेश अगदी खरे आहेत, हे मला ठाऊक होतं. लोक, त्यांचं मन, मेंदू, व्यक्तिमत्त्व यांच्या माझ्या अनेक वर्षांच्या काळजीपूर्वक अभ्यासाने मी हे जाणत होतो. शिवाय मला हे माझ्या अंतःप्रेरणांतूनसुद्धा जाणवत होतं, अगदी माझ्या वडिलांची आणि माझ्या मुलाची भेट होण्याअगोदरपासूनच! अनेक वर्षं घेतलेल्या सखोल शास्त्रीय प्रशिक्षणानंतरही माझ्या बुद्धीला हे माहीत होतं आणि माझ्या शरीराच्या कणाकणालाही.

"मला कसल्याशा तेलाने भरलेली भांडी दिसत आहेत."

तीन आठवड्यांच्या मध्यंतरानंतरसुद्धा या सत्रात कॅथरीन पटकन संमोहनाच्या खोल अवस्थेत गेली. ती आता दुसऱ्या शरीरात, नव्या जन्मात होती.

''त्या भांड्यांमध्ये वेगवेगळ्या प्रकारची तेलं आहेत. कोणतं तरी गोदाम आहे असं वाटतंय. वस्तू जिथे साठवल्या जातात, अशी जागा. लाल...लाल रंगांची भांडी आहेत ही...कुठल्या तरी लाल मातीने बनवलेली! त्यांच्या भोवती निळ्या पट्ट्या आहेत. त्यांच्या वरच्या बाजूला निळ्या पट्ट्या दिसत आहेत. मला तिथे काही पुरुष दिसत आहेत.....तिथे गुहेतदेखील पुरुष आहेत. ते बरण्या आणि भांडी इकडून तिकडे हलवत आहेत, ते ती भांडी भरत आहेत आणि एका विशिष्ट भागात ठेवत आहेत. त्या इसमांनी टक्कल केले आहे. त्यांच्या डोक्यावर केस नाहीत. तपकिरीसर वर्णाची त्यांची त्वचा आहे.''

''तू पण तिथेच आहेस का?''

''हो... मी तिथे त्या बरण्यांची तोंडं बंद करत आहे... कसलं तरी मेण वापरून... ते मेण वापरून बरण्या घट्ट बंद करत आहे.''

''ती तेलं कशासाठी वापरली जातात, हे तुला ठाऊक आहे का?''

''ते नाही माहीत मला!''

''तुला तू स्वतः कुठे आहेस हे दिसतंय का? स्वतःचं नीट निरीक्षण कर. तू कशी दिसतेस, ते मला सांग.'' स्वतःचं निरीक्षण करत क्षणभर ती बोलायची थांबली.

''मी वेणी घातली आहे. माझ्या केसांची वेणी आहे. कसल्याशा प्रकारचा लांब पोषाख मी घातलाय. त्याला बाहेरच्या बाजूने सोनेरी किनार लावली आहे.''

''टक्कल केलेल्या या धर्मगुरूंबरोबर...किंवा त्या लोकांबरोबर तू काम करतेस का?''

''त्या बरण्या मेण लावून बंद करणे, हे माझं काम आहे.''

''पण त्या बरण्या कशासाठी वापरल्या जातात, हे तुला माहीत नाही?''

''त्या बहुतेक धार्मिक कर्मकांडांमध्ये वापरल्या जात असाव्यात, असं वाटतंय. पण मला खात्री नाही, त्याबाबत!..... ते धार्मिक कर्मकांडांमध्ये लावायचं तेल आहे.... डोक्यांवर काही तरी आहे...डोक्यावर....आणि हातांवरसुद्धा! मला एक पक्षी दिसतोय...सोन्याचा पक्षी, माझ्या मानेजवळ आहे.... तो सपाट आहे, आणि त्याची शेपटीसुद्धा सपाट आहे. त्याचं डोकं खालच्या बाजूला आहे....खाली,

माझ्या पावलांच्या दिशेने!''

''तुझ्या पावलांच्या दिशेने?''

''हो! मला वाटतं, तो त्याच पद्धतीने परिधान करत असावा. तिथे अजून काही तरी काळ्या रंगाचा पदार्थ आहे..चिकट चिकट! ते काय आहे, हे मला माहीत नाही.''

''कुठे आहे तो?''

''एका संगमरवरी डब्यात आहे तो. लोक तोही वापरत आहेत, पण कशासाठी ते मला माहीत नाही.''

''गुहेमध्ये तुला वाचण्याजोगं असं काही आहे का? असल्यास ते वाचून तू मला तो कोणता देश आहे, ते ठिकाण कोणतं आहे, तू कुठे राहतेस, तारीख काय आहे, हे सांगू शकशील का?''

''तिथल्या भिंतींवर काहीही लिहिलेलं नाही, त्या अगदी कोऱ्या आहेत. मला नाव माहीत नाही.''

मी तिला थोडं पुढील काळात घेऊन गेलो.

''तिथे एक पांढरी बरणी मला दिसत आहे...कसली तरी पांढऱ्या रंगाची बरणी... तिची वरची बाजू सोन्याची आहे.. कोणत्या तरी प्रकारची सोन्याची कलाकुसर त्यावर केली आहे.''

''त्या बरणीमध्ये काय आहे?''

''कसलंसं मलम त्यामध्ये आहे. दुसऱ्या दुनियेत जाण्यासाठीच्या मार्गासंबंधित ते काही तरी आहे, असं वाटतंय.''

''त्या दुसऱ्या जगात जाणारी तूच आहेस का आत्ता?''

''नाही. मला माहिती असणारं कोणी नाही.''

''हेसुद्धा तुझं काम आहे का? लोकांना त्या मार्गावर जाण्यासाठी तयार करणं?''

''नाही, हे काम धर्मगुरूंनीच करायला हवं. मी करून चालणार नाही. आम्ही त्यांना फक्त मलम, धूप वगैरे पुरवतो...''

''आत्ता साधारण तुझं वय काय असावं, असं तुला वाटतंय?''

"सोळा वर्षं!"

"तू तुझ्या आईवडिलांबरोबर राहतेस का?"

"हो! एका दगडी घरात ... ते घर काही फार मोठं नाही. ते खूप गरम आणि कोरडं आहे. हवादेखील एकूण खूप गरम आहे."

"तुझ्या घरात जा."

"मी घरातच आहे."

"तुला तुझ्या कुटुंबातले आणखी लोक दिसत आहेत का?"

"मला माझा एक भाऊ दिसतोय. माझी आईसुद्धा तिथे आहे, आणि एक छोटं बाळसुद्धा दिसतंय. ते कुणाचं तरी बाळ आहे."

"तुझं आहे का ते बाळ?"

"नाही."

"आता इथे तुला महत्त्वाची कुठली गोष्ट जाणवतेय का? तुझ्या आत्ताच्या जन्मात दिसणाऱ्या लक्षणांशी, ज्यांचा संबंध असू शकेल, असं काही महत्त्वाचं तुला दिसतंय का ते बघ. आपल्याला ते जाणून घ्यायला हवं. ते अनुभवायला घाबरू नकोस, त्याचा अनुभव करणं सुरक्षित आहे. आता त्या घटनांमध्ये जा."

ती अगदी हळू आवाजात पुटपुटली, *"सर्व काही वेळेत घडतंय. लोक मरण पावत आहेत, ते मला दिसतंय."*

"लोक मरताहेत?"

"हो! ... पण कशामुळे ते लोकांना कळत नाहीये."

"कुठला आजार आहे का तो?"

माझ्या मनात एक गोष्ट एकदम चमकून गेली. बहुतेक यापूर्वी ती ज्या जन्मात जाऊन आली होती, त्या खूप पूर्वीच्या जन्मातच पुन्हा ती गेली असावी. त्या जन्मात पाण्यामुळे आलेल्या प्लेगच्या साथीत तिच्या वडिलांचा आणि एका भावाचा मृत्यू झाला होता. कॅथरीनलाही तो आजार झाला होता, पण त्यामुळे तिचा मृत्यू झाला नव्हता. प्लेगची लागण टाळण्यासाठी लोक लसूण आणि इतर वनौषधींचा वापर करत होते. त्या वेळी मृतांची शरीरं योग्य पद्धतीने जतन केली जात नसल्याने कॅथरीन नाराज होती.

पण आता आम्ही वेगळ्या दृष्टिकोनातून या जन्माकडे बघत होतो. ''पाण्याशी संबंधित असं काही आहे का?'' मी तिला विचारलं.

''असं त्यांना वाटतंय खरं! खूप लोक मरत आहेत.''

मला याचा अंत काय आहे, ते आधीच ठाऊक होतं.

''पण तू मरत नाहीस...म्हणजे या रोगामुळे तुझा मृत्यू झालेला नाही ना?''

''नाही, मी मरत नाही.''

''पण यामुळे तुझी प्रकृती बिघडली. तू आजारी पडलीस.''

''हो. मी गार पडले आहे...थंडगार! मला पाणी हवंय...पाणी...पाण्यामुळेच आजार जडतोय, असं त्यांना वाटतंय.....आणि काही तरी काळ्या रंगाचं...कुणी तरी मेलं..''

''कोण मेलं?''

''माझे वडील मरण पावलेत आणि एका भावाचाही मृत्यू झालाय. आई ठीक आहे. ती बरी झालीय, पण खूप अशक्त झालीय ती! त्यांनी मृतांचं दफन करायला हवं. करायलाच हवं, पण ही गोष्ट धार्मिक रूढींच्या विरुद्ध असल्याने लोक नाराज आहेत.''

''मग रिवाज काय आहे?'' तिच्या आठवणींमधलं सातत्य पाहून मी थक्क झालो होतो. या जन्माबद्दल अनेक महिन्यांपूर्वी तिने जसे तपशील सांगितले होते, ते अगदी तसेच ती आत्ता सांगत होती. मृतांना दफन करण्याच्या नेहमीच्या पद्धतीऐवजी दुसरी पद्धत वापरल्याने ती खूप नाराज होती.

''लोकांना गुहेत ठेवण्यात येत असे, मृतदेहदेखील गुहेत ठेवण्यात येत, पण त्यापूर्वी धर्मगुरूंनी मृतदेहांवर संस्कार करून त्यांना तयार करणं गरजेचं असे. मृतदेहांना लेप लावून आवरण घालणं आवश्यक असे. ते गुहेत ठेवले जात. पण आता पूर वाढत होता....पाणीच वाईट आहे, असं लोक म्हणत होते. पाणी पिऊ नका, असंही सांगत आहेत.''

''त्यावर काही उपचार होते का? या आजारावर काही औषध लागू पडलं का?''

''आम्हाला औषधी वनस्पती देण्यात येत होत्या, वेगवेगळ्या प्रकारच्या औषधी वनस्पती....तो वास...वनस्पती...मला त्यांचा वास येत आहे.''

''तू वास ओळखू शकतेस?''

''काही तरी पांढऱ्या रंगाचं आहे ते. छपराला त्यांनी ते टांगलं आहे.''

''तो लसूण आहे का?''

''तो सगळीकडे टांगून ठेवला आहे....त्याचा वापर सारखाच आहे...तो तुम्ही तोंडात ठेवता, तुमच्या कानात, नाकात, सगळीकडे ठेवायचा आहे. त्याचा दर्प अतिशय उग्र आहे. तो दुष्ट शक्तींना तुमच्या शरीरात प्रवेश करण्यास प्रतिबंध करतो, असं मानलं जातं. जांभळं.... फळ किंवा काही तरी गोल पण जांभळं आवरण असणारं.... जांभळ्या सालाचं....''

''तू राहतेस ती संस्कृती कोणती आहे, हे तुला ठाऊक आहे का? ती ओळखीची वाटतीय का तुला?''

''मला नाही माहीत.''

''ते जांभळं जे काही आहे, ते एखाद्या प्रकारचं फळ आहे का?''

''टॅन्नीस.''

''तुलाही त्याचा फायदा होईल का? तो त्या आजारावरचा उपाय आहे का?''

''त्यावेळी ते होतं.''

''टॅन्नीस..'' मी पुन्हा एकदा तो शब्द उच्चारला. आपण आजकाल ज्याला टॅनीन म्हणतो किंवा टॅनिक असिड म्हणतो, तेच हे असेल का, हे मला पडताळून बघायचं होतं. ''ते लोक त्याला टॅन्नीस असंच म्हणत का?''

''मला केवळ...मला टॅन्नीस असंच ऐकू येतंय.''

''त्या जन्मातली अशी कोणती गोष्ट या जन्मापर्यंत तुला छळते आहे? असं काय आहे, जे तुझा पिच्छा सोडत नाहीये, म्हणून तू पुनःपुन्हा या जन्मात परतून येते आहेस?''

''धर्म!'' माझ्या या प्रश्नावर कॅथरीनने झटकन उत्तर दिलं,

''त्या काळातला धर्म...तो भीतीचा धर्म होता... भीती... तेव्हा खूप काही गोष्टींमुळे भीती आणि धास्ती वाटत असे....आणि देवही खूप होते.''

''तुला कोणत्या देवाचं नाव आठवतंय का?''

''मला डोळे दिसताहेत..काळं काही तरी दिसतंय मला...कोणत्या तरी प्रकारचं...

तो कोल्ह्यासारखा दिसतोय. ती मूर्ती आहे. तो कसला तरी राखणदार आहे....मला एक स्त्रीसुद्धा दिसते आहे...देवी...तिने डोक्यावर काही तरी घातलं आहे.''

''तुला त्या देवीचं नाव ठाऊक आहे का?''

''ओसिरीस...सायरस...असंच काही तरी. मला एक डोळा दिसतोय...फक्त एकच डोळा...एका साखळीवरचा एक डोळा. तो सोन्याचा आहे.''

''एक डोळा?''

''हो!....हॅथोर कोण आहे?''

''काय? हॅथोर! हा कोण आहे?''

मी हॅथोरविषयी कधीच ऐकलं नव्हतं. पण ओसिरीसबद्दल मला ठाऊक होतं. जर माझा उच्चार चुकत नसेल तर तो आयसीस (Isis) या एका महत्त्वाच्या इजिप्शियन देवतेचा पती होता. हॅथोरबद्दल मला नंतर कळलं. ती प्रेम, हास्य आणि आनंद यांची इजिप्शियन देवी होती. ''ती देवांपैकी कुणी आहे का?'' मी विचारलं.

''हॅथोर! हॅथोर!''

खूप वेळ ती काहीच बोलली नाही.

''पक्षी आहे तो... सपाट... फिनिक्ससारखा!...'' पुन्हा ती गप्प झाली.

''थोडी पुढच्या काळात जा. या आयुष्यातल्या तुझ्या अखेरच्या दिवसापर्यंत! तुझा मृत्यू झाला त्या दिवसापर्यंत... पण मरणाच्या आधी! तुला काय दिसतंय मला सांग.''

हलक्या आवाजात ती म्हणाली,

''मला लोक आणि इमारती दिसत आहेत. मला बूट दिसत आहेत. खरबरीत कापडही तिथे दिसतंय.''

''काय घडतंय तिथे? आता तू तुझ्या प्रत्यक्ष मृत्यूच्या क्षणी जा. तुला काय झालं? तुला दिसतंय का ते?''

''मला ते दिसत नाहीये..... मला 'मी' आता दिसत नाहीये.''

''तू कुठे आहेस? तुला काय दिसतंय?''

''काहीही नाही...मला फक्त अंधार दिसतोय...आता मला प्रकाश दिसतोय... उबदार...आश्वासक असा प्रकाश.''

तिचा मृत्यू झाला होता. ती त्या आध्यात्मिक अवस्थेमध्ये जाऊन पोहोचली होती. या वेळी प्रत्यक्ष मृत्यूचा अनुभव पुन्हा घेण्याची गरज पडली नाही.

मी तिला विचारलं, ''तू प्रकाशापाशी येऊ शकशील का?''

''मी त्या दिशेने जात आहे.''

ती शांतपणे निजली होती. पुन्हा वाट बघत...

''तू पुन्हा तुझ्या त्या जन्माकडे पाहून त्या जन्मात तुला कोणते धडे मिळाले, हे बघू शकतेस का? तुला त्यांची जाणीव झाली आहे का?''

''नाही.''

ती अस्पष्टशी उत्तरली. ती पुन्हा वाट पाहू लागली आणि मग एकदमच ती सज्ज झाल्यासारखी वाटली. तिचे डोळे मिटलेलेच होते. जेव्हा जेव्हा ती संमोहनामध्ये असे, त्या त्या वेळी तिचे डोळे असेच मिटलेले असत. तिचं डोकं दोन्ही बाजूला फिरू लागलं.

''आत्ता तुला काय दिसतंय? काय होतंय?''

आता तिचा आवाज मोठा झाला होता.

''मला... माझ्याशी कुणी तरी बोलतंय असं मला वाटतंय.''

''काय सांगताहेत ते?''

''धीराविषयी बोलत आहेत ते. माणसामध्ये धीर हवा....''

''खरंय..तू बोलत राहा.'' या वेळी उत्तर कवी असणाऱ्या गुरूंकडून मिळालं.

''धीर आणि वेळ...प्रत्येक गोष्ट तेव्हाच येते जेव्हा ती यायला हवी असते. आयुष्य घाईगडबडीने पुढे नेता येत नाही. आयुष्यातल्या घटना लोकांच्या वेळापत्रकानुसार चालू शकत नाहीत. एखाद्या विशिष्ट क्षणी आपल्याला जे काही मिळालेलं असतं, ते आपण स्वीकारलं पाहिजे, अधिकाची मागणी किंवा अपेक्षा न करता. मात्र जीवन हे अंतहीन असतं, त्यामुळे आपण मरत नसतो. खऱ्या अर्थाने आपला जन्मदेखील होत नसतो. आपण केवळ वेगवेगळ्या अवस्थांमधून जात असतो. अंत हा नसतोच. मानवाच्या अस्तित्वाला अनेक आयाम असतात. मात्र आपण वेळ... काळ ही गोष्ट ज्या पद्धतीने पाहत असतो, तशी ती प्रत्यक्षात नसतेच. ती आपण काय धडे शिकलो, यावर अवलंबून असते.''

पुन्हा एकदा बराच वेळ शांततेत गेला. कवी गुरू पुढे सांगू लागले,

''योग्य वेळी तुला सर्व गोष्टी स्पष्टपणे कळतीलच. पण जे ज्ञान आम्ही आधीच तुला दिलं आहे, ते व्यवस्थित ग्रहण करण्यासाठी तुला संधी मिळायला हवी.''

कॅथरीन पुन्हा शांत झाली.

मी विचारलं, ''अजून मला शिकण्यासारखं काही आहे का?''

ती अस्पष्टपणे उत्तरली,

''ते गेले आहेत. मला आता कुणाचाही आवाज ऐकू येत नाही.''

प्रकरण ९

दर आठवड्याला कॅथरीनमध्ये उत्तम प्रगती दिसून येत होती. तिच्या मनावरचा भीतीचा एकेक थर दिवसागणिक कमी होत होता, तिच्या चिंता नाहीशा होत होत्या. दर आठवड्याला ती अधिकाधिक शांत होत असल्याचं लक्षात येत होतं. अधिक शांत, अधिक मृदू आणि अधिक संयतसुद्धा! तिचा आत्मविश्वास वाढला होता, लोक आता तिच्याकडे आकर्षित होत होते...म्हणजेच ती आता लोकांच्या नजरेत भरत होती. ती आता जास्त प्रेमळपणे वागू लागली होती, परिणामी लोकांकडूनही तिला अधिक प्रेम मिळत होतं. आता तिचं व्यक्तिमत्त्व हिरकणीप्रमाणे आतून तेजस्वी बनत होतं आणि ते तेज लोकांच्याही निदर्शनास येत होतं.

कॅथरीनची पूर्वजन्मातील भ्रमंती तिला हजारो वर्षांच्या पटलावर कुठेही घेऊन जात होती. प्रत्येक वेळी ती जेव्हा संमोहनात जात असे, तेव्हा तिच्या त्या जीवनाचे धागेदोरे नेमके कुठे घेऊन जातील, याची मला यत्किंचितही कल्पना नसे. अतिप्राचीन काळातील गुहेतल्या जीवनापासून ते प्राचीन काळातील इजिप्तपर्यंत तिच्या पूर्वजन्मांचे धागे पसरले होते. आणि काळापलीकडे कुठे तरी अगदी प्रेमळपणे गुरू तिच्या या सर्व पूर्वजन्मांचं पर्यवेक्षण करत होते. आजच्या सत्रात तिच्या पुनर्जन्माचा वेध घेत असताना ती विसाव्या शतकातच होती...पण कॅथरीन म्हणून नव्हे!

हळू आवाजात कुजबुजल्यासारखी ती म्हणाली,

''मला विमानाची एक धावपट्टी आणि त्यावर विमानाचा सांगाडा दिसतोय.''

''कुठे आहे हे, तुझ्या काही लक्षात येतंय?''

''मला असं स्पष्टपणे दिसत तर काहीच नाहीये....पण अल्सेशियन?''

ती अंदाजे उत्तरली. पण पुढच्याच क्षणी तिने अधिक ठामपणे सांगितलं,

''हो! अल्सेशियन!''

''फ्रान्समध्ये आहेस तू?''

''माहीत नाही, फक्त अल्सेशियन एवढंच दिसतंय.....मला एक नाव दिसतेय, वॉन मार्क्स...वॉन मार्क्स! एका प्रकारचं तपकिरी रंगाचं हेल्मेट, तपकिरी रंगाचं एक

हेल्मेट आणि एक टोपी ..तिच्यावर गॉगल्स आहेत. अख्खा ट्रूप उद्ध्वस्त झालाय. खूप दुर्गम भाग आहे असं वाटतंय. जवळपास एखादं शहर असेल असं वाटत नाही.''

''अजून काय दिसतंय तुला?''

''इमारतींचा विध्वंस झालाय. इमारती नष्ट झाल्या आहेत. बॉम्बच्या हल्ल्यांमुळे जमिनीला भेगा पडल्या आहेत. पण तिथेच एक छुपा भाग आहे.''

''तू तिथे काय करत आहेस?''

''जखमींना घेऊन तिथून ते जात आहेत आणि मी त्या कामात त्यांची मदत करतेय.''

''तुझं निरीक्षण कर. तू कशी दिसत आहेस, त्याचं वर्णन कर. खाली बघ आणि तू काय पोशाख केला आहेस ते सांग.''

''मी कोणतं तरी जॅकेट घातलं आहे. माझे केस सोनेरी आहेत आणि डोळे निळे आहेत. माझं जॅकेट खूप घाण झालं आहे. तिथे बरेच जखमी लोक आहेत.''

''जखमी लोकांवर उपचार करण्याचं तू काही प्रशिक्षण घेतलं आहेस का?''

''नाही.''

''तू तिथेच राहतेस की तुला तिथे आणलं गेलं आहे? तू कुठे राहतेस?''

''मला काहीच माहीत नाही.''

''तू अंदाजे किती वर्षांची आहेस? तुझं वय काय असेल?''

''पस्तीस.''

कॅथरीन आत्ता एकोणतीस वर्षांची होती आणि तिचे डोळे निळे नव्हते, तर भुरे होते. माझे प्रश्न मी पुढे सुरू ठेवले.

''तुझं नाव काय आहे? त्या जॅकेटवर नाव लिहिलंय का?''

''माझ्या जॅकेटवर पंखाचं चित्र आहे. मी पायलट आहे.''

''तू विमान चालवतेस?''

''हो. मला विमान चालवावंच लागतं.''

''तुझ्याकडून हे काम कोण करवून घेतं?''

''मी पायलट म्हणून नोकरी करते. ते माझं कामच आहे.''

"तू विमानातून बॉम्बहल्लेसुद्धा करतेस?"

"आमच्या विमानात एक गनर असतो आणि एक नॅव्हिगेटरसुद्धा!"

"तू कोणत्या प्रकारचं विमान चालवतेस?"

"एक प्रकारचं चॉपर आहे ते. त्याला चार पंखे आहेत. ते 'फिक्स्ड विंग' विमान आहे."

तिच्याकडून हे तपशील ऐकताना मला फार आश्चर्य वाटत होतं. कारण कॅथरीनला विमानांची अजिबात माहिती नव्हती. 'फिक्स्ड विंग' म्हणजे काय, ते तिला नेमकं ठाऊक असेल का, असा विचार माझ्या मनात आला. पण लोणी तयार करणे किंवा मृतदेह जतन करून ठेवणे या गोष्टी तरी तिला कुठे ठाऊक होत्या? मात्र संमोहनाच्या त्या अवस्थेत तिच्या अपरिमित ज्ञानाची दारं खुली होत होती. मात्र रोजच्या आयुष्यात तिच्या जागृत अवस्थेतील मनात या ज्ञानापैकी अगदीच पुसटसं ज्ञान असे. मी पुढे विचारू लागलो.

"तुझं कुटुंब आहे?"

"माझ्याबरोबर नाहीये ते."

"तू सुरक्षित आहेस का?"

"मला माहीत नाही. मला खरंतर भीती वाटतेय. भीती वाटतेय की, ते पुन्हा येतील. माझ्या मित्रांचा मृत्यू होतोय."

"कोण पुन्हा येतील अशी भीती तुला वाटतेय?"

"शत्रू!"

"कोण आहे तुमचा शत्रू?"

"इंग्लिश...अमेरिकन आर्म्ड फोर्सेस... इंग्लिश."

"हो. तुला तुझं कुटुंब आठवतंय का? आठवतंय?"

"इथे खूप गोंधळ सुरू आहे."

"आपण याच जन्मात दुसऱ्या काळात जाऊया. युद्धापूर्वीच्या आनंदी दिवसांत. ज्या काळात तू तुझ्या कुटुंबीयांबरोबर घरी होतीस... त्या दिवसांत! तू ते दिवस बघू शकतेस..ते थोडं अवघड आहे. पण तू आता जरा शांत हो आणि आठवायचा प्रयत्न कर."

कॅथरीन काही वेळ गप्प राहिली आणि मग कुजबुजत बोलू लागली.

''एरिक...मला एरिक हे नाव ऐकू येतंय. सोनेरी केसांची एक छोटी मुलगी मला दिसत आहे.''

''ती तुझी मुलगी आहे?''

''हो. असावी.....मार्गोट!''

''ती तुझ्याजवळच आहे?''

''ती माझ्याबरोबर आहे. आम्ही पिकनिकला आलोय. खूप छान दिवस आहे.''

''तुझ्याबरोबर आणखी कोणी आहे? मार्गोट सोडून?''

''तपकिरी रंगाचे केस असणारी एक बाई गवतावर बसलेली मला दिसतेय.''

''ती तुझी पत्नी आहे?''

''हो...पण मी तिला ओळखत नाही.''

नेहमीप्रमाणे हा संदर्भ तिच्या या आयुष्यात ती व्यक्ती आहे का, या प्रश्नाबाबत होता.

''तू मार्गोटला ओळखतेस का? मार्गोटकडे नीट बघ. तू तिला ओळखतेस?''

''हो..पण कसं....ते मला आठवत नाहीये. कुठे तरी मी तिला बघितलंय, असं मला वाटतंय.''

''आठवेल तुला...तिच्या डोळ्यांत बघ.''

''अरे, ही तर ज्युडी आहे.''

ज्युडी म्हणजे तिची सध्याच्या जन्मातली खास मैत्रीण! पहिल्याच भेटीत दोघींचे छान सूर जुळले होते आणि त्यानंतर दोघीही खूप घनिष्ठ मैत्रिणी बनल्या होत्या. दोघींचाही एकमेकींवर गाढ विश्वास होता. न बोलताही एकमेकींच्या मनात काय चालू आहे ते त्यांना समजत असे.

''ज्युडी?'' मी तिला पुन्हा विचारलं?

''हो! ज्युडीच...ती तिच्यासारखीच दिसतेय....तिच्यासारखी हसतेय....''

''छान! तू घरी खूश आहेस, आनंदात आहेस ना? की घरीसुद्धा काही अडचणी आहेत?''

"घरी काही समस्या नाही." (ती खूप वेळ काहीच बोलली नाही.) "पण.. हो..अस्थिरतेचे दिवस आहेत...शांतता नाही...जर्मन सरकारमध्ये काही तरी समस्या आहे...विशेषतः त्यांच्या राजकीय रचनेत..! अनेक लोकांना वेगवेगळ्या दिशेने जायचं आहे. पण त्यामुळे शेवटी आमची शकलं होतील, आम्ही विभागले जाणार आहोत. मला माझ्या देशासाठी लढायलाच पाहिजे."

"तुझ्या देशाबद्दल मनात तीव्र भावना आहेत का?"

"मला युद्ध आवडत नाही. कुणाला मारणं हे मला पटतच नाही, पण मला माझं कर्तव्य बजावलंच पाहिजे."

"आता परत आधी जिथे होतीस तिथे जा. त्या विमानापाशी! युद्ध चालू होतं, बॉम्बहल्ले होत होते, त्या प्रसंगात जा. हा कालावधी नंतरचा आहे. युद्धाला आरंभ झाला आहे, तुझ्या आजूबाजूला इंग्लिश आणि अमेरिकन लोक बॉम्ब टाकत आहेत, त्या प्रसंगात जा. तुला ते विमान पुन्हा दिसतंय का?"

"हो!"

"आत्ताही तुझ्या मनात युद्ध, तुझं कर्तव्य आणि दुसऱ्याला मारणं याबद्दल पूर्वी होत्या, त्याच भावना आहेत का?"

"हो! त्याच आहेत. काहीही कारण नसताना आम्ही मरणार आहोत."

"काय?"

ती जरा मोठ्या आवाजात कुजबुजली,

"काहीही कारण नसताना मरणार आहोत आम्ही!"

"काही कारण नसताना? असं का म्हणतेस तू? त्या मरणात शौर्य नाही का? तू तुझा देश आणि तुझे बांधव यांच्या रक्षणासाठी वीरमरण पत्करणं, हे शौर्य नाही का?"

"नाही. आम्ही काही मोजक्या लोकांच्या कल्पनांच्या रक्षणासाठी लढतोय."

"ते तुमच्या देशातले नेते आहेत, तरीही ते चुकू शकतात...." माझं बोलणं मध्येच थांबवत ती म्हणाली,

"ते आमचे नेते नाहीत. ते जर खऱ्या अर्थाने आमचे नेते असते, तर सरकारमध्ये इतके अंतर्गत वाद आणि भांडणं नसती."

''काही लोक त्यांना डोकं फिरलेले सत्तापिपासू लोक असं म्हणतात. तुला मान्य आहे हे?''

''मला तर आपण सारेच वेडे वाटतो... ते आपल्याला जसे हाकतात, तसे आपण हाकून घेतो... त्यांच्या हुकुमानुसार दुसऱ्यांनाही मारतो आणि स्वतःलाही मृत्यूच्या हवाली करतो.''

''तुझे कुणी मित्र अद्याप जिवंत आहेत का?''

''हो. काही जण अजून जिवंत आहेत.''

''तुझे खास मित्र म्हणता येतील, असे कोणी आहेत का त्यांच्यात? तुझ्या विमानातल्या सहकाऱ्यांत? तुमचा गनर, नॅव्हिगेटर अजून हयात आहेत?''

''आत्ता मला ते दिसत तरी नाहीत. पण आमचं विमान उद्ध्वस्त झालेलं नाही.''

''तू ते विमान पुन्हा उडवलंस का?''

''हो. ते परत येण्याच्या आत उरलेली विमानं तातडीनं धावपट्टीवरून उडवायला हवीत.''

''तुझ्या विमानापाशी जा.''

''मला नाही जायचं तिथे.''

ती माझ्याशी याबाबत चर्चा करतेय असं वाटत होतं. मी म्हणालो, ''पण तुला विमान जमिनीवरून आकाशात न्यायला तर हवं.''

''हे किती अर्थहीन आहे....''

''युद्धापूर्वी तुझा काय व्यवसाय होता? तुला काही आठवतंय का? युद्धापूर्वी एरिक काय करायचा?''

''मी एका छोट्या विमानात दुसऱ्या क्रमांकाची अधिकारी होते. सामानाची ने-आण करणारं ते विमान होतं.''

''म्हणजे तू तेव्हाही पायलटच होतीस?''

''हो.''

''तुझ्या कामामुळे तुला बराच काळ घराबाहेर राहावं लागत असेल?''

अगदी हळू आवाजात ती म्हणाली, *''हो!''*

''थोडं पुढच्या काळात जा. तुझ्या पुढच्या विमानप्रवासापर्यंत! जाता येईल तुला तिथे?'' मी तिला सूचनावजा विचारलं.

''त्यानंतर विमानप्रवास नाहीये.''

''का? तुला काही झालं का?''

''हो!''

तिच्या श्वासाची लय आता वाढू लागली होती. ती चिडचिडी होऊ लागली होती. अस्वस्थ होत होती. तिच्या त्या जन्मातल्या मृत्यूच्या दिवसापर्यंत ती गेली. मी विचारलं, ''नेमकं काय घडतंय?''

''भीषण आगीतून मी जीव वाचवून पळतेय. माझ्या पार्टीला आग लागलीय. त्यामुळे आम्ही विभागलो गेलो आहोत.''

''तू यातून वाचलीस का?''

''कोणीही वाचलं नाहीये. युद्धामध्ये कोणीच वाचत नाही. माझा मृत्यू जवळ येतोय.''

तिचा श्वासोच्छ्वास आता जड झाला होता.

''रक्त..! सगळीकडे रक्त पसरलंय. मला छातीत दुखतंय. मला छातीवर कुणी तरी मारलंय....माझा पाय, मान...खूप वेदना होत आहेत.''

ती आता कमालीची अस्वस्थ झाली. पण हळूहळू तिचं श्वसन संथ होऊ लागलं. लवकरच ते पूर्णपणे नियंत्रित झालं. तिच्या चेहऱ्याचे स्नायू सैलावले. चेहऱ्यावर पुन्हा एकदा शांत भाव आले. मी ओळखलं, हे शांत, स्थिर भाव दोन जन्मांच्या मधल्या अवस्थेतले आहेत. मी विचारलं, ''तू खूप शांत दिसते आहेस? तुझं ते जीवन संपलंय का?'' ती काही क्षण गप्प बसली, नंतर हलकेच म्हणाली,

''मी तरंगत आहे... माझ्या शरीरापासून लांब आहे. मी शरीर सोडून दिलंय...मी आत्म्याच्या अवस्थेत आहे.''

''ठीक आहे. तू थोडी विश्रांती घे. या जन्मात तुला खूप बिकट प्रसंगांना तोंड द्यावं लागलं आहे. तुझा मृत्यूदेखील कष्टप्रद होता. तुला विश्रांतीची गरज आहे. शांत हो आणि या जन्मात तुला नेमके काय धडे मिळाले हे सांग.''

''या जन्मात मी द्वेष शिकले... अकारण हत्या... चुकीच्या दिशेने द्वेषभावना ... असे लोक जे द्वेष करतात, पण का, हे त्यांनाच ठाऊक नसते... आपण शरीररूपात असताना दुष्ट प्रवृत्ती आपल्याला त्यांच्याकडे खेचत असतात...''

''देशाप्रति आपलं कर्तव्य बजावणं यापेक्षा उच्च काही कर्तव्य असू शकतं का? असं काही, जे तुला आदेश मिळाल्यानंतरसुद्धा दुसऱ्याला मारण्यापासून रोखू शकेल? तुझं स्वतःकडे असणारं काही वैयक्तिक कर्तव्य?''

''हो.''

तिने उत्तर होकारार्थी दिलं तरी याबाबत अधिक काही स्पष्टीकरण दिलं नाही.

''तू कशाची तरी वाट बघत आहेस का?''

''हो! मी नवचैतन्य प्राप्त होण्याच्या (renewal) *स्थितीत जाण्याची वाट बघत आहे. मला अजून काही वेळ प्रतीक्षा करावी लागेल. माझ्यासाठी ते येतील... नक्कीच ते माझ्यासाठी येतील...''*

''फारच छान! ते येतील, तेव्हा मलाही त्यांच्याशी संवाद साधायला आवडेल.'' मी म्हणालो. आम्ही खूप वेळ वाट बघत होतो. त्यानंतर एकदमच तिचा आवाज मोठा आणि घोगरा येऊ लागला. या वेळी कवी असणारे गुरू बोलत नव्हते, तर मुख्य गुरू बोलत होते.

''शरीररूपात असणाऱ्यांसाठी ही उपचारपद्धती योग्य आहे, हा तुझा अंदाज अगदी योग्य होता. त्यांच्या मनातली भीती मुळासकट काढून टाकली पाहिजे. जेव्हा मनात भीती असते, तेव्हा तुमच्यातील ऊर्जा व्यर्थरीत्या खर्च होत असते. त्या वेळी त्या ऊर्जेचा काही उपयोग होत नाही. यामुळे ज्या कार्यांची पूर्ती करण्यासाठी त्यांना इथे पाठवले गेले आहे, ती कार्यं पूर्ण होत नाहीत. तुमच्या भोवतालच्या परिस्थितीतूनच तुम्हाला संकेत मिळत असतात. त्यांचा स्वीकार करा.....खूप गाढ, सखोल स्थितीत जिथे स्वतःच्या शरीराची जाणीव संपते, अशा स्थितीत त्यांना घेऊन जा. तेव्हाच तू त्यांच्यापर्यंत पोहोचू शकतोस. समस्या, अडथळे फक्त वरवर असतात. पण जिथे कल्पनांची निर्मिती होते, अशा आत्म्याच्या स्थितीपर्यंत तू त्यांना घेऊन जायला हवंस.''

''ऊर्जा......ऊर्जाच सारं काही आहे. पण ती किती वाया घालवली जाते. एखादा पर्वत कसा असतो....त्याच्या पोटात, केंद्रात ती शांतता असते. अडथळे,

समस्या या गोष्टी वरवर पृष्ठभागावर असतात. माणसं फक्त बाह्य रूप बघू शकतात. पण तू खूप खोलवर वेध घेऊ शकतो. तुला ज्वालामुखीचा लाव्हा बघायचा असेल तर खोलवर जावं लागेल.''

''शरीरावस्थेत असणं ही गोष्ट अनैसर्गिक (abnormal) *असते. तुम्ही जेव्हा आत्म्याच्या अवस्थेत असता, ती स्थिती नैसर्गिक असते. जेव्हा आपल्याला पुन्हा नवीन जन्मात पाठवलं जातं, तेव्हा सर्व काही नवीन असतं, म्हणजेच ज्याबद्दल आपल्याला अजिबात कल्पना नसते, अशा स्थितीत आपण पुन्हा येतो. या आत्म्याच्या स्थितीत तुम्हाला खूप प्रतीक्षा करावी लागते आणि मग तुम्ही नवचैतन्याने सज्ज होता. ही नव्याने सज्ज होण्याची* (renewal) *स्थिती असते. हा एक आयाम आहे. अनेक आयामांपैकी हा एक आयाम आहे आणि तू या आयामापर्यंत पोहोचण्यामध्ये बऱ्याच अंशी यशस्वी झाला आहेस....''*

माझ्यासाठी हा आश्चर्याचा धक्काच होता. मी या नवचैतन्याने सज्ज होण्याच्या (renewal) स्थितीपर्यंत कसा काय पोहोचलो असेन? मी काहीशा अविश्वासानेच मी विचारलं, ''मी या स्थितीत जवळपास येऊन पोहोचलो आहे?''

''हो. इतरांपेक्षा तुला बरंच काही माहिती आहे. त्यांच्याशी संयमाने वाग. तुझ्याकडे जे ज्ञान आहे, ते त्यांच्याकडे नाही. तुला साहाय्य करण्यासाठी तुझ्याकडे आत्म्यांना पाठवलं जाईल. पण तू जे काही करत आहेस, ते अगदी बरोबर आहे, ते तसंच सुरू ठेव. ही ऊर्जा वाया जाता कामा नये. भीतीला तू समूळ नष्ट केलं पाहिजे. हेच तुझं महत्त्वाचं शस्त्र आहे....''

गुरू आता शांत झाले. या अद्‌भुत अशा संदेशावर मी मनन करत होतो. कॅथरीनला तिच्या मनात असणाऱ्या अनेक भयांतून मी अगदी यशस्वीपणे मुक्त करत होतो, याची मला कल्पना होती. पण हा संदेश तेवढ्यापुरताच मर्यादित नव्हता, तर त्याला व्यापक असा जागतिक अर्थ होता. संमोहन हे उपचाराचं एक अत्यंत प्रभावी साधन आहे, यावर शिक्कामोर्तब करणे, एवढाच मर्यादित अर्थ या संदेशामागे नव्हता. तसंच मागील जन्मांत रुग्णाला घेऊन जाणे (past life regression) याच्याही खूप पलीकडचा अर्थ त्यामागे दडला होता. कारण करोडोंच्या या जगात एकेका व्यक्तीवर हा उपचार करणंही खूप अवघड गोष्ट आहे. त्यामुळे ते ज्या भीतीबद्दल बोलत होते, ती मृत्यूची भीती असावी, असं माझं मत होतं. खूप खोलवर दडलेली ही भीती! मृत्यूचं हे भय आपल्या आत दडून बसलेलं असतं, ते सतत छळत राहतं. कितीही पैसा किंवा सत्ता हे भय कमी करू शकत नाही - हे सत्य आहे. पण त्यामागचं मूळ तत्त्व जर लोकांनी लक्षात घेतलं, तर

त्यांच्या मनात ही मृत्यूची भीतीच राहणार नाही. ते तत्त्व म्हणजे - 'हे जीवन अंतहीन आहे. त्यामुळे आपला कधीच मृत्यू होत नसतो आणि खऱ्या अर्थाने आपण पुन्हा जन्मही घेत नसतो. आपण या जन्मापूर्वी कित्येक जन्म घेतले आहेत आणि या जन्मानंतरही अगणित वेळा जन्म घेणार आहोत, हे एकदा लोकांच्या लक्षात आलं, तर त्यांना केवढा दिलासा मिळेल. तसंच शरीरावस्थेत असताना आत्मे आपल्याला मदत करण्यासाठी आपल्या भोवती सतत असतात, मृत्यूनंतर आपणही त्यांच्याच दुनियेत जातो, तिथे आपले नातेवाईक आणि लाडक्या व्यक्तींचे आत्मे आपली सोबत करतात, या गोष्टीची जाणीव लोकांना झाली, तर त्यांना किती बरं वाटेल! आपली रक्षा करणारे 'संरक्षक देवदूत' (Guardian angels) खरोखरीच असतात, हे त्यांना पटलं तर केवढं सुरक्षित वाटेल! हिंसा किंवा इतर लोकांवर अन्याय करणं, या गोष्टींची नोंद झाल्याशिवाय राहत नाही आणि इतर जन्मांमध्ये या ना त्या मार्गाने त्याची परतफेड करावीच लागते, हे सत्य त्यांना पटलं तर, आपल्या मनात ते राग, सूडबुद्धी अशा गोष्टींची जोपासना कशाला करतील? आणि ज्ञानाच्याच मार्गाने जर आपण देवापर्यंत पोहोचणार आहोत, तर मग भौतिक वस्तू, सत्ता अशा गोष्टींचं काय महत्त्व उरेल! कारण आज ना उद्या या भौतिक गोष्टींचा अंत होणार आहे, त्यांचा आत्मिक उन्नतीमध्ये काहीही उपयोग नाही, हे लक्षात येईल. लोभी वृत्ती आणि सत्तेची लालसा या गोष्टींना कधीच, कुठलाही अर्थ नसतो.

पण लोकांपर्यंत हे ज्ञान कसं पोहोचवायचं? बहुतांश लोक सीनेगॉगमध्ये, चर्चमध्ये, मशिदीत किंवा देवळांमध्ये प्रार्थना म्हणतात. या प्रार्थना आत्मा अमर्त्य आहे, याचाच उद्‌घोष करतात. लोक प्रार्थना म्हणतात खरं, पण पूजाअर्चा संपली की, पुन्हा 'ये रे माझ्या मागल्या!' पुन्हा ते या स्पर्धेच्या जगात येतात, लोभीपणा, पिळवणूक आणि आत्मकेंद्रित वृत्ती असणाऱ्या दुनियेत ते येतात. या गोष्टींमुळे आत्म्याची प्रगती खुंटते. त्यामुळे श्रद्धा जर पुरेशी ठरत नसेल, तर विज्ञानाची कास धरायला हवी. मग त्यासाठी, कॅथरीनचे आणि माझे जसे अनुभव आहेत, तशा अनुभवांचा वर्तणूकशास्त्र आणि शरीरशास्त्रांतील प्रशिक्षित व्यक्तींनी अभ्यास करायला हवा. त्यांचं विश्लेषण करून अत्यंत त्रयस्थपणे ते मांडायला हवं. पण आत्ता तरी असा एखादा विज्ञानाधिष्ठित शोधनिबंध लिहिणं किंवा पुस्तक लिहिणं ही गोष्ट माझ्यासाठी खूप दूरची होती. नव्हे, त्याची शक्यताच धूसर होती. आत्ता मी फक्त आश्चर्याने विचार करत होतो ते माझ्या मदतीसाठी पाठविण्यात येणाऱ्या आत्म्यांबद्दल! मला कुठल्या गोष्टीसाठी ते मदत करणार होते?

कॅथरीन थोडी हलली आणि मग पुन्हा बोलू लागली.

''गिडीऑन....मला हे नाव ऐकू येतंय. गिडीऑन नावाचा कुणी तरी...तो...

गिडीऑन माझ्याशी बोलण्याचा प्रयत्न करतोय.''

''काय सांगतोय तो?''

''तो सगळीकडे आहे. तो थांबतच नाहीये...तो एक प्रकारचा संरक्षक आहे.... असंच काही तरी...पण तो आत्ता माझ्याशी खेळतोय...''

''तो तुझ्या गार्डियनपैकी...संरक्षकांपैकी एक आहे का?''

''हो! पण तो आत्ता माझ्याबरोबर खेळतोय....सगळीकडे नुसत्या उड्या मारतोय. तो माझ्या अवतीभोवती नेहमीच असतो, हे बहुतेक त्याला मला सांगायचं आहे.''

''गिडीऑन?'' मी पुन्हा विचारलं.

''हो, तो तिथेच आहे.''

''तो आहे, त्यामुळे तुला अधिक सुरक्षित वाटतंय का?''

''हो, नक्कीच! मला जेव्हा त्याची गरज भासेल, तेव्हा तो परत येईल.''

''छान. आपल्या भोवती असे आत्मे असतात?''

तिच्या उच्च जाणिवेच्या दृष्टिकोनातून ती बोलत होती. ती पुन्हा कुजबुजल्यासारखी म्हणाली,

''हो!....कित्येक आत्मे! त्यांना जेव्हा यावंसं वाटेल, तेव्हाच ते येतात. पण ते येतात....त्यांना हवं तेव्हा! आपणही आत्माच आहोत...पण इतर...काही शरीरावस्थेत असतात, काही नूतनीकरणाच्या अवस्थेत असतात, तर इतर संरक्षक म्हणजेच गार्डियन्स असतात. पण आपण सगळेच त्या अवस्थेत गेलेलो आहोत. आपणही कधी ना कधी संरक्षक...गार्डियन्स बनलेलो आहोत.''

''आपण शिकण्यासाठी परत का येतो? आत्म्याच्या स्थितीत असताना आपण काही शिकत का नाही?''

''शिकण्याचे, ज्ञानप्राप्तीचे वेगवेगळे स्तर असतात. काही धडे आपल्याला शरीररूपातच शिकणे आवश्यक असते. दुःख आणि वेदनेचा अनुभव घेणे गरजेचे असते. जेव्हा तुम्ही आत्म्याच्या स्थितीत असता, त्या वेळी कोणतीही वेदना तुम्हाला जाणवत नाही. तो नूतनीकरणाचा कालावधी असतो. तुमचा आत्मा नव्याने सज्ज होत असतो. जेव्हा तुम्ही शरीररूपात म्हणजेच हाडामांसाच्या शरीरात असता, तेव्हा तुम्हाला वेदनेची जाणीव होते, तुम्ही इतरांना दुखवू शकता. आत्म्याच्या स्थितीत

तुम्हाला या जाणिवा नसतात. तिथे फक्त आनंद असतो. स्वस्थ आणि छान वाटत असतं. पण ही नव्याने सज्ज होण्याची स्थिती असते.....आपल्यासाठी. आत्म्याच्या अवस्थेत असताना संवाद खूप वेगळ्या प्रकारे चालतो. शरीरावस्थेत असताना एकमेकांबरोबरचं नातं 'अनुभवता' येतं.''

''मला कळतंय. सारं काही व्यवस्थित होईल.''

ती पुन्हा शांत झाली. काही क्षण असेच गेले.

''मला एक गाडी दिसतेय. निळ्या रंगाची!'' ती पुन्हा बोलू लागली.

''लहान बाळांना ज्यात ठेवून नेतात, तशी?''

''नाही. जिच्यातून तुम्ही हिंडता अशी. निळ्या रंगाची आहे. तिच्या टपावर निळ्या रंगाची झालर आहे आणि बाहेरूनही ती निळीच आहे.''

''घोडागाडी आहे का ती? घोडे तिला ओढत आहेत का?''

''तिला खूप मोठी चाकं आहेत. आतमध्ये कुणीच दिसत नाहीये. पण दोन घोडे तिला जोडलेले आहेत...एक करड्या रंगाचा आणि एक तपकिरी रंगाचा! त्यातल्या करड्या रंगाच्या घोड्याचं नाव आहे 'ॲपल', कारण त्याला सफरचंदं खूप आवडतात आणि दुसऱ्याचं नाव आहे 'ड्युक'! दोन्ही घोडे अगदी छान आहेत. ते तुम्हाला चावत नाहीत. त्यांच्या टापा खूप मोठ्या आहेत.''

''एखादा घोडा वाईट आहे का? दुसरा एखादा वेगळा घोडा?''

''नाही. खूप चांगले घोडे आहेत ते!''

''तू तिथेच आहेस?''

''हो! मला त्या घोड्याचं नाक दिसतंय. खूपच मोठा आहे तो... माझ्यापेक्षा खूप मोठा आहे तो!''

''ती गाडी तू चालवतेस का?'' तिच्या एकूण प्रतिसादावरून ती एक लहान मुलगी आहे, हे मला कळत होतं.

''तिथे बरेच घोडे आहेत. एक मुलगासुद्धा आहे तिथे.''

''तू किती वर्षांची आहेस?''

''मी अगदी लहान आहे. मला माझं वय माहीत नाही. मला अंक कसे मोजायचे,

तेही बहुतेक ठाऊक नाही.''

''त्या मुलाला तू ओळखतेस? कोण आहे तो? तुझा मित्र? तुझा भाऊ?''

''तो माझ्या शेजारी राहतो. इथे तो एका समारंभासाठी आला आहे. .....लग्न किंवा असंच काही तरी आहे तिथे!''

''कुणाचं लग्न आहे, ते तुला दिसतंय?''

''नाही, पण आम्हाला छान स्वच्छ राहायला सांगितलं आहे... माझे केस तपकिरी रंगाचे आहेत. एका बाजूला बटणं असणारे बूट आहेत...''

''तू समारंभासाठीचे कपडे घातले आहेस का? चांगले कपडे?''

''पांढऱ्या रंगाचा ड्रेस आहे...त्यावर काही तरी खडबडीत आहे आणि ते पाठीवर बांधायचं आहे.''

''तुझं घर तिथे जवळच आहे का?''

''ते खूप मोठ्ठं घर आहे.''

तिच्यातल्या लहान मुलीने उत्साहाने उत्तर दिलं.

''त्याच घरात तू राहतेस का?''

''हो.''

''वा:! छान! आता त्या घरात नीट बघ. आज खूप महत्त्वाचा दिवस आहे. इतर लोकही खूप सजलेले, नटलेले असणार ना? त्यांनीही खास कपडे घातले असणार!''

''तिथे बरेच पदार्थ बनवले जात आहेत... खूप खूप जेवण तयार करत आहेत.''

''तुला त्याचा वास येतोय?''

''हो, तर! ते कोणत्या तरी प्रकारचा ब्रेड बनवत आहेत. ब्रेड...मांसाहारी पदार्थ! आम्हाला आता पुन्हा बाहेर जायला सांगितलं आहे.''

हे ऐकून मला आश्चर्यच वाटलं. मी तिला आत जायला काही हरकत नाही, असं सांगितलं होतं आणि आता तिला तिथून पुन्हा बाहेर जायला सांगण्यात आलं होतं.

''ते तुला तुझ्या नावाने हाक मारत आहेत का?''

''मँडी.. मँडी आणि एडवर्ड!''

“एडवर्ड म्हणजे तो मुलगा का?”

“हो, तोच!”

“ते तुम्हाला घरात थांबू देत नाहीयेत का?”

“नाही नाही, ते खूपच कामात आहेत.”

“तुला त्याबद्दल काय वाटतंय?”

“आम्हाला त्याची काही फिकीर वाटत नाहीये. पण कपडे घाण न करणं, ही खूप अवघड गोष्ट आहे. आम्हाला काहीच करता येत नाहीये.”

“नंतर त्या दिवशी तू लग्नाला गेलीस का?”

“हो. मला बरीच माणसं दिसत आहेत. त्या खोलीत प्रचंड गर्दी झाली आहे. खूप उकाडा जाणवतोय. तिथे एक मजेशीर दिसणारा धर्मोपदेशकसुद्धा आहे. त्याने एक काळ्या रंगाची खूप मोठी गमतीदार टोपी घातली आहे. ती टोपी इतकी मोठी आहे की, ती सारखी त्याच्या चेहऱ्यावरून खाली येते आहे.”

“तुझ्या कुटुंबाचा हा खूप आनंदाचा काळ आहे का?”

“हो! नक्कीच!”

“कुणाचं लग्न आहे, ते तुला माहीत आहे?”

“माझ्या बहिणीचंच!”

“ती तुझ्यापेक्षा खूप मोठी आहे?”

“हो!”

“ती तुला आत्ता दिसतेय? तिने वधूचा पोषाख घातला आहे का?”

“हो!”

“ती दिसायला सुरेख आहे?”

“हो, आणि तिने तिच्या केसांत खूप फुलं गुंफली आहेत.”

“तिच्याकडे जरा नीट बघ बरं! इतर कुठल्या जन्मात तिची अन् तुझी ओळख होती, असं वाटतंय? तिचे डोळे, तिचा चेहरा व्यवस्थित बघ.”

“हो...अरे, मला वाटतंय की, ही तर बेकी आहे. पण खूप खूप लहान!”

बेकी ही कॅथरीनची मैत्रीण आणि कामाच्या ठिकाणची सहकारी होती. त्या दोघी चांगल्या घट्ट मैत्रिणी होत्या. पण नंतर तिची घाईघाईने कोणत्याही निष्कर्षाप्रत येण्याची आणि कॅथरीनच्या आयुष्यात, तिच्या निर्णयात सतत नाक खुपसत राहण्याची वृत्ती याचा कॅथरीनला वैताग आला होता, म्हणून मग त्यांची मैत्री जरा कमी झाली. कारण शेवटी, ती मैत्रीण होती, तिची नातेवाईक नव्हती. मात्र आता हा फरक एवढा स्पष्ट दिसत नव्हता.

''तिला मी आवडते आणि ती पुढे असल्याने मीही पुढे उभी आहे.''

''ठीक आहे. आता सभोवताली बघ. तुझे आई-वडील आहेत तिथे?''

''हो!''

''छान! आता जरा त्यांच्याकडे बघ. पहिल्यांदा तुझ्या आईकडे. तिच्याकडे बघून तू तिला ओळखतेस का किंवा तुला काही आठवतंय का ते सांग. तिच्या चेहऱ्याकडे बघ.''

कॅथरीन बराच वेळ दीर्घ श्वासोच्छ्वास करत होती. जरा वेळाने ती म्हणाली,

''नाही. मी तिला ओळखत नाही.'' (इतर किंवा या जन्मात)

''आता तुझ्या वडिलांकडे पाहा. नीट बघ. त्यांचे हावभाव, त्यांचे डोळे....त्यांचा चेहरा. त्यांना तू ओळखतेस का बघ बरं!''

''हो! हा तर स्टुअर्ट आहे.''

तिने झटक्यात उत्तर दिलं. याचाच अर्थ स्टुअर्टचं अस्तित्व पुन्हा एकदा जाणवलं होतं. आता या गोष्टीचा सखोलपणे वेध घ्यायला हवा होता.

''त्यांच्याबरोबरचं तुझं नातं कसं आहे?''

''माझं त्यांच्यावर खूप प्रेम आहे....ते माझ्याशी चांगले वागतात, पण मी त्यांना कटकट वाटते...त्यांना मुलं कटकटच वाटतात.''

''ते फारच गंभीर स्वभावाचे आहेत का?''

''खरंतर नाही. आमच्याशी खेळायला त्यांना खूप आवडतं. पण आम्ही सतत खूप प्रश्न विचारतो. तरी आमच्याशी ते प्रेमाने वागतात. फक्त प्रश्न विचारून भंडावून सोडलेलं त्यांना आवडत नाही.''

“यामुळे ते कधी तरी वैतागतात का?”

“हो, आम्ही आमच्या शिक्षकांकडून शिकायला हवं, वडिलांकडून नाही. त्यासाठी तर आम्ही शाळेत जातो.”

“हे तेच बोलत आहेत असं वाटतं. तुम्हाला त्यांनी असं सांगितलंय का?”

“हो. त्यांना इतर बरीच महत्त्वाची कामं असतात. त्यांना शेताचं सारं काम बघायचं असतं.”

“खूप मोठं शेत आहे का ते?”

“हो!”

“ते कुठंय हे ठाऊक आहे का तुला?”

“नाही.”

“त्यांनी कधी शहराचा किंवा राज्याच्या नावाचा उल्लेख केला नाही का? किंवा एखाद्या गावाच्या नावाचा?” ती जरा थांबली, काळजीपूर्वक ऐकल्याचा ती प्रयत्न करतेय असं वाटलं. मग म्हणाली,

“नाही. मी कधी ऐकलं नाही.” आणि पुन्हा गप्प झाली.

“ठीक आहे. तुला या जन्मात आणखी काही जाणून घ्यायचं आहे का? की थोडं पुढच्या काळात आपण जाऊयात किंवा हे आत्ता...” माझं बोलणं अर्धवट तोडत ती म्हणाली,

“नाही. हे पुरेसं आहे.”

कॅथरीनबरोबरचे हे सारे अनुभव माझ्या क्षेत्रातल्या इतरांना सांगण्यास मी फारसा उत्सुक नव्हतो. खरंतर कॅरोल आणि इतर काही मोजके लोक जे मला विश्वासू वाटत होते, हे सोडल्यास मी ही अतिशय महत्त्वाची माहिती इतर कुणालाही सांगितली नव्हती. आमच्या सत्रांमध्ये जे ज्ञान मिळालं होतं, ते पूर्णतः खरं आणि अत्यंत महत्त्वाचं होतं, हे मला ठाऊक होतं. पण मी जर ते माझ्या समव्यावसायिकांना किंवा विज्ञानाधिष्ठित दृष्टिकोन बाळगणाऱ्या सहकाऱ्यांना सांगितलं, तर त्यांच्या प्रतिक्रिया काय असतील याची मला काळजी वाटत होती. त्यामुळे मी त्याबाबत मौनच बाळगलं होतं. अजूनही मला माझी ख्याती, माझं करियर आणि इतर लोक माझ्याबद्दल काय म्हणतील, याची चिंता होती.

माझ्या ज्या काही व्यक्तिगत शंका होत्या, त्या तिच्या तोंडून मला मिळालेल्या ज्ञानामुळे आणि सबळ पुराव्यांमुळे दर आठवड्यागणिक विरत गेल्या. मी आमच्या सत्रांच्या ऑडिओ टेप्स पुनःपुन्हा ऐकत असे. एखादं सत्र, त्यातील नाट्यमयता आणि आस्था या दोन्ही गोष्टींसह वारंवार अनुभवत असे. पण इतर लोक माझ्या अनुभवांवरच विसंबून राहणार होते. ते अनुभव कितीही प्रभावी असले तरी शेवटी माझे होते, त्यांचे नव्हते. त्यामुळे आणखी माहिती गोळा केलीच पाहिजे, असं मला वाटलं.

या संदेशांचा मी जसजसा स्वीकार करत गेलो आणि त्यांच्यावर विश्वास ठेवत गेलो, तसतसं माझं आयुष्य अधिकाधिक सोपं आणि समाधानी होत गेलं. आता डावपेच खेळणं, ढोंगीपणा करणं, नाटक करणं किंवा मी वास्तवात जसा आहे, त्यापेक्षा वेगळाच कुणी आहे, हे दाखवण्याचा प्रयत्न करणं – अशा गोष्टींची मला काही गरजच उरली नाही. माझे नातेसंबंध अधिक प्रामाणिक आणि सुदृढ बनत गेले. कौटुंबिक जीवनातला गोंधळ कमी झाला आणि मी अधिक निवांत झालो. मला कॅथरीनद्वारे जे ज्ञान देण्यात आलं होतं, ते इतरांना देण्यातील माझा निरुत्साह कमी व्हायला सुरुवात झाली. आश्चर्याची गोष्ट म्हणजे अधिकाधिक लोकांना याबाबत जाणून घेण्याची तीव्र इच्छा होती. अनेकांनी मला त्यांचे परामानसशास्त्रीय अनुभव सांगितले. त्यात ESP, देजा-वु, शरीराबाहेर असल्याचा अनुभव, पूर्वजन्मांची स्वप्ने आणि असे अनेक अनुभव होते. अनेकांनी तर आपल्या जोडीदारालाही ते सांगितले नव्हते. कारण या सगळ्या लोकांना एकच भीती होती, ती म्हणजे, हे अनुभव ऐकल्यानंतर त्यांचे कुटुंबीय किंवा त्यांच्यावर उपचार करणारे तज्ज्ञ हे सारे जण त्यांच्याकडे काही तरी विचित्र म्हणून बघू लागतील. पण तरीही सगळ्यांच्या अनुभवांत बरंचसं साम्य होतं आणि त्यांना ते जेवढे दुर्मीळ वाटत होते, तेवढे ते दुर्मीळ मुळीच नव्हते. खरंतर कोणीही हे अनुभव इतरांना न सांगितल्यामुळेच ते दुर्मीळ असल्याचा समज तयार होत होता. मात्र एखादी व्यक्ती जेवढी सुशिक्षित, तेवढी ती इतरांना हे अनुभव सांगायला जास्त धजावत होती.

माझ्या हॉस्पिटलमधील एका महत्त्वाच्या क्लिनिकल विभागाचे सन्माननीय अध्यक्ष त्यांच्या दिवंगत वडिलांशी संवाद करू शकत होते. विशेष म्हणजे त्यांच्या वडिलांनी अनेक गंभीर संकटात त्यांचं रक्षणसुद्धा केलं होतं. दुसऱ्या एका प्राध्यापकांना तर त्यांच्या अत्यंत गुंतागुंतीच्या संशोधन प्रयोगातील सुटलेले टप्पे, निसटलेले दुवे किंवा त्यांचे निष्कर्षदेखील स्वप्नांत दिसत. त्यांची स्वप्नं अगदी निश्चितपणे खरी ठरत. एका डॉक्टरला त्यांचा फोन वाजताच कोण बोलत असेल हे तो उचलण्यापूर्वीच कळत असे. एका मिडवेस्टर्न विद्यापीठातील मानसोपचार विभागाच्या अध्यक्षांच्या पत्नीने मानसशास्त्रात

पीएच.डी. केली होती. तिचे संशोधन प्रकल्प नेहमीच अत्यंत काळजीपूर्वक नियोजन केलेले आणि तशीच काटेकोर अंमलबजावणी केलेले असत. ती जेव्हा पहिल्यांदा रोममध्ये गेली, त्या वेळी काय घडलं याबद्दल तिने कोणालाही सांगितलं नाही. शहराचा नकाशा स्मृतीमध्ये छापला असावा, इतक्या ठामपणे व न चुकता सारं शहर ती एकटी हिंडली. अगदी पुढच्या कोपऱ्यावर किंवा वळणावर काय आहे, हे तिला बिनचूक ठाऊक होतं. ती त्यापूर्वी कधीही इटलीला गेली नव्हती आणि तिला ती भाषादेखील येत नव्हती, तरीही अनेक इटालियन लोक तिच्याशी त्याच भाषेत बोलत. ती तेथील स्थानिक आहे, असंच लोकांना वाटत असे. रोममधल्या त्या अनुभवांचे अर्थ लावण्याचा ती आटोकाट प्रयत्न करत होती.

हे उच्चशिक्षित लोक या अनुभवांबद्दल गप्प का राहत होते, ते मी समजू शकत होतो. कारण मीदेखील त्यांच्यापैकीच एक होतो. आमचे अनुभव आणि आमच्या संवेदना आम्ही अजिबातच नाकारू शकत नव्हतो, पण त्याचवेळी आमचं शिक्षण मात्र आमचे अनुभव, माहिती आणि आमचा विश्वास यांच्या अगदी उलट होतं आणि केवळ म्हणून आम्ही गप्प राहत होतो.

प्रकरण १०

तो आठवडा भर्रकन संपला. गेल्या आठवड्यातल्या आमच्या सत्रांचे टेप्स मी पुनःपुन्हा ऐकत होतो. मी नूतनीकरणाच्या (रिन्युअल) अवस्थेजवळ पोहोचत आहे. हे कसं? मला माझ्यात विशिष्ट असा काही ज्ञानोदय होतोय, असं काही जाणवत नव्हतं. शिवाय आता मला साहाय्य करण्यासाठी आत्म्यांना पाठवण्यात येणार, असंसुद्धा मला सांगण्यात आलं होतं. पण या सगळ्यात मी काय करणं अपेक्षित होतं? मला हे केव्हा कळणार आहे? माझ्यावर सोपवलेली कामगिरी मी नीट पार पाडू शकेन का? मला माहीत होतं, मी संयम बाळगून प्रतीक्षा केली पाहिजे. कवी गुरूंचे हे शब्द मला आठवत होते.

''संयम आणि योग्य वेळ...प्रत्येक गोष्ट योग्य वेळीच तुमच्यापर्यंत येते, पण जे ज्ञान आम्ही तुम्हाला दिलंय, ते पचविण्यासाठी अवधी तर तुम्हाला मिळायला हवा.'' थोडक्यात, मला शांतपणे प्रतीक्षा करायला लागणार होती.

आत्ताच्या आमच्या सत्रात सुरुवातीलाच कॅथरीनने अनेक दिवसांपूर्वी तिला पडलेल्या स्वप्नातला काही भाग सांगितला. तिला स्वप्नात दिसलं होतं, ती तिच्या आई-वडिलांच्या घरात राहत होती आणि अचानक त्या रात्री घराला आग लागली. ती शांत होती आणि घरातलं सामान बाहेर काढण्यासाठी डोकं शांत ठेवून काम करत होती. पण बहुतेक तिच्या वडिलांना परिस्थितीचं गांभीर्य लक्षात आलं नव्हतं. ते त्या घाईच्या वेळी अगदी निवांतपणे वागत होते. तिने गडबडीने त्यांना बाहेर काढलं. बाहेर आल्यावर आपण घरातच काही तरी गोष्ट विसरलोय हे त्यांच्या लक्षात आलं आणि त्यांनी त्या धगधगत्या आगीत कॅथरीनला घरात पाठवून ते आणायला सांगितलं. ते काय होतं, हे कॅथरीनला नक्की आठवलं नाही. तिच्या या स्वप्नाचा आत्ताच काही अर्थ लावायला नको, असं मी ठरवलं आणि ती संमोहनात असताना त्यासाठी एखादी संधी मिळतेय का, हे पाहावं, असा विचार मी केला.

ती अगदी लवकरच खोल संमोहनामध्ये जाऊन बोलू लागली,

''मला डोक्यावर काही तरी ओढून घेतलेली एक बाई दिसत आहे. तिचा चेहरा झाकलेला नाही, फक्त केस आणि डोकं झाकलेलं आहे.''

ती बोलता बोलता एकदम गप्प झाली.

"ते अजून दिसतंय का तुला? डोक्यावर ओढून घेतलेलं?"

"नाही...मला आत्ता एक प्रकारचं काळ्या रंगाचं मटेरियल दिसतंय. त्यावर बुट्टे आहेत.. सोनेरी रंगाचे!.... मला आता एक इमारत दिसत आहे, तिच्यावर एक प्रकारचे टोकदार स्ट्रक्चर आहेत... त्यांचा रंग पांढरा आहे."

"तुला ती इमारत ओळखता येतेय का?"

"नाही."

"ती इमारत खूप मोठी आहे का?"

"नाही. इमारतीच्या मागे एक पर्वत आहे. त्याच्या शिखरावर बर्फ पडलाय. पण खाली दरीमध्ये हिरवंगार गवत आहे. आम्ही तिथेच आहोत."

"त्या इमारतीमध्ये जाणं तुला शक्य आहे का?"

"हो. एक प्रकारच्या संगमरवराने ती बांधली आहे. त्याचा स्पर्श अतिशय थंड आहे."

"हे एखादं देऊळ आहे का? किंवा ती धार्मिक गोष्टींशी निगडित एखादी इमारत आहे का?"

"मला माहीत नाही, पण हा एखादा तुरुंग असावा, असं मला वाटतंय."

"तुरुंग वाटतोय तो तुला?" मी तिला पुन्हा विचारलं. "त्या इमारतीच्या आसपास कुणी लोक आहेत का? किंवा आतमध्ये दिसताहेत का?"

"हो. मला तिथे काही सैनिक दिसताहेत. त्यांनी काळ्या रंगाचे युनिफॉर्म घातले आहेत. खांद्यावर सोनेरी पट्टी आहे. त्यांच्या काळ्या हेल्मेट्सनादेखील सोनेरी पट्ट्या आहेत. निमुळता टोकेरी भाग आहे आणि तो सोनेरी आहे. कंबरेला लाल रंगाचा कापडी पट्टा आहे त्यांच्या!"

"तुझ्या भोवतीही सैनिक आहेत का?"

"हो..दोन-तीन आहेत."

"तू तिथेच आहेस?"

"मी तिथेच जवळपास कुठे तरी आहे. पण त्या इमारतीच्या आतमध्ये नाही."

''जरा आजूबाजूला बघ आणि तू स्वतः कुठे दिसतेस का, तेसुद्धा पाहा....तिथे पर्वत आहे, गवत आहे आणि पांढऱ्या रंगाची इमारत आहे. इतरही काही इमारती आहेत का तिथे?''

''तिथे इतर काही इमारती असल्या तरी, त्या या इमारतीच्या जवळ नाहीत. मला एक इमारत दिसतेय.....अगदीच एकाकी आहे ती! कसली तरी भिंत तिच्या मागे बांधलेली आहे....कसली तरी भिंत!''

''ती कोणती इमारत असेल? एखादा किल्ला असेल की तुरुंग की आणखी काही?''

''असेलही.....पण... पण ती फारच एकाकी आहे...आजूबाजूला काहीच नाही.''

''तुला ती एवढी महत्त्वाची का वाटतेय?'' (यानंतर कॅथरीन बराच वेळ काहीच बोलली नाही.) ''तू जिथे आहेस त्या देशाचं किंवा शहराचं नाव तुला ठाऊक आहे का? ते सैनिक कुठे आहेत?''

''मला युक्रेन असं सगळीकडे दिसतंय.''

''युक्रेन?'' तिला किती विविध ठिकाणी जन्म मिळाले होते, या विचाराने थक्क होऊन मी तिला विचारलं.

''ते कोणतं वर्षं आहे हे दिसतंय का तुला? काही कल्पना येतीय का? किंवा तो काळ कोणता आहे, हे लक्षात येतंय का?''

''सतरा.....सतरा.''

तिने संकोच करत उत्तर दिलं खरं, पण लगेच चूक दुरुस्त करत म्हणाली,

''१७५८!...१७५८! खूप सैनिक आहेत इथे. त्यांना काय हवंय, हे मला कळत नाहीये. त्यांच्या हातात बाकदार तलवारी आहेत.''

''अजून तुला काही दिसतंय किंवा काही ऐकू येतंय का?''

''कारंजं... एक कारंजं दिसतंय मला, तिथे ते त्यांचे घोडे धुतात.''

''ते सैनिक घोडे वापरतात का?''

''होय!''

''ते सैनिक इतर कुठल्या नावाने ओळखले जातात का? काही विशिष्ट संबोधन आहे

का त्यांचं?''

काही क्षण ती नीट ऐकल्यासारखा अंदाज घेत होती.

''नाही, मला तसं काही ऐकू येत नाहीये.''

''तू त्यांच्यापैकीच आहेस का?''

''नाही.''

ती पुन्हा एकदा लहान मुलांसारखी उत्तरं देत होती...अगदी छोटी, एका शब्दांत! मात्र आता तिला अगदी भरपूर प्रश्न विचारून मलाच बोलतं करावं लागणार होतं.

''पण आजूबाजूला तुला सैनिक दिसताहेत?''

''होय!''

''तू एखाद्या शहरात आहेस?''

''होय!''

''तू तिथेच राहतेस का?''

''असं वाटतंय.''

''छान. आता जरा नीट बघ आणि तू कुठे आहेस, कुठे राहतेस, ते सांग.''

''मला खूप जुने, जीर्ण झालेले कपडे दिसताहेत. एकच लहान मूल मला दिसतंय. तो मुलगा आहे आणि त्याचे कपडेही खूप विटके आणि जीर्ण आहेत. तो गार पडलाय.''

''त्या शहरात त्याचं घर आहे का?'' पुन्हा बराच वेळ ती काहीच बोलली नाही. मग बोलू लागली,

''नाही...मला त्याचं घर दिसत नाहीये.''

एकूणच या जन्माचा वेध घेताना तिला खूपच त्रास होत असावा. तिची उत्तरं तिला खात्री नसल्यासारखी ढोबळ येत होती.

''ठीक आहे. त्या मुलाचं नाव तुला ठाऊक आहे का?''

''नाही.''

''त्या मुलाला काय झालंय? त्याच्याबरोबर जा. काय घडतंय ते पाहा.''

''त्याच्या ओळखीची कुणी तरी व्यक्ती तिथे तुरुंगात आहे.''

''कोण? कुणी मित्र? कुणी नातेवाईक?''

''मला वाटतं त्याचे वडील!''

तिची उत्तरं अगदी थोडक्यात होती. ''तूच तो मुलगा आहेस का?'' मी विचारलं,

''मला नक्की माहीत नाही.''

''आपले वडील तुरुंगात आहेत, त्याबद्दल त्याला नेमकं काय वाटतं, हे तुला कळतंय का?''

''हो. त्याला खूप भीती वाटतेय..... त्यांना ते मारतील अशी भीती वाटतेय त्याला?''

''त्याच्या वडिलांनी काय केलंय?''

''त्यांनी त्या सैनिकांची काही तरी वस्तू चोरली आहे...बहुतेक काही कागदपत्रं किंवा तसंच काही तरी.''

''त्या मुलाला सगळं पूर्णपणे समजत नाहीये का?''

''नाही, कदाचित तो त्याच्या वडिलांना पुन्हा कधीच पाहू शकणार नाही.''

''आत्ता तो त्याच्या वडिलांना निदान पाहू तरी शकतोय का?''

''नाही.''

''त्याच्या वडिलांना आणखी किती दिवस तुरुंगात राहावं लागेल, याबद्दल काही कल्पना आहे का?''

''नाही.''

तिने उत्तर दिलं. तिचा आवाज थरथरत होता. ती अत्यंत दुःखी आणि अस्वस्थ झाली होती. फारसे तपशील ती सांगत नव्हती. तरीही ज्या घटना, जे प्रसंग ती बघत होती, अनुभवत होती, त्यामुळे ती फार त्रस्त झाली होती.

मी पुढे म्हणालो, ''त्या मुलाला जे वाटत आहे, ते तूही अनुभवत आहेस. त्याची भीती, काळजी तुलाही जाणवतेय का?''

''होय!''

पुन्हा ती गप्प झाली.

''काय घडलं पुढे? आता थोडी पुढच्या काळात जा. ते अवघड आहे हे कळतंय मला. पण तरीही थोडी पुढील काळात जा. काही तरी घडलं असेल...''

''त्याच्या वडिलांना फासावर चढवण्यात आलं.''

''आता काय वाटतंय त्याला?''

''त्याच्या वडिलांनी खरंतर काहीच केलं नव्हतं. न केलेल्या गुन्ह्यासाठी त्यांना फासावर लटकवण्यात आलंय. पण ते अपराध केला नसतानाही लोकांना फाशी देतात.''

''तो मुलगा या सगळ्या प्रकारामुळे खूप अस्वस्थ झाला असेल.''

''काय घडलंय ते त्याला पूर्णपणे कळतंय, असं मला नाही वाटत.''

''त्याला इतर कुणी नातेवाईक किंवा जवळचे लोक आहेत का?''

''हो, आहेत. पण तरीही आता त्याचं आयुष्य अगदी कठीण होणार आहे.''

''काय घडेल पुढे त्याच्या बाबतीत?''

''मला माहीत नाही...बहुतेक त्याचा मृत्यू होईल....''

तिला खूप वाईट वाटतंय, हे मला कळत होतं. ती पुन्हा शांत बसली आणि नंतर ती इकडेतिकडे काही तरी बघतेय असं वाटत होतं.

''तू आणखी काय बघते आहेस?''

''मला एक हात दिसतोय... तो कशाच्या तरी भोवती आहे... काही तरी पांढऱ्या रंगाचं. मला माहीत नाही ते काय आहे.''

ती पुन्हा शांत झाली. काही मिनिटांनंतर मी विचारलं, ''अजून काही दिसतंय का तुला?''

''काही नाही....नुसता अंधार!''

बहुतेक तिचा मृत्यू झाला असावा किंवा २०० वर्षांपूर्वी युक्रेनमध्ये राहणाऱ्या त्या दुःखी-कष्टी मुलापासून ती दूर गेली असावी.

''त्या मुलापासून तू दूर गेली आहेस का?''

“हो.”

तिने कुजबुजत्या आवाजात उत्तर दिलं. बहुतेक ती विश्रांती घेत असावी.

“या जन्मात तुला काय शिकायला मिळालं? हा जन्म का महत्त्वाचा होता?”

“लोकांच्या बाबतीत खूप घाईगडबडीने न्यायनिवाडा केला जाऊ नये. घाईघाईने दिलेल्या किंवा केलेल्या न्यायनिवाड्यामुळे अनेक आयुष्यं उद्ध्वस्त झाली आहेत.”

“त्या लहान मुलाच्या वडिलांना जी शिक्षा ठोठावण्यात आली, त्यामुळे त्याचं आयुष्य अत्यंत खडतर बनलं आणि तो बिचारा अल्पायुषीसुद्धा ठरला.”

यावर मी तिला होकार दर्शवला आणि ती पुन्हा गप्प झाली.

“अजून तुला काही दिसतंय का? किंवा तुला काही ऐकू येतंय का?”

“नाही.”

पुन्हा तिने अगदी थोडक्यात उत्तर दिलं आणि शांतता पसरली. त्यामागे काय कारण होतं कुणास ठाऊक! पण तिचं हे जीवन फारच भीषण होतं. मी तिला विश्रांती घेण्याची सूचना केली.

“आता जरा विश्रांती घे. शांततेचा अनुभव घे. तुझ्या शरीराला आपोआप आराम मिळतोय. तुझा आत्मा विश्रांती घेतोय..... आता तुला जरा बरं वाटतंय का? थोडं निवांत वाटतंय का? त्या लहान मुलासाठी हे सारं सहन करणं फारच कठीण होतं. खूपच वाईट होतं ते! पण आता तू पुन्हा विश्रांती घेत आहेस. तुझं मन आता तुला पुन्हा इतर जागी घेऊन जाऊ शकेल. दुसऱ्या काळात...दुसऱ्या आयुष्यात, इतर काही आठवणींमध्ये! तू आराम करत आहेस ना?”

“होय!”

आता मी तिला त्या अर्धवट स्वप्नात घेऊन जायचं ठरवलं. तिचं जळणारं घर, तिच्या वडिलांचा निष्काळजीपणा आणि आगीच्या ज्वाळांनी वेढलेल्या घरात स्वतःची वस्तू आणायला तिला पाठवणं...असं तिला दिसलं होतं.

मी तिला विचारलं, “तुला जे स्वप्न पडलं होतं, त्याविषयी मला तुला एक प्रश्न विचारायचा आहे. आता तू निश्चिंतपणे ते स्वप्न आठव. आता तू अगदी सुरक्षित आहेस. तू गाढ निद्रेत आहेस. आठवतंय का तुला ते?”

“होय!”

ती उत्तरली.

''तू आगीने जळत्या घरात काही तरी आणण्यासाठी परत गेली होती. तुला आठवतंय का?''

''हो! .... तो एक धातूचा बॉक्स होता.''

''त्या जळत्या घरात तुझ्या वडिलांनी त्या बॉक्ससाठी तुला परत पाठवलं, एवढं काय होतं त्यात?''

''त्यांचे काही शिक्के आणि ते साठवत असणारी काही नाणी होती त्यामध्ये!'' कॅथरीन म्हणाली. संमोहनाच्या निद्रेत असताना तिला या स्वप्नाचे इतके बारीकसारीक तपशील आठवत होते की, त्यापुढे तिने जागेपणी मला दिलेले तपशील अगदीच नगण्य होते. थोडक्यात संमोहन हे अत्यंत सामर्थ्यवान असं शस्त्र सिद्ध होत होतं. त्याच्यामुळे मनाचे दडलेले अनेक पैलू तर उलगडत होतेच, शिवाय खूप सविस्तर अशा आठवणीसुद्धा जाग्या होत होत्या.

''ते शिक्के आणि नाणी त्यांच्यासाठी खूपच महत्त्वाची होती का?''

''होय!''

''पण त्या शिक्के आणि नाण्यांसाठी तुला त्या आगीत पाठवून तुझं आयुष्य धोक्यात घालणं म्हणजे....'' माझं वाक्यही पुरं होऊ न देता, मला मध्येच थांबवत ती म्हणाली, *''माझं आयुष्य ते धोक्यात घालत आहेत असं त्यांना अजिबात वाटत नव्हतं.''*

''मग त्यांना काय वाटत होतं? तू आगीत जाणं सुरक्षित आहे?''

''होय!''

''मग तुला न पाठवता ते स्वतः का गेले नाहीत घरात?''

''कारण मी पटकन जाईन असं त्यांना वाटलं.''

''बरं ठीक आहे, पण तरी तुला धोका होता का?''

''हो, होता. पण त्यांच्या तो लक्षात आला नाही.''

''तुझ्या या स्वप्नाचा तुझ्यासाठी अजून काही अर्थ आहे का? विशेषतः तुझ्या आणि तुझ्या वडिलांमधील नात्याच्या संदर्भात हे स्वप्न बोलकं आहे का?''

''मला नाही माहीत!''

“घराला आग लागली तरी, त्यातून स्वतःचा जीव वाचविण्यासाठीसुद्धा ते लवकर तिथून बाहेर पडत नव्हते, हो ना?”

“हो.”

“ते इतके निवांत का होते? तू भराभर हालचाल करत होतीस, कारण तुला त्यातला धोका कळला होता.”

“कारण ते कुठल्याही गोष्टींपासून लांब राहण्याचा प्रयत्न करत.”

मला तो नेमका क्षण सापडला होता. तो क्षण मी पकडला आणि स्वप्नाच्या त्या भागाचा अर्थ लावण्याचा प्रयत्न करू लागलो.

“हो. ही त्यांची नेहमीचीच सवय आहे. तो बॉक्स घेऊन येणे अशा अनेक गोष्टी तू त्यांच्यासाठी करतेस. ते तुझ्याकडून काही तरी शिकतील अशी मी आशा करतो. त्या दिवशी घराला लागलेली आग म्हणजे घरातून घाईगडबडीने बाहेर पडण्याची वेळ. तुला त्यातला धोका चटकन लक्षात आला, त्यांच्या लक्षात तो आला नाही. ते तेव्हा वेळ वाया घालवत राहिले आणि तुला काही तरी वस्तू आणायला त्यांनी पुन्हा आत पाठवलं, खरंतर तुझ्याकडे जास्त ज्ञान आहे....त्यांनी तुझ्याकडून शिकावं असं तुझ्याकडे बरंच काही आहे... पण त्यांना शिकायची मुळीच इच्छा नाही, असं दिसतंय.”

“हो, खरंय, त्यांची खरंच तशी काही इच्छा नाहीये,” ती माझं म्हणणं मान्य करत म्हणाली.

“तुझ्या या स्वप्नाकडे मी अशा प्रकारे पाहतो – जणू तू त्यांना जबरदस्तीने काही शिकवू शकत नाहीस. तथापि त्यांनाच याची जाणीव व्हायला हवी.”

“हो. खरंय!”

ती पुन्हा संमती दर्शवत म्हणाली. आता तिचा आवाज घोगरा आणि खोलवर येऊ लागला.

“जर आपल्याला शरीराची गरज उरली नसेल तर आपलं शरीर आगीत जळून गेलं तरी त्याला फारसं महत्त्व देण्याची आवश्यकता नाही.”

गुरूंच्या आत्म्याने या स्वप्नावर पूर्णपणे वेगळी आणि नवीन अंतर्दृष्टी दिली. ते अचानक आल्यामुळे मी गडबडलो आणि त्यामुळे मी पुन्हा त्यांचीच री ओढत विचारलं, “आपल्याला आपल्या शरीरांची गरज नसते?”

"नाही. आपण इथे असताना अनेक टप्प्यांतून जात असतो. आपण बाळ असतानाचं आपलं शरीर टाकून देतो आणि लहान मुलाचं शरीर धारण करतो. नंतर ते शरीरही टाकून प्रौढ व्यक्तीचं शरीर धारण करतो आणि शेवटी वृद्ध व्यक्तीचं. मग, आणखी एक पायरी पुढे जाऊन आपण ते वृद्ध शरीर सोडून आध्यात्मिक स्तरावर का जाऊ नये? आपण नेमकं हेच करतो. आपला विकास कधीही थांबत नाही. आध्यात्मिक स्तरावर गेल्यानंतरसुद्धा आपला विकास होतच राहतो. विकासाच्या अनेक अवस्थांतून आपण जात असतो. जेव्हा आपण येतो, तेव्हा आपण पूर्णपणे थकून गेलेलो असतो. आपल्याला रिन्युअलच्या अवस्थेतून जावं लागतं. शिकण्याच्या अवस्थेतूनही जावं लागतं आणि अखेरीस निर्णय घेण्याच्या अवस्थेतूनसुद्धा! आपल्याला केव्हा आणि कुठे परतायचं आहे आणि कोणत्या कारणासाठी परतायचं आहे, याचा निर्णय आपणच करत असतो. काहीजण न परतण्याची निवड करतात. विकासाच्या वेगळ्या आयामांमध्ये जाण्याचा ते निर्णय घेतात. ते आत्म्याच्याच रूपात राहतात... काहीजण परतण्यापूर्वी इतरांच्या तुलनेत जास्त काळ इथे राहतात. हे सर्व विकास पावण्यासाठी आणि शिकण्यासाठी असतं... निरंतर चालणारा विकास. आपण जोपर्यंत इथे असतो, तोपर्यंत आपलं शरीर हे केवळ एखाद्या वाहनासारखं असतं. शेवटी कायमस्वरूपी जो राहतो, तो असतो आपला आत्मा!"

हा आवाज, ही बोलण्याची शैली माझ्या परिचयाची नव्हती. आत्ता नवीनच गुरू बोलत होते. शिवाय ते ज्ञानाच्या महत्त्वाविषयी बोलत होते. या आध्यात्मिक जगाबद्दल मला अधिक जाणून घेण्याची इच्छा होती.

"शरीरावस्थेत असताना शिकण्याची क्रिया अधिक जलद गतीने होते का? सगळेच लोक आत्म्याच्या अवस्थेत राहत नाहीत, याला काही कारणं असतात का?"

"नाही, आत्म्याच्या अवस्थेत असताना शिकणं जास्त जलद गतीने होतं. शरीरावस्थेपेक्षा किती तरी पटीने लवकर होतं. परंतु आपल्याला काय शिकायची गरज आहे, याची निवड आपणच करत असतो. जर आपल्याला नात्यांच्या मार्गाने काही शिकायचं असेल तर, आपण परत येतो. तशी गरज नसेल तर आपण पुढे जातो. आत्म्याच्या स्थितीत असताना, तुम्हाला हवं असेल तर तुम्ही शरीर स्थितीत असणाऱ्या व्यक्तींशी संपर्क साधू शकता, पण तसं करण्याची खरोखरच गरज असेल तरच!...जर त्यांना अशी काही गोष्ट सांगायची असेल जी त्यांना कळालीच पाहिजे."

"त्यांच्याशी कशा प्रकारे संपर्क साधला जातो? कोणत्या मार्गाने त्यांच्यापर्यंत संदेश येतो?"

आश्चर्याची गोष्ट म्हणजे याचं उत्तर कॅथरीनने दिलं. तिचं आत्ताचं कुजबुजत बोलणं अधिक जलद गतीने पण ठाम होतं.

''काही वेळा त्या व्यक्तीसमोर तुम्ही प्रगट होऊ शकता....आणि तुम्ही इथे असताना (शरीररूपात असताना) जसे दिसत होता, त्याच रूपात अवतरू शकता. इतर वेळी, तुम्ही फक्त मानसिक स्तरावर संपर्क साधू शकता. काही वेळा संदेश सांकेतिक भाषेत असतात. पण बहुतेक वेळा त्या व्यक्तीला त्याचा अर्थ कळतो. त्याचा कशाशी संबंध आहे, हे त्याच्या लक्षात येतं. शेवटी हा मनाने, मनाशी साधलेला संपर्क असतो.''

मी कॅथरीनला विचारलं, ''आत्ता ही माहिती, हे सगळं ज्ञान जे तुझ्यापाशी आहे, ते खूप महत्त्वाचं आहे... पण तू जेव्हा जागृतावस्थेत असतेस (संमोहनात नसतेस) किंवा शरीरावस्थेत असतेस, त्या वेळी या ज्ञानापर्यंत तू का पोहोचू शकत नाहीस?''

''बहुतेक मला ते समजणार नाही...ते समजण्यासाठी मी सक्षम नाही.''

तिने उत्तर दिलं.

मी तिला म्हणालो, ''असं असेल तर ते ज्ञान समजून घेण्यास मी तुला मदत करेन. ज्यामुळे तुला त्याची भीती वाटणार नाही आणि तू ते शिकू शकशील.''

''होय!''

''जेव्हा तू गुरूंचं बोलणं ऐकतेस तेव्हा, ते जे काही सांगतात, साधारण त्याच्याशी मिळतंजुळतंच तू आत्ता बोलत आहेस. तुझ्याकडे भरपूर माहिती असू शकते.'' संमोहन स्थितीत असताना तिचं ज्ञान पाहून मी अचंबित झालो होतो.

''हो!''

सहज होकार देत ती बोलली. मी विचारलं,

''हे सारं तुझ्या स्वतःच्या मनातूनच येतं का?''

''पण त्यांनीच हे माझ्या मनात ठेवलं आहे.''

कॅथरीनने सारं श्रेय मास्टर्सना दिलं. ते मान्य करत मी म्हणालो, ''खरंय! आता मला सांग, हे सगळं मी तुला परत कसं सांगू, जेणेकरून तुझी भीती निघून जाईल आणि तुझा विकास होईल?''

त्यावर ती हलक्या आवाजात म्हणाली,

“ते तर तुम्ही आधीच केलं आहे.”

खरंच, तिचं म्हणणं अगदी योग्य होतं. तिची भीती जवळपास संपली होती. संमोहनाच्या आधारे आम्ही तिच्या पूर्वजन्मांचा वेध घेऊ लागल्यानंतर तिची वैद्यकीय प्रगती विस्मय वाटावा, इतकी झपाट्याने झाली होती.

“आता तुला कोणते धडे शिकण्याची गरज आहे? या जन्मात कोणत्या महत्त्वाच्या गोष्टी शिकल्या तर तू स्वतःचा विकास करू शकशील, तुझी प्रगती होईल?”

माझ्या प्रश्नावर तिने अगदी चटकन उत्तर दिलं,

“विश्वास!”

या जन्मात तिचं मूळ ध्येय काय आहे, हे तिला स्पष्टपणे माहीत होतं.

तिने इतक्या पटकन माझ्या प्रश्नाचं उत्तर दिलं होतं, की त्यामुळे थक्क होऊन मी तिला पुन्हा विचारलं, “विश्वास?”

“हो! मला माझ्यामध्ये श्रद्धाभाव तर वाढवायचा आहेच, पण मला लोकांवर विश्वास ठेवायलासुद्धा शिकायचं आहे. मला ते जमत नाही. मला वाटतं की, प्रत्येक व्यक्ती माझं वाईट करायलाच टपली आहे. त्यामुळे ज्या व्यक्ती आणि परिस्थितींपासून मी दूर पळायला नको, त्यांच्यापासून मी दूर पळते आणि ज्या लोकांपासून मी लांब राहायला हवं, त्यांना चिकटून बसते.”

ती जेव्हा उच्च जाणिवेच्या किंवा सुपरकॉन्शस (super conscious) अवस्थेत असायची, तेव्हाचा तिचा दृष्टिकोन फारच भन्नाट असायचा. तिला तिच्या कमतरता, गुण-दोष, जमेच्या बाजू अचूकरीत्या माहीत असायच्या. तिला स्वतःमधील कोणत्या गोष्टींवर अधिक लक्ष द्यायला हवं, आणि त्या सुधारण्यासाठी काय करायला हवं, याची अचूक कल्पना असायची. समस्या एकच होती, हे तिचे अचूक दृष्टिकोन आणि ज्ञान तिला तिच्या जागृत अवस्थेत उपलब्ध नसे. सुपरकॉन्शस (super conscious) अवस्थेतील हे दृष्टिकोन अतिशय भन्नाट होते. मात्र ते तिच्या जागृत किंवा कॉन्शस (conscious) मनापर्यंत पोहोचू शकत नव्हते, त्यामुळे ते तिचे आयुष्य बदलून टाकण्यास पुरेसे नव्हते.

मी तिच्या बोलण्याचा धागा पकडून विचारलं, “ज्या लोकांपासून तू स्वतःला लांब ठेवायला हवं, ते लोक कोण आहेत?”

क्षणभर थांबून ती म्हणाली,

“मला बेकीची भीती वाटते, स्टुअर्टची भीती वाटते... मला त्यांच्यापासून काही तरी नुकसान होईल असं वाटतं.”

“तू त्यांच्यापासून पूर्णपणे दूर होऊ शकशील?”

“नाही. मला पूर्णपणे त्यांना तोडता येणार नाही, पण निदान त्यांच्या काही विचारांपासून नक्कीच लांब राहता येईल. स्टुअर्ट मला कैदेत ठेवू पाहतो आणि त्यात तो यशस्वीसुद्धा होत आहे. मी घाबरते, हे त्याला चांगलंच ठाऊक आहे. त्याच्यापासून दूर जाण्याची मला भीती वाटते, हे त्याला माहीत आहे आणि या माहितीचा उपयोग करून तो मला त्याच्या बरोबर ठेवण्याचा प्रयत्न करतो.”

“आणि बेकी?”

“मला काही लोकांबद्दल जो विश्वास वाटतो, तो मोडून काढण्याचा प्रयत्न ती कायम करत असते. मला ज्यात चांगलं दिसतं, नेमकं त्यात तिला वाईट दिसतं. तो वाईटपणा माझ्यात रुजवण्याचा ती प्रयत्न करते. ज्या लोकांवर मी विश्वास ठेवायला हवा, त्या लोकांवर मी विश्वास ठेवायला शिकत आहे.... पण बेकी त्यांच्याबद्दल माझ्या मनात शंका निर्माण करते. असं वागून ती माझं नुकसान करते. ती जसा विचार करते, तसाच मीही करावा, असा तिचा आग्रह असतो. हा आग्रह मला मोडून काढला पाहिजे.”

तिच्या उच्च जाणिवेच्या किंवा सुपरकॉन्शस (super conscious) अवस्थेत बेकी आणि स्टुअर्टमधले दोष कॅथरीनने अगदी अचूकपणे सांगितले होते. संमोहनाच्या अवस्थेत असणारी कॅथरीन अगदी उत्तम अशी मानसोपचारतज्ज्ञ होऊ शकेल, असं त्या क्षणी मला वाटलं. या अवस्थेत ती संवेदनशील आणि अचूकपणे तिच्या अंतःप्रेरणा व्यक्त करणारी व्यक्ती असे. मात्र जागृतावस्थेतील कॅथरीनकडे हे गुण नसत. या तिच्या दोन्ही अवस्थांमधला पूल जोडून त्यांतील दरी नाहीशी करणं, ही माझी जबाबदारी होती. तिच्यामध्ये वैद्यकीयदृष्ट्या जी अगदी नाट्यमय वाटावी, अशी प्रगती झाली होती, ती पाहता, मी दरी बुजवण्यात यशस्वी होऊ लागलो होतो, असं निश्चितपणे म्हणता येईल.

मी तिला म्हटलं, “तू कोणावर विश्वास ठेवू शकतेस, यावर विचार कर. असे कोण आहेत ज्यांच्यावर तू विश्वास ठेवू शकतेस, ज्यांच्याकडून शिकू शकतेस, ज्यांच्याशी जवळीक वाढवू शकतेस? कोण आहेत असे लोक?”

ती हलक्या आवाजात उत्तरली,

"मी तुमच्यावर विश्वास ठेवू शकते."

मला हे उत्तर माहीत होतं, पण तिच्या रोजच्या आयुष्यातल्या लोकांवर तिने विश्वास ठेवण्याची अधिक गरज होती.

म्हणून मी तिला म्हटलं, "खरंय, तू माझ्यावर पूर्ण विश्वास ठेवू शकतेस, पण तुझ्या आयुष्यातल्या इतर काही लोकांवरही विश्वास ठेवायला पाहिजे तुला! जे माझ्यापेक्षा अधिक वेळ तुझ्यासोबत असतील, असे लोक!" तिने कायम माझ्यावर अवलंबून राहू नये, स्वावलंबी आणि परिपूर्ण व्हावं, असं मला वाटत होतं.

"माझ्या बहिणीवर मी विश्वास ठेवू शकते, इतर कुणी मला माहीत नाही. मी स्टुअर्टवरसुद्धा विश्वास ठेवू शकते, पण तो एका मर्यादेपर्यंतच! त्याला माझी काळजी वाटते, पण तो गोंधळलेला आहे. आणि या गोंधळलेल्या अवस्थेत तो माझं नुकसानच करतो आहे."

"खरं आहे तू म्हणतेस ते! आणखी कुणावर तू विश्वास ठेवू शकतेस?"

"रॉबर्ट! मी त्याच्यावर विश्वास ठेवू शकते."

रॉबर्ट हॉस्पिटलमध्ये डॉक्टर होता आणि त्या दोघांची चांगली मैत्री होती.

"अगदी बरोबर! भविष्यात तुला अजूनही काही लोक भेटू शकतील... ज्यांच्यावर तू विश्वास ठेवू शकशील."

"हो."

तिने होकार दिला.

भविष्याबद्दलच्या ज्ञानाची कल्पनाच मोठं कुतूहल जागवणारी होती. आत्तापर्यंत भूतकाळाबद्दल ती अतिशय अचूक होती. गुरूंच्या माध्यमातून तिला काही विशिष्ट आणि गोपनीय अशा गोष्टी ठाऊक झाल्या होत्या. तसं असेल तर भविष्यातील गोष्टीसुद्धा त्यांना ठाऊक असणं शक्य होतं का? आता माझ्या मनात एकाचवेळी हजारो प्रश्नांची गर्दी झाली होती.

"जेव्हा तुझ्या उच्च जाणिवेच्या किंवा सुपरकॉन्शस (super conscious) मनाशी आत्ता जसा झाला आहे तसा तुझा संपर्क होतो, तेव्हा तुझी पोहोच विलक्षण ज्ञानापर्यंत जाते. अशा वेळी तुझ्यात सायकिक (Psychic) क्षमतासुद्धा तयार होतात का? तुला भविष्यात डोकावणं, भविष्याचा वेध घेणं शक्य होतं का? कारण आपण भूतकाळाचा

खूप वेध घेतला आहे.''

माझ्या या प्रश्नावर ती म्हणाली,

''ते शक्य आहे. पण आत्ता मी काहीच बघू शकत नाहीये.''

मी तिला पुन्हा विचारलं, ''शक्य आहे ते?''

''असं मला वाटतंय.''

''न घाबरता तुला हे करणं शक्य आहे? भविष्यात जाऊन पुढील काळातली काही उदासीन (ना सकारात्मक, ना नकारात्मक) माहिती घेणं तुला जमू शकेल का? मात्र ती माहिती तुला घाबरवून टाकणारी नसावी. तुला भविष्य दिसतंय का?''

तिच्याकडून अगदी पटकन उत्तर आलं.

''मला दिसत नाहीये. त्यासाठी ते संमती देणार नाहीत.''

इथे 'ते' म्हणजे तिचा निर्देश गुरूंकडे होता, हे मला ठाऊक होतं.

''आत्ता ते तुझ्या अवतीभवतीच आहेत का?''

''होय.''

''ते तुझ्याशी बोलताहेत का?''

''नाही. पण ते सगळ्यावर नजर ठेवून आहेत.''

म्हणजे कॅथरीनवरही त्यांचं लक्ष होतं आणि ते तिला भविष्यात डोकवायची परवानगी देत नव्हते. अशा प्रकारे भविष्य जाणून घेण्यात आमचा कदाचित काहीच फायदा नव्हता. किंवा या धाडसामुळे कॅथरीनला अधिक चिंता वाटू लागली असती. कदाचित अशी भविष्यातली माहिती जाणून घेतली तर आम्हाला ती पचवणं, स्वीकारणं जमलं नसतं. एकूण मी तिला याबाबत फार आग्रह केला नाही.

''आत्ता तुझ्याजवळ कुठला आत्मा आहे? गिडीऑन?''

''होय.''

''त्याला काय हवं आहे? तो जवळ का आहे तुझ्या? तू त्याला ओळखतेस का?''

''नाही...मला नाही वाटत तसं!''

''पण तो धोक्यापासून, संकटापासून तुझं रक्षण करतो?''

"होय."

"आणि गुरू ?"

"मला ते दिसत नाहीयेत."

"कधीकधी त्यांना मला काही संदेश द्यायचे असतात. मला आणि तुला मदत करू शकतील, असे संदेश! ते जेव्हा बोलत नसतात, तेव्हाही तुझी पोहोच या संदेशांपर्यंत असते का? ते (गुरू) तुझ्या मनात विचार ठेवतात का?"

"होय."

"तू कुठपर्यंत जाऊ शकतेस, किंवा तुला काय काय आठवू शकतं, यावर ते लक्ष ठेवतात का?"

"होय."

"याचा अर्थ, जन्मांच्या संदर्भातील या स्पष्टीकरणामागे काही हेतू आहे?"

"होय."

"... तुझ्यासाठी... माझ्यासाठी... आपल्याला शिकवण्यासाठी, निर्भय बनविण्यासाठी!"

"संवादाच्या अनेक पद्धती असतात. त्यांचं (गुरू) अस्तित्व आहे, हे दाखवून देण्यासाठी ते अनेक पद्धतींची निवड करतात...."

कॅथरीन त्यांचा आवाज ऐकत होती, भूतकाळातील प्रतिमा आणि प्रसंग बघत होती, काही सायकिक (Psychic) अनुभव घेत होती की, मनात ठेवलेले विचार आणि कल्पना मला सांगत होती... हेतू एकच होता, तो म्हणजे, ते अस्तित्वात आहेत हे त्यांना दाखवून द्यायचं होतं... आणि याही पलीकडे - आम्हाला मदत करण्यासाठी, आम्हाला नवे दृष्टिकोन आणि ज्ञान देऊन आमच्या मार्गावर आम्हाला पुढे साहाय्य करण्यासाठी, आम्हाला अधिकाधिक ज्ञान आणि प्रज्ञा प्रदान करून देवासमान बनविण्यासाठी ते आहेत, हे त्यांना आम्हाला सांगायचं होतं.

"त्यांनी तुझी निवड का केलीय, हे तुला माहीत आहे का?"

"नाही."

"...चॅनेल म्हणून?"

हा खूपच नाजूक प्रश्न होता. कारण जागी असताना कॅथरीन टेप्स ऐकायलाही तयार

नसायची. हलक्या आवाजात ती उत्तरली,

''नाही.''

''याची तुला भीती वाटते?''

''कधीकधी.''

''आणि इतर वेळी भीती नाही वाटत?''

''हो.''

''ही गोष्ट दिलासा देत असेल.'' मी म्हणालो. ''आपण शाश्वत आहोत, हे आता आपल्याला कळलं आहे. म्हणून आपली मृत्यूची भीती नष्ट झाली आहे.''

''खरं आहे.''

ती म्हणाली. मग काही क्षण ती गप्प होती. त्यानंतर या जन्मात तिला हव्या असणाऱ्या सर्वात महत्त्वाच्या शिकवणीकडे येत ती म्हणाली,

''मला विश्वास ठेवायला शिकायला हवं. मला कुणा ज्ञानी व्यक्तीने एखादी गोष्ट सांगितली तर त्यावर मला विश्वास ठेवायला हवा.''

''अर्थात काही लोक विश्वास ठेवण्यायोग्य नसतात.'' मी म्हणालो.

''हो. पण माझा गोंधळ उडतो. काही लोक विश्वसनीय आहेत हे मला ठाऊक आहे, पण त्यांच्यावर विश्वास ठेवायची वेळ आली की, मी माझ्याशीच संघर्ष करते. आणि मग मला कुणावरही विश्वास ठेवावासा वाटत नाही.''

तिच्या या विचारांचं मला कौतुक वाटत होतं, पण ती शांत होती.

''गेल्या वेळी आपण, तू एक लहान मुलगी असतानाच्या वेळेबद्दल बोललो होतो. तू एका बागेमध्ये होतीस, तिथे बरेच घोडे होते. आठवतंय तुला? तुझ्या बहिणीचं लग्न होतं?''

''हो. थोडंसं आठवतंय.''

''त्या जन्मातून काही आणखी घेण्यासारखं राहिलंय का? हे तुला कळू शकतं का?''

''होय!''

''आता परत त्या जन्मात जाऊन आणखी माहिती मिळवणं महत्त्वपूर्ण वाटतंय का तुला?''

"आता ते परत नाही येणार. एका जन्मात खूप साऱ्या गोष्टी असतात.... प्राप्त करण्यायोग्य खूप सारं ज्ञान असतं.... अगदी प्रत्येक जन्मात! खरंतर आपण ते शोधण्याचा प्रयत्न केला पाहिजे, पण तिथे परत नाही जाता येणार आता आपल्याला!"

आता मी पुन्हा तिच्या आणि तिच्या वडिलांमधल्या वाईट नात्याचा विषय सुरू केला. "तुझं नि तुझ्या वडिलांमधलं नातं कधीच चांगलं नव्हतं आणि त्याचा तुझ्या आयुष्यावरही खूप खोलवर परिणाम झाला."

"हो, खरंय हे!" एवढंच ती म्हणाली.

"आपल्याला या विषयावरही आणखी शोध घ्यायचा आहे अजून! या नात्यातून तुला बरंच काही शिकायचं आहे. आता या गोष्टीची तुलना युक्रेनमधल्या छोट्या मुलाच्या गोष्टीशी करून बघ. तो खूपच लहान असताना त्याचे वडील मृत्यू पावले होते. या वेळी तुझ्याबाबतीत असं काही घडलं नाहीये. तुझे वडील असल्यामुळे काही त्रासांपासून तू वाचली असली तरी...."

"या वेळी हे खूप ओझ्यासारखं होतं..."

मला मध्येच थांबवत तिने शेवटचा निष्कर्षच सांगितला.

"विचार... विचार..." ती म्हणाली. ती नवीन क्षेत्रात जात आहे, हे माझ्या लक्षात आलं...मी विचारलं, "कसले विचार?"

"ॲनॅस्थेशियाबाबतचे विचार! जेव्हा तुम्हाला ॲनॅस्थेशिया दिला जातो, तेव्हा तुम्हाला ऐकू येतं का? तुम्हाला तेव्हाही ऐकू येतं."

स्वतःच्याच प्रश्नाचं उत्तर तिने दिलं होतं. तिची कुजबुज आता खूप भराभर होत होती. ती आता उत्साहाने बोलतेय असं वाटत होतं.

"काय चालू आहे, याची तुमच्या मनाला पूर्णपणे जाणीव असते. माझ्या गुदमरण्याबाबत ते बोलत होते, जेव्हा माझ्या घशाचं ऑपरेशन झालं त्या वेळी, मी गुदमरण्याची शक्यता आहे, असं ते म्हणत होते."

कॅथरीनची व्होकल कॉर्डची शस्त्रक्रिया झाली असल्याचं मला आठवलं. ज्यावेळी माझ्याकडे तिची पहिली अपॉइंटमेंट होती, त्यापूर्वी काही महिने ही शस्त्रक्रिया झाली होती. त्या ऑपरेशनच्या आधी तिला खूपच काळजी वाटत होती. पण ते झाल्यानंतर ती रिकव्हरी रूममध्ये शुद्धीवर आल्यावर फारच भेदरून गेली होती. तिला शांत करण्यात सगळ्या नर्सेसचे कित्येक तास गेले होते. आता माझ्या लक्षात आलं की, ऑपरेशन सुरू

असताना ते सर्जन्स जे काही बोलले होते, ते सर्व ॲनेस्थेशियाच्या पूर्ण अमलाखाली असूनही, तिला जाणवलं होतं आणि म्हणून तिची भीती वाढली होती. माझं मन खूप मागे गेलं. मी मेडिकल स्कूल मध्ये असताना आणि माझी शस्त्रक्रियेसंदर्भातली रोटेशन्स सुरू असतानाची एक आठवण आली. रुग्णांना भूल दिलेली असताना आम्हा डॉक्टरांची अशी खूपदा चर्चा चालत असे. विनोद चालत, भांडणं, आरोप-प्रत्यारोप चालत, आणि शस्त्रक्रिया करणाऱ्या सर्जनच्या लहरी क्रोधाचे क्षण. त्या सबकॉन्शस अवस्थेत रुग्ण काय काय ऐकत असतील, त्या ऐकलेल्या गोष्टी – ते जागे झाल्यावर त्यांच्या विचार आणि भावना, भीती आणि चिंता यांच्यावर प्रभाव टाकण्याइतक्या नोंदवल्या जात असतील का? तसंच ऑपरेशन झाल्यानंतर रुग्णाच्या बरं होण्याच्या प्रक्रियेवर ऑपरेशनच्या वेळी व्यक्त केलेल्या मतांमुळे किंवा प्रतिक्रियांमुळे काही सकारात्मक किंवा नकारात्मक परिणाम होत असतील का? ऑपरेशन सुरू असताना व्यक्त करण्यात आलेल्या नकारात्मक शक्यतेमुळे कोणी रुग्ण मरण पावला असेल का? त्यांना निराश किंवा पराभूत वाटलं असेल का?

मी तिला विचारलं, ''ते तेव्हा काय म्हणत होते, हे तुला आठवतंय का?''

''त्यांना एक ट्युब आत घालावी लागेल आणि ती ट्युब बाहेर काढून घेताना माझा घसा सुजण्याची शक्यता असावी. ही गोष्ट मला ऐकायला येत असेल, हे त्यांना कळत नसावं.''

''पण तुला ऐकू येत होतं?''

''हो. म्हणून तर मला सगळे त्रास झाले.''

आजच्या या सत्रानंतर कॅथरीनला कधीही गिळताना त्रास झाला नाही, गुदमरण्याचाही त्रास संपला. ही इतकी सोपी गोष्ट होती.

तिने सांगितलं, *''माझी सर्व चिंता ... ही होती की मी गुदमरेन की काय.''*

''तुला आता मोकळं वाटतंय का?'' मी विचारलं.

''हो. त्यांनी जे केलं ते तू पलटी करू शकतोस.''

''मी? मला ते शक्य आहे?''

''होय. तुला ते जमेल... आपण काय बोलतोय, याचं भान त्यांनी ठेवलं पाहिजे. मला आत्ता आठवतंय. त्यांनी माझ्या घशात एक ट्युब घातली आणि मग मला त्यांना काही सांगणं शक्यच होईना.''

''पण आता तू त्यातून बाहेर आली आहेस. तू त्यांचं बोलणं ऐकलंस ना?''

''हो, मी त्यांचं बोलणं ऐकलंय...''

एक-दोन मिनिटं ती शांत पडून होती. मग अचानक ती दोन्ही बाजूला आपलं डोकं हलवू लागली. त्या वेळी ती काही तरी ऐकण्याचा प्रयत्न करतेय, असं वाटलं.

''तू संदेश ऐकत आहेस, असं वाटतंय. हा संदेश कुठून येतोय, तुला ठाऊक आहे का? मला वाटतंय, बहुतेक आता गुरू येतील.''

''कोणी तरी मला सांगितलंय...'' असं ती बोलली.

''तुझ्याशी कुणी बोलतंय का?''

''पण आता ते निघून गेलेत.''

त्यांना परत आणण्याचा मी प्रयत्न केला.

''त्या आत्म्यांना परत आणता येतंय का बघ. त्यांच्याकडे आपल्यासाठी काही संदेश असेल. त्याची आपल्याला मदत होऊ शकेल.''

''त्यांना हवं असेल तेव्हाच ते येतात... मला हवं असेल तेव्हा नाही...''

तिने ठामपणे उत्तर दिलं,

''तुझ्या हातात हे नाही का?''

''नाही.''

''ठीक आहे.'' मी तो विषय संपवला आणि म्हणालो, ''पण ॲनेस्थेशियाबाबतचा संदेश तुझ्यासाठी खूपच महत्त्वाचा होता. कारण त्यामुळेच तुला गुदमरल्यासारखं होत असे.''

त्यावर ती ताडकन म्हणाली,

''तो तुझ्यासाठी महत्त्वाचा होता, माझ्यासाठी नाही.''

तिचं हे उत्तर माझ्या मनात घुमलं. या संदेशामुळे तिच्या मनात असलेल्या गुदमरण्याच्या भीतीतून तिची सुटका होणार होती, पण हा संदेश तिच्यापेक्षाही माझ्यासाठी अधिक महत्त्वाचा होता. कारण उपचार करणारा मी होतो. तिच्या या साध्या उत्तराचे अनेक पैलू होते, अनेक स्तर होते. मला वाटलं, मला जर हे सारे स्तर जाणून घेता आले, अशा उत्तराच्या अर्थाचे सारे पैलू समजले, तर मानवी नातेसंबंध जाणून घेण्यात मी खूपच मोठी

प्रगती करू शकेन. बहुतेक तिला बरं करण्यापेक्षा मदत करणं जास्त महत्त्वाचं होतं.

''तुला मदत करण्यासाठी ना?'' मी विचारलं.

''होय. त्यांनी जे केलं, ते तू परत नीट करावंस म्हणून. त्यांनी जे केलंय ते तू सुव्यवस्थित करतोच आहेस...''

ती आता विश्रांती घेत होती. आम्ही दोघेही एक महत्त्वाचा धडा शिकलो होतो.

***

माझ्या मुलीचा- ॲमीचा तिसरा वाढदिवस झाला आणि एक दिवस ती माझ्याकडे धावत आली, माझ्या पायांना मिठी मारून माझ्याकडे बघत म्हणाली, ''पप्पा, माझं तुमच्यावर चाळीस हजार वर्षांपासून प्रेम आहे.'' मी तिच्या इवल्याशा चेहऱ्याकडे बघितलं.... आणि मला खूप खूप आनंद झाला.

प्रकरण ११

अनेक दिवसांनंतरची गोष्ट! मी रात्री अचानक गाढ झोपेतून जागा झालो. लख्ख जागेपणी मला कॅथरीनचा चेहरा दिसला, पण तो खऱ्या चेहऱ्यापेक्षा किती तरी पट मोठा होता. ती अत्यंत अस्वस्थ दिसत होती, बहुतेक तिला माझ्या मदतीची तातडीने गरज असावी, असं वाटत होतं. घड्याळात पाहिलं तर पहाटेचे ३ः३६ झाले होते. मी अंदाज घेतला. बाहेर निःशब्द शांतता होती. म्हणजे कुठल्या आवाजाने मी जागा झालो नव्हतो तर! शेजारीच कॅरोल गाढ झोपली होती. मी मनातून तो प्रसंग काढून टाकला आणि पुन्हा झोपलो.

त्याच वेळी सकाळी ३ः३०वाजता एका अत्यंत वाईट स्वप्नामुळे कॅथरीन दचकून जागी झाली होती. ती पार घाबरली होती, घामाने थबथबली होती. तिचं हृदय धडधडत होतं. तिने थोडं शांत होण्यासाठी ध्यानधारणा करायची ठरवली आणि माझ्या ऑफिसमध्ये मी तिच्यावर संमोहनातून उपचार करतो आहे, असं चित्र डोळ्यांसमोर आणायचं (व्हिज्युअलाइज करायचं) ठरवलं. तिने डोळ्यांसमोर माझा चेहरा आणला, माझा आवाज ऐकला आणि जरा वेळाने झोपून गेली.

कॅथरीन आता अधिकाधिक सायकिक (Psychic) होऊ लागली होती आणि मीसुद्धा होत होतो. ट्रान्सफरन्स आणि काउन्टरट्रान्स्फरन्स या दोन संकल्पना मी माझ्या मानसोपचारशास्त्राच्या प्राध्यापकांकडून ऐकल्या होत्या, त्याविषयी मला आत्ता आठवलं. उपचारादरम्यान रुग्ण आणि तज्ज्ञ यांच्यात या गोष्टी घडत असतात. ट्रान्स्फरन्स म्हणजे, रुग्ण स्वतःच्या भावना, विचार आणि इच्छा तज्ज्ञावर प्रक्षेपित करतो. काउन्टरट्रान्स्फरन्स ही अगदी या विरुद्ध गोष्ट असते, त्यात तज्ज्ञाच्या अजाणिवेच्या स्तरावरील मनाच्या भावनिक प्रतिक्रिया रुग्णाकडे प्रक्षेपित होतात. पण पहाटे साडेतीन वाजता दोघांना आलेला हा अनुभव असा नव्हता. हा परस्परांमधला टेलिपथिक बंध होता आणि नेहमीच्या ठरलेल्या माध्यमांच्या पलीकडची ही वेव्हलेंग्थ होती. एक प्रकारे संमोहन हे माध्यम, हे चॅनेल खुलं करत होतं. यासाठी आमचे श्रोते म्हणजेच - गुरूआणि गार्डियन्स व इतर आत्म्यांचा वैविध्यपूर्ण गट आमच्यातल्या या नव्या वेव्हलेंग्थसाठी कारणीभूत तर नव्हता? मी आश्चर्याने थक्क झालो होतो.

आमच्या पुढच्या सत्रातसुद्धा कॅथरीन अगदी पटकन गाढ अशा संमोहनात गेली.

तिला लगेच काही धोका जाणवला.

''मला एक खूप मोठा ढग दिसतोय....त्याची मला फार भीती वाटतेय. तिथे होता तो!''

तिचा श्वासोच्छ्वास खूपच वेगाने होत होता.

''तो ढग अजून तिथेच आहे का?''

''माहीत नाही मला! तो अगदी वेगाने आला आणि लगेच गेला.... तिकडे उंच डोंगरावर!''

अजूनही ती घाबरलेलीच होती, वेगाने श्वास घेत होती. तिला बहुतेक बॉम्ब दिसत असावा, अशी भीती मला वाटत होती. भविष्याचा वेध घेणं तिला शक्य झालं असेल का?

''तुला पर्वत दिसतोय? तो बॉम्बसारखा आहे?''

''मला माहीत नाही.''

''त्याच्यामुळे तुला भीती का वाटत आहे?''

''हे खूप अचानक घडलं आहे...तो तिथेच होता...तिथे प्रचंड धूर होता.... खूपच मोठा आहे तो! काही अंतरावर आहे! ओह...''

''तू सुरक्षित आहेस? तू त्याच्या जवळ जाऊ शकतेस का?''

तिने निक्षून उत्तर दिलं, *''मला त्याच्या जवळ जायचं नाहीये.''*

एखाद्या गोष्टीला इतक्या स्पष्टपणे नकार देणं हे तिच्या बाबतीत नव्याने घडत होतं.

मी तिला पुन्हा विचारलं, ''तुला इतकी भीती का वाटतेय?''

''ती काही केमिकल्स किंवा तत्सम काही तरी आहे, असं मला वाटतंय. त्याच्या आसपास असताना श्वास घ्यायलाही त्रास होतो.''

आता तर ती खूपच कष्टाने श्वास घेत होती.

''तो कसला गॅस आहे का? तो त्या पर्वतातूनच येतोय? एखाद्या ज्वालामुखीसारखा?''

''होय! तसंच वाटतंय मला. एखाद्या अवाढव्य मश्रूमसारखा दिसतोय. त्याचा रंग पांढरा आहे.''

''पण तो बॉम्ब नाहीये? तो अणुबॉम्ब किंवा त्याच्यासारखं काही नाहीये?'' ती क्षणभर थांबली आणि मग म्हणाली,

''तो ज्वाला...एक प्रकारचा ज्वालामुखी किंवा तसंच काही तरी आहे, असं मला वाटतंय. तो खूप भीतीदायक आहे. मला श्वास घ्यायला खूप त्रास होतोय. हवेत धुळीचे कण आहेत. मला तिथे जाण्याची अजिबात इच्छा नाही.''

हळूहळू तिचं श्वसन पूर्ववत झालं, खोल आणि स्थिर... संमोहनाच्या अवस्थेत असताना जसं श्वसन असायचं तसंच! ती त्या भीतीदायक प्रसंगातून बाहेर आली होती.

''आता सहजपणे श्वास घेता येतोय का?''

''होय!''

''छान! आता तुला काय दिसतंय?''

''काहीच नाही... मला एक गळ्यात घालायचा हार...नेकलेस दिसतोय. कुणी तरी तो गळ्यात घातलाय. त्याचा रंग निळा आहे...तो चांदीचा आहे आणि त्याला एक निळा खडा जोडला आहे. त्याच्याखाली छोटे छोटे खडे बसवले आहेत.''

''त्या निळ्या खड्यावर काही दिसतंय का?''

''नाही. तो पारदर्शक आहे. त्याच्यातून तुम्ही आरपार पाहू शकता. तो नेकलेस घातलेल्या बाईचे केस काळेभोर आहेत आणि निळ्या रंगाची हॅट तिने घातली आहे. त्यावर एक मोठं पिस आहे. तिचा ड्रेस वेलवेटचा आहे.''

''तू त्या बाईला ओळखतेस?''

''नाही.''

''तू तिथे आहेस, की ती बाई तूच आहेस?''

''मला ठाऊक नाही.''

''पण तू तिला पाहते आहेस?''

''होय! मी ती बाई नाहीये.''

''तिचं वय काय आहे?''

''ती चाळिशीची आहे, पण वयापेक्षा ती बरीच मोठी वाटते.''

''ती काही काम करत आहे का?''

“नाही. ती टेबलाजवळ फक्त उभी आहे. टेबलवर अत्तराची एक बाटली असून ती पांढऱ्या रंगाची आहे आणि त्यावर हिरवी फुलं आहेत. चांदीच्या मुठीचे ब्रश आणि कंगवाही तिथे ठेवला आहे.”

कॅथरीन ज्या बारकाव्यानिशी सविस्तर वर्णन करत होती, त्यामुळे मी थक्क झालो होतो.

“ती तिची खोली आहे की एखादं दुकान?”

“तिची खोली आहे ती. तिथे एक पलंगदेखील आहे....तो तपकिरी रंगाचा आणि चार पाय असणारा पलंग आहे. टेबलावर मातीचं एक मोठं भांडंदेखील आहे.”

“मातीचं भांडं?”

“होय! खोलीत कोणतीही चित्रं नाहीत. तिथे विचित्र असे गडद रंगाचे पडदे आहेत.”

“तिथे इतर कुणी आहे का?”

“नाही.”

“या बाईचं तुझ्याशी काय नातं आहे?”

“मी तिची नोकर आहे. तिची सेवा करते.”

पुन्हा ती नोकरच होती.

“तू तिच्याकडे खूप काळ नोकरी करतेस का?”

“नाही...काहीच महिन्यांपासून करत आहे.”

“तुला तो नेकलेस आवडला आहे का?”

“होय! ती फारच सुसंस्कृत आहे.”

“तू कधी तो नेकलेस घातला आहेस का?”

“नाही.”

तिच्या अगदी छोट्या उत्तरांमुळे अगदी प्राथमिक माहिती जाणून घेण्यासाठी मला अगदी बारकाईने निरीक्षण करावं लागत होतं. तिच्याकडे पाहून मला माझ्या लहान मुलाचीच आठवण येत होती.

"तू आत्ता किती वर्षांची आहेस?"

"बहुतेक १३-१४ वर्षांची!"

म्हणजे जवळपास त्याच्याच वयाची! मी पुढे विचारलं, "तू तुझं कुटुंब सोडून का आलीस?"

"मी माझं कुटुंब सोडून आलेले नाही. मी फक्त तिथे काम करते."

तिने माझी चूक दुरुस्त करत उत्तर दिलं.

"ठीक आहे. तू काम झालं की आपल्या घरी, आपल्या कुटुंबीयांकडे जातेस का?"

"हो."

तिची उत्तरं त्रोटक होती, त्यात स्पष्टीकरणासाठी भरपूर वाव होता.

"ते तिथे जवळपासच राहतात का?"

"हो. जवळच... आम्ही खूप गरीब आहोत. काम करणं आमची गरज आहे, आम्हाला चाकरी केलीच पाहिजे."

"त्या बाईचं नाव माहीत आहे का तुला?"

"बेलिंडा!"

"ती तुला चांगली वागणूक देते का?"

"होय!"

"छान! तू खूप काम करतेस?"

"फार दमून जाईन इतकं काम नसतं."

किशोरवयीन मुला-मुलींची मुलाखत घेणं कधीच सोपं नसतं. पूर्वजन्मातसुद्धा! पण नशिबाने मला आता चांगला सराव झाला होता.

"छान! ती अजूनही तुला दिसतेय?"

"नाही."

"तू आता कुठे आहेस?"

"मी दुसऱ्या खोलीत आहे. काळ्या रंगाचे कव्हर असलेले एक टेबल तिथे

आहे. त्याच्या तळाशी एक झालर आहे. खूप औषधी वनस्पतींचा वास येतोय... अत्तराचाही!''

''या सगळ्या गोष्टी तुझ्या मालकिणीच्याच आहेत का? ती अत्तरं खूप वापरते?''

''नाही. ही दुसरी खोली आहे. मी आत्ता दुसऱ्या खोलीत आहे.''

''ही कुणाची खोली आहे?''

''ही कुणा काळ्या रंगाच्या बाईची आहे.''

''काळ्या रंगाच्या? कशावरून? तू तिला बघत आहेस का?''

''तिने तिच्या डोक्यावरून बरंच काही लपेटून घेतलंय. खूप शाली..वगैरे. ती बरीच म्हातारी आहे आणि तिच्या अंगावर खूप सुरकुत्या आहेत.''

कॅथरीन कुजबुजल्यासारखी बोलत होती.

''तिच्याशी तुझं काय नातं आहे?''

''मी तिला फक्त भेटायला आलेय.''

''कशासाठी?''

''ती कार्डस् बघेल म्हणून!''

मला अंतःप्रेरणेने लक्षात आलं की, ती भविष्य सांगणाऱ्या, विशेष करून टॅरट कार्डस् बघणाऱ्या कुणा बाईकडे आली असावी. ही फारच विचित्र वाटावी अशी गोष्ट होती. मी आणि कॅथरीन इथे अनेक पूर्वजन्मांचा वेध घेत होतो, त्यांचे अनेक पैलू शोधण्याचं धाडस करत होतो आणि कॅथरीन दोनशे वर्षांपूर्वी भविष्यकथन करणाऱ्या कुणा बाईला भेटून तिचं भविष्य जाणून घेऊ इच्छित होती. तिच्या आत्ताच्या आयुष्यात कॅथरीन कधीही अशा कुणाला भेटली नव्हती आणि टॅरट कार्डस् किंवा भविष्यकथन वगैरे विषयांचं तिला काहीही ज्ञान नव्हतं. उलट या गोष्टींची तिला भीती वाटत असे. हे मला चांगलंच माहीत होतं.

''त्या बाईला भविष्य कळतं?'' मी विचारलं.

''तिला गोष्टी दिसतात.''

''तुला काही प्रश्न तिला विचारायचा आहे का? तुला काय जाणून घ्यायचं आहे? काय बघायचं आहे?''

"कुणा एका माणसाबद्दल ....कदाचित मी त्याच्याशी लग्न करेन."

"कार्डस् पाहिल्यावर तिने तुला काय सांगितलं?"

"कार्डावर काही काठ्या होत्या...काठ्या आणि फुलं...पण काठ्या, भाले, आणि काही तरी रेषा! तिथे अजून एक कार्ड होतं, त्यावर दारूचा एक ग्लास होता, कप होता. हातात ढाल घेतलेला एक माणूस किंवा एक मुलगा असणारं कार्ड मला दिसत आहे. ती मला म्हणाली, 'माझं लग्न होईल, पण या माणसाशी नाही'.... मला इतर काही दिसत नाही."

"तुला ती बाई दिसतेय का?"

"मला काही नाणी दिसत आहेत."

"तू अजून तिच्या जवळच आहेस, की आता वेगळ्या ठिकाणी आली आहेस?"

"मी तिच्याबरोबरच आहे."

"ती नाणी कशी दिसत आहेत?"

"ती सोन्याची आहेत. त्यांच्या कडा गुळगुळीत नाहीत. ती चौकोनी आहेत. त्यांच्या एका बाजूवर मुगुट काढला आहे."

"त्या नाण्यांवर वर्ष कोरलं आहे का ते बघ. तुला वाचता येईल असं काही लिहिलंय का किंवा छापलं आहे का ते पाहा."

"काही परदेशी भाषेतल्या आकड्यांमध्ये दिसतंय... काही X आहेत, काही I आहेत..."

"कोणतं वर्ष आहे ते तुला माहीत आहे का?"

"सतरा...काही तरी.. पण नक्की काय ते मात्र मला माहिती नाही."

ती पुन्हा गप्प झाली.

"ही भविष्य सांगणारी बाई तुला एवढी महत्त्वाची का वाटत होती?"

"मला माहिती नाही...."

"तिने वर्तवलेलं भविष्य खरं ठरतं का?"

"...पण ती तर गेली... ते सारं गेलं आहे...मला माहीत नाही."

"तुला आत्ता काही दिसतंय का?"

"नाही."

"नाही?" मला आश्चर्य वाटलं. ती कुठे होती? "तुला तिचं या आयुष्यातलं नाव माहीत आहे का?" काही वर्षांपूर्वीच्या या आयुष्यातला काही संदर्भ लावता येतोय का, ते शोधण्याच्या हेतूने मी तिला विचारलं.

"मी तिथून निघून गेले आहे."

ती त्या जन्मातून बाहेर आली होती आणि विश्रांती घेत होती. आता असं करणं तिला स्वतःला शक्य होऊ लागलं होतं. या गोष्टीसाठी मृत्यूचा अनुभव घेण्याची गरज आता तिला उरली नव्हती. आम्ही खूप वेळ वाट बघत होतो. तिचा हा जन्म फार काही छाप पाडणारा नव्हता. काही महत्त्वाचे प्रसंग आणि तिचं त्या भविष्य सांगणाऱ्या बाईला भेटणं एवढंच तिला आठवलं होतं.

"तुला आता काही दिसतंय का?"

"नाही."

"तू विश्रांती घेत आहेस का?"

"हो... वेगवेगळ्या रंगांचे मौल्यवान खडे..."

"मौल्यवान खडे?"

"हो. ते खरंतर 'प्रकाश' आहेत पण खड्यांसारखे दिसत आहेत...."

"आणखी काय दिसतंय?"

"मला फक्त..."

ती काही वेळ थांबली आणि नंतर तिचा आवाज मोठा आणि ठामपणे येऊ लागला.

"बरेच शब्द आणि विचार सभोवताली तरंगत आहेत.... हे फक्त एकोपा, ऐक्य आणि सहअस्तित्व यांविषयी आहे.... गोष्टींचा समतोल..."

तिच्या जवळ गुरू असावेत, हे माझ्या लक्षात आलं.

मी तिला म्हटलं, "ठीक आहे. मला या गोष्टींबद्दल अधिक जाणून घ्यायचं आहे. तू सांगू शकशील का?"

"आत्ता ते फक्त शब्दच आहेत."

तिने सांगितलं.

''सहअस्तित्व आणि एकोपा!''

मी तिला आठवण करून देत म्हटलं. तिने उत्तर द्यायला सुरुवात केली, तेव्हा लक्षात आलं की, तो कवी गुरूंचा आवाज आहे. त्यांच्याकडून पुन्हा ज्ञान ऐकताना मला खूपच छान वाटत होतं. गुरू सांगू लागले,

''होय, प्रत्येक गोष्टीत समतोल असला पाहिजे. निसर्ग संतुलित असतो. पशूसुद्धा एकोप्याने राहतात. पण मानव मात्र हे शिकला नाही. ते स्वतःचा नाश करून घेत आहेत. ते जे काही करतात, त्यात ऐक्य, एकोपा नाही, नियोजन नाही. निसर्गात याच्या अगदी विरुद्ध असतं. निसर्गात उत्तम संतुलन असतं. निसर्ग ही ऊर्जा, जीवन आहे.... जीर्णोद्धार, पुनर्नवीकरण (restoration) *आहे. मानव मात्र साऱ्याचा नाश करत असतो. ते निसर्गाचा नाश करतात, इतर माणसांचा नाश करतात आणि अशा प्रकारे, शेवटी स्वतःचाही विनाश ओढवून घेतात.''*

हा सार्वत्रिक अंदाज होता. जगातली प्रचंड उलथापालथ आणि गोंधळ लक्षात घेऊन मी तिला विचारलं, ''हे केव्हा घडेल?'' विनाश लवकर घडू नये, अशी मला आशा वाटत होती.

''त्यांना वाटतंय त्यापेक्षा खूप लवकर तो घडून येणार आहे. निसर्ग वाचेल. झाडं वाचतील. पण आपण वाचणार नाही.''

''हा विनाश रोखण्यासाठी आपण काही करू शकतो का?''

''नाही. सर्व गोष्टींमध्ये समतोल यायला हवा.''

''हा विनाश आपल्या या जन्मात होणार आहे का?''

''नाही. आपल्या या जन्मात तो होणार नाही. ज्या वेळी आपण वेगळ्या पातळीवर, वेगळ्या आयामामध्ये असू, त्या वेळी हा विनाश होईल आणि आपल्याला तो दिसू शकेल.''

एखादी बारीकशी सकारात्मक शक्यता दिसतेय का, याचा अंदाज घेत मी विचारलं, ''मानवी समाजाला शिकवण्याचा, ज्ञान देण्याचा इतर काही मार्ग नाही का?''

''त्यांना शिकवणं हे दुसऱ्या पातळीवर करता येईल. आपल्याला त्यातून शिकता येईल.''

तिच्या बोलण्यातल्या चांगल्या गोष्टीचा धागा पकडत मी विचारलं, ''म्हणजे आपले आत्मे विविध ठिकाणांतून प्रगती करत जातात.''

''होय....आता आपण फार काळ इथे नसणार..., जसं मी सांगितलं. आपण हे बघू.''

मी तिला म्हटलं, ''होय! मला या लोकांना शिकवण्याची इच्छा आहे. फक्त त्यांच्यापर्यंत कसं पोहोचायचं, ते मात्र मला ठाऊक नाही. त्यासाठी काही मार्ग आहे का? की त्यांना स्वतःच शिकावं लागेल?''

''प्रत्येकापर्यंत तू पोहोचू शकत नाही. पण विनाश थांबवायचा असेल तर प्रत्येकापर्यंत पोहोचणं आवश्यक आहे आणि ते शक्य नाही हेही खरं आहे. त्यामुळे तो थांबवता येणार नाही. ते शिकतील. ते प्रगती करतील, ते शिकतील. शांती येईल, पण इथे नाही, या आयामात नाही.''

''शेवटी शांती निर्माण होईल?''

''होय, पण दुसऱ्या पातळीवर!''

''पण ते खूपच दूर आहे असं वाटतंय.'' मी तक्रारीच्या सुरात तिला म्हटलं. ''माणसं आता खुजी वाटतात....लोभी, सत्तापिपासू, महत्त्वाकांक्षी आहेत ती! आता त्यांना प्रेम, सामंजस्य आणि ज्ञानाचा विसर पडला आहे. बरंच काही शिकण्यासारखं आहे.''

''होय!''

''या लोकांना मदत होईल, असं काही लेखन मी करू शकतो का? त्यासाठी काही मार्ग आहे का?''

''तुला मार्ग माहीत आहेच. ते आम्ही तुला सांगायची गरज नाही. त्याचा काही उपयोग होणार नाही. कारण आपण एकाच पातळीवर पोहोचलो की, ते बघतील. आपण सारे एकच आहोत. कुणी कुणापेक्षा मोठा नाही. हे सारे केवळ धडे आहेत....आणि शिक्षा!''

''होय!'' मी म्हटलं. हा धडा खूपच सखोल विचार करायला लावणारा होता. तो व्यवस्थित समजून घेण्यासाठी मला वेळ लागणार होता. कॅथरीन आता बोलायची थांबली. ती विश्रांती घेत होती. आम्ही वाट पाहत होतो. गेल्या तासाभरातल्या नाट्यमय विचारांबाबत मी विचार करत होतो. एवढ्यात ती हळूवारपणे बोलू लागली.

''ते मौल्यवान खडे गेले... तो प्रकाश, मौल्यवान खडे गेले...''

''ते आवाजसुद्धा? ते शब्द?''

''हो... मला काहीच दिसत नाहीये.''

ती क्षणभर थांबली, तसं तिचं डोकं दोन्ही बाजूला हलू लागलं.

''आत्मा.... बघत आहे.''

''तुझ्याकडे?''

''होय.''

''तू त्याला ओळखतेस का?''

''मला नक्की खात्री नाही... कदाचित तो एडवर्ड असावा.''

एडवर्डचं गतवर्षीच निधन झालं होतं. तो नेहमीच सगळीकडे दिसत होता. कायम तिच्या आजूबाजूला असे.

''तो आत्मा कसा दिसत होता?''

''फक्त... फक्त पांढरा रंग.... दिव्यांचा असतो तसा. त्याला चेहरा नव्हता, आपल्याला माहिती आहे तसा चेहरा नव्हता, पण हा तोच आहे, हे मला माहिती आहे.''

''तो तुझ्याशी काही बोलतोय का?''

''नाही. तो फक्त बघतोय.''

''मी जे काही सांगत होतो, ते तो ऐकत होता का?''

''होय. पण आता तो गेला आहे. मी ठीक आहे, याची त्याला खात्री करून घ्यायची होती.''

मला एकदम गार्डियन एंजलची लोकप्रसिद्ध कथा आठवली. एडवर्ड नक्कीच तिची काळजी घेणारा, ती व्यवस्थित आहे ना, हे बघणारा प्रेमळ असा गार्डियन एंजल असणार. कॅथरीननेसुद्धा गार्डियन स्पिरीटसूबद्दल सांगितलं होतंच. आपण लहानपणी ऐकलेल्या या कथा आपल्या अंधुक स्मृतींत किती रुजलेल्या असतात, याचं मला खूप आश्चर्य वाटत होतं.

तसंच आणखी एका गोष्टीचं आश्चर्य मला वाटत होतं, ते म्हणजे आत्म्यांच्या मधल्या स्तराचं! कोणी गार्डियन स्पिरीट असेल, कोणी गुरू असेल, तर कुणी काहीच नसतील, ते फक्त शिकत असतील. त्यांच्या श्रेणी ज्ञान आणि प्रज्ञा यांवर आधारित असतील, अर्थातच अंतिम ध्येय हे देवासारखं बनणं, तिथपर्यंत पोहोचणं आणि त्याच्यात एकरूप होऊन जाणं हेच असेल. शतकानुशतके आपल्याला तत्त्ववेत्ते हेच सांगत आले आहेत.

अशा दैवी मीलनाची झलक त्यांना पाहायला मिळाली असणार. व्यक्तिगत स्तरावर हा अनुभव मिळाला नसला तरी, कॅथरीनसारख्या वाहक माध्यमाच्या रूपात याचं उत्तम दर्शन मिळालं होतं.

एडवर्ड आता गेला होता. कॅथरीन शांत झाली होती. तिचा चेहरा अगदी शांत होता. तिला किती अद्‌भुत कौशल्यांची देणगी लाभली होती. जीवनापलीकडे, मृत्यूपलीकडे पाहण्याची क्षमता तिच्याकडे होती. 'देवाशी' ती संवाद साधू शकत होती. त्यांचं ज्ञान, त्यांची प्रज्ञा ती माझ्यापर्यंत पोहोचवू शकत होती. आम्ही ज्ञानवृक्षाची फळं चाखत होतो, तरी अजून किती फळं शिल्लक आहेत, याबद्दल मला कुतूहल होतं.

कॅरोलची आई - मिनेट, कॅन्सरमुळे मरणासन्न होती. तिचा स्तनांचा कॅन्सर पार हाडं आणि लिव्हरपर्यंत पसरला होता. हा आजार आणि त्यावरचे उपचार गेली चार वर्षं सुरू होते, पण आता केमोथेरपीचाही काही फायदा होणार नव्हता. बाई खूपच धीराच्या होत्या, त्यांनी साऱ्या वेदना, त्यातून येणारा अशक्तपणा खूप निग्रहाने सोसला होता. पण आजार बळावतच चालला होता. त्यांचा मृत्यू जवळ येतोय, हे माझ्या लक्षात येत होतं.

एकीकडे कॅथरीनबरोबरची सत्रं सुरूच होती. मी माझे अनुभव आणि मला कळलेल्या नवीन गोष्टी मिनेटनाही सांगत होतो. मला आश्चर्य एकाच गोष्टीचं वाटत होतं, ते म्हणजे एक अतिशय व्यवहारी अशा व्यावसायिक असूनसुद्धा, त्यांना मी सांगितलेल्या या गोष्टी पटत होत्या, त्यांनी त्या स्वीकारल्या होत्या आणि अजून जाणून घेण्याची त्यांची इच्छासुद्धा होती. मी त्यांना काही पुस्तकं वाचायला दिली आणि त्यांनी ती मन लावून वाचली होती. त्यांनी कॅरोल आणि माझ्याबरोबर काब्बालाह या शेकडो वर्षांपूर्वीच्या ज्युईश गूढ अशा लेखनाचा अभ्यासक्रमही पूर्ण केला. या साहित्यात पुनर्जन्म आणि दोन जन्मांतील वेगवेगळे स्तर या विषयाचा मोठा वेध घेण्यात आला आहे. अर्थात आधुनिक काळात ज्यूंना याबाबत माहिती नाही. मिनेट मनाने अधिकाधिक खंबीर होत होती, तिची प्रकृती मात्र ढासळत होती. मृत्यूविषयी तिला वाटणारी भीती आता संपली होती. आपल्या पतीला - बेनला - आपण लवकरच (तिच्या मृत्यूनंतर) भेटू, याचा तिला आनंद होत होता. आपला आत्मा अमर्त्य आहे, हे वास्तव तिला कळलं होतं, त्यामुळे वेदना सहन करायचं बळ तिला मिळालं. तिला जगण्याची इच्छा होती ती एकाच कारणासाठी! तिची दुसरी लेक डोनाही गर्भवती होती, त्यामुळे या नव्या नातवंडाचं या जगात स्वागत करण्याची तिची फार इच्छा होती. तिच्या उपचारांसाठी हॉस्पिटलमध्ये गेली असताना तिची आणि कॅथरीनची भेट झाली होती. दोघींच्या बोलण्याने तिला शांत वाटलं होतं. कॅथरीन ज्या तळमळीने आणि मनापासून तिच्याशी बोलली, तिच्या

सांगण्यात जो प्रामाणिकपणा होता, त्यामुळे मृत्यूनंतरच्या अस्तित्वावरचा तिचा विश्वास आणखी वाढला होता.

तिच्या मृत्यूच्या आधी एक आठवडा, तिला हॉस्पिटलच्या ऑन्कोलोजी विभागात दाखल करण्यात आलं होतं. त्या वेळी मला आणि कॅरोलला तिच्यासोबत वेळ मिळाला. तेव्हा आमच्या जन्म आणि मृत्यू, मृत्यूनंतर आपण काय काय अनुभव घेतो, अशा विषयांवर गप्पा झाल्या. मिनेट ही आत्मसन्मानाची मूर्ती होती. तिने हॉस्पिटलमध्येच शेवटपर्यंत राहण्याचा निर्णय घेतला कारण तिथे तिची व्यवस्थित काळजी घेण्यासाठी नर्सेस होत्या. डोना, तिचा नवरा आणि त्यांची सहा आठवड्यांची तान्ही मुलगी हॉस्पिटलमध्ये आले. तिच्याबरोबर त्यांनीही वेळ दिला. तिचा छान निरोप घेऊन ते गेले. आम्ही तर सतत तिच्याबरोबरच होतो. संध्याकाळी सहाच्या सुमाराला मिनेटचं निधन झालं. कॅरोल आणि मी नुकतेच तिथून घरी पोहोचलो होतो आणि का कुणास ठाऊक, आम्हाला दोघांनाही पुन्हा हॉस्पिटलमध्ये जावंसं वाटू लागलं. त्यानंतरचे सहा-सात तास हे एका अद्वितीय अशा शांततेने आणि आध्यत्मिक ऊर्जेने भरलेले होते. तिचा श्वासोच्छ्वास अगदी कष्टाने होत होता, पण तिला अन्य कोणतीही वेदना जाणवत नव्हती. आम्ही दोन जन्मांच्या मधल्या स्थितीतल्या तिच्या प्रवेशाविषयी बोललो, तेजस्वी प्रकाश, इतर आत्म्यांची तिथे असणारी उपस्थिती याविषयीही बोललो. तिने तिच्या साऱ्या आयुष्याचं पुनरावलोकन केलं. त्यातल्या नकारात्मक गोष्टींचा प्रयत्नपूर्वक स्वीकार केला. ही सारी प्रक्रिया पूर्ण होईपर्यंत ती शरीर सोडून जाऊ शकत नाही, हे तिला बहुधा लक्षात आलं असावं. एका विशिष्ट वेळी मृत्यू स्वीकारण्याची ती वाट बघत होती. ती वेळ लवकर यावी, म्हणून ती अधीर झाली होती. पहाटे सकाळी ती वेळ आली. या पद्धतीने मृत्यूच्या मार्गावर मी मार्गदर्शन केलेली मिनेट ही पहिली व्यक्ती! ती मनाने खंबीर बनली आणि त्या अनुभवामुळे तिच्या मृत्यूचं आमचं दुःखदेखील खूपच हलकं झालं.

यामुळे आणखी एक गोष्ट झाली, ती म्हणजे रुग्णांना बरं करण्याच्या माझ्या क्षमतेत खूपच फरक पडल्याचं, ती खूप वाढल्याचं माझ्या लक्षात आलं. केवळ त्यांच्या मनातले भयगंड आणि असुरक्षितता, दुःख दूर करण्यासाठीच नाही तर मृत्यूबाबत, खुद्द मरणाच्या वाटेवर असतानाही मी त्यांना आता मदत करू शकत होतो. उपचार करत असताना काय चुकतंय आणि कोणत्या दिशेने जायला पाहिजे, हे आता मला माझ्या अंतःप्रेरणेमुळे कळू लागलं होतं. शांतता, सुकून आणि आशा या भावनांचा अनुभव त्यांना देण्यात मी यशस्वी होत होतो. मिनेटच्या मृत्यूनंतर मृत्युपंथावर असणारे अनेक लोक, प्रिय व्यक्तींच्या निधनाने व्यथित झालेले अनेक लोक माझ्याकडे येऊ लागले. अनेक लोक

कॅथरीनचे अनुभव आणि तिने सांगितलेलं ज्ञान घेण्यासाठी पुरेसे तयार नव्हते, पण ते सारं त्यांना न सांगतासुद्धा, मी त्यांना बऱ्यापैकी मदत करू शकलो. विशिष्ट शब्द, संपूर्ण प्रक्रिया सहनुभूतीने समजावून घेणं, त्यांची भीती, त्यांचे भयगंड समजावून घेणं, एखादा योग्य दृष्टिक्षेप, एखादा स्पर्श, एखादा शब्द या गोष्टींचाही उत्तम फायदा होतो. त्यामुळे आशा, विस्मृतीत गेलेलं अध्यात्म, माणुसकी आणि अशा इतरही अनेक गोष्टींची जाणीव होऊ शकते. काही जण याबाबत जास्त जाणून घेण्यासाठी तयार होते, त्यांना काही गोष्टी वाचायला मी सुचवलं आणि कॅथरीन व इतर लोकांबरोबरचे अनुभवही मी त्यांना सांगितले. हा अनुभव त्यांना सुखावणारा होता. ज्यांनी तयारी दाखवली त्यांना या आयुष्यातच पुनर्जीवन मिळालं. अधिक झपाट्याने त्यांना अंतर्ज्ञान प्राप्त झालं.

उपचारतज्ज्ञाचं मन खुलं पाहिजे, असं मला वाटतं. या क्षेत्रात मृत्यू वा मृत्युपंथावरचे अनुभव गोळा करताना शास्त्रीयदृष्ट्या विचार करणारं मन जसं पाहिजे, तसंच प्रयोगशील मनही हवं. मृत्यूनंतरच्या जीवनाची शक्यता लक्षात घेऊन समुपदेशनात तिचा अंतर्भाव करायला हवा. त्यांनी संमोहनात रुग्णाला आधीच्या जन्मात नेलं नाही तरी चालेल, पण आपलं मन खुलं ठेवायला हवं. आपलं ज्ञान रुग्णांना द्यायला हवं. त्यांनी रुग्णांचे अनुभव कमी लेखता कामा नये.

आता लोकांना त्यांच्या मर्त्यपणाचं भय वाटतं. एड्ससारखे रोग, अणुसंहाराची भीती, दहशतवाद, व्याधी असे अनेक विषय लोकांच्या डोक्यावर टांगत्या तलवारीसारखे असतात आणि ते त्यांना छळत असतात. अनेक तरुण मुलांना तर आपण वयाच्या वीस वर्षांनंतर जगणारच नाही, असं वाटत असत. हे अगदीच अविश्वसनीय असून समाजात किती भीषण स्वरूपाचे तणाव आहेत, त्याचं हे द्योतक आहे.

व्यक्तिगत स्तरावर विचार केला तर, मिनेटने कॅथरीनच्या संदेशांना दिलेला प्रतिसाद उत्साहवर्धक होता. तिच्या आत्म्याचं सामर्थ्य वाढलं होतं. ढासळणारी शारीरिक प्रकृती आणि वेदनांवर मात करण्यासाठी त्यांचा उपयोग झाला होता. पण हे संदेश आपल्या साऱ्यांसाठी आहेत, केवळ मृत्युशय्येवरच्या व्यक्तीसाठी नाहीत. आपल्यासाठीसुद्धा ते आशा घेऊन आले आहेत. आता कॅथरीनसारख्यांवर उपचार करणारे अनेक तज्ज्ञ आपल्याला हवे आहेत. जेणेकरून तेदेखील या संदेशांचा आवाका विस्तृत करतील. म्हणजेच अधिकाधिक संदेश मिळतील. उत्तरं उपलब्ध आहेत, ती मिळतातही! आपण अमर्त्य आहोत, आपण सारे एकत्रच असणार आहोत...

प्रकरण १२

संमोहनाचं पहिलं सत्र आम्ही घेतलं, त्याला आता साडेतीन महिने होऊन गेले होते. कॅथरीनची आजाराची लक्षणं एव्हाना नाहीशी झाली होतीच, शिवाय तिने निव्वळ बरी होण्यापलीकडे खूप प्रगती केली होती. आता ती तेजस्वी दिसू लागली होती आणि तिच्या व्यक्तिमत्त्वात एक प्रकारची शांत अशी ऊर्जादेखील जाणवत असे. लोक आता तिच्याकडे आकर्षित होऊ लागले होते. हॉस्पिटलच्या कॅफेटेरियात ती नाश्ता करताना दिसली की, लोक– महिला आणि पुरुष दोघेही तिच्याकडे अगदी धावत येत. 'तू खूप छान दिसते आहेस. हेच मला तुला सांगायचं होतं', असं प्रत्येक जण तिला म्हणत असे. एखादा मासे पकडणारा कोळी गळ लावून मासा पकडतो, तसं ती अदृश्य अशा आध्यात्मिक गळाने लोकांना खेचून घेत असे. याच कॅफेटेरियात यापूर्वी कित्येक वर्षं नाश्ता करत असताना कुणाचंही तिच्याकडे चुकूनसुद्धा लक्ष जात नसे.

आताच्या सत्रासाठी ती माझ्या क्लिनिकमध्ये आली होती. क्लिनिकमधल्या दिव्याच्या मंद प्रकाशात ती नेहमीप्रमाणे पटकन संमोहनाच्या तंद्रीत गेली. तिचे सोनेरी केस तिच्या नेहमीच्या लोकरीच्या उशीवर विसावले होते.

''मला एक इमारत दिसतीये.... ती दगडांनी बांधलेली आहे. तिच्या शिखरावर काही तरी निमुळता भाग आहे. खूप डोंगराळ भागात ती इमारत बांधली आहे. इमारत खूपच ओलसर दिसतेय. बाहेरून तर जास्तच ओली वाटतेय. शेजारून सामान वाहून नेणारी एक गाडीदेखील दिसतेय....तिथे समोरच दिसतेय. त्यात बहुतेक गवत आहे. गवत किंवा प्राण्यांना खायला देतात, तो चारा आहे. काही माणसंसुद्धा तिथे मला दिसत आहेत. त्यांच्या हातात मला कसले तरी झेंडे दिसत आहेत. एका काठीच्या टोकाला लावलेले ते अतिशय प्रखर रंगाचे झेंडे फडफडत आहेत. ते 'मूर्स... मूर्स' असं काही तरी बोलत आहेत. ते मला ऐकू येतंय. नुकत्याच झालेल्या युद्धाबद्दलदेखील त्यांची चर्चा सुरू आहे. त्यांच्या डोक्यावर कोणत्या तरी धातूपासून बनवलेलं शिरस्त्राण आहे. हे साल आहे १४८३! डेन्ससंबंधी काही तरी आहे. आम्ही डेन्सशी लढतोय का? पण कोणतं तरी युद्ध सुरू आहे.''

''तू तिथेच आहेस का?'' मी तिला प्रश्न केला.

नेहमीच्या हळू आवाजात तिने उत्तर दिलं,

"मला ते दिसत नाहीये, पण मला बऱ्याच मालवाहू गाड्या दिसत आहेत. त्यांना दोन चाकं आहेत. दोन चाकं आणि मागची बाजू उघडी आहे. गाड्या उघड्या आहेत. त्यांच्या बाजूदेखील उघड्या आहेत. फक्त त्यावर काही पट्टया आहेत. लाकडी पट्टया एकत्रित बसवलेल्या आहेत. मला तिथेही धातूचं काही तरी दिसतंय... त्यांच्या गळ्याभोवती त्यांनी ते घातलंय. खूप जड धातूने बनवलेले क्रॉस आहेत ते! त्यांची टोकं वळणदार आहेत, त्या क्रॉसची खालची बाजू गोलाकार केलेली आहे.... कुण्या संताची feast आहे.... मला तलवारीसुद्धा दिसत आहेत....त्या खूप अवजड आणि बोथट दिसत आहेत. मला वाटतं, त्यांची कुठल्या तरी युद्धासाठी तयारी सुरू आहे."

"तू तिथे आहेस का ते बघ. सभोवताली नीट बघ. कदाचित तू एक सैनिक असू शकशील. तू त्यांना दुसरीकडून कुठून तरी बघत आहेस का?" मी तिला विचारलं.

ती खात्री देत मला म्हणाली,

"मी सैनिक नाहीये."

"सगळीकडे नीट बघ."

"मी काही जरुरीचं सामान घेऊन आले आहे. मला वाटतं, छोटंसं खेडं आहे ते!"

हे सांगून ती शांत झाली.

"आता तुला काय दिसतंय?"

"मला आता एक झेंडा दिसतोय. तो लाल आणि पांढऱ्या रंगाचा आहे..... पांढऱ्या रंगाचा आणि त्यावर लाल रंगाचा क्रॉस."

"हा तुम्हा लोकांचा झेंडा आहे का?" मी तिला विचारलं.

त्यावर ती म्हणाली,

"हा राजाच्या सैनिकांचा झेंडा आहे."

"हा तुमचा राजा आहे का?"

"होय!"

"तुला राजाचं नाव माहीत आहे का?"

"मला ते ऐकू येत नाहीये. तो तिथे नाहीये."

''तू काय घातलं आहेस, ते बघून सांगू शकतेस का?... नीट बघ आणि मला सांग.''

''एका प्रकारचं...लेदर...लेदरचा ड्रेस... अगदी खडबडीत पोताच्या शर्टवर मी तो घातला आहे. हो...लेदरचं ट्युनिक आहे ते....जरासं आखूड आहे. आणि प्राण्यांच्या कातडीपासून बनवलेले बूट आहेत...ते शूज नाहीत...बुटांसारखे आहेत. माझ्याशी कुणीच बोलत नाहीये.''

''बरं... तुझ्या केसांचा रंग कसा आहे?''

''केसांचा रंग फिक्कट आहे... पण मी आता वयस्कर झाले आहे. त्यामुळे त्यात थोडे पांढुरके केसही आहेत.''

''तुला या युद्धाबद्दल काय वाटतं?''

''आता युद्ध हे माझ्या रोजच्या जीवनाचा एक भाग बनून गेलं आहे. यापूर्वीच्या चकमकीत माझ्या एका मुलाला मी गमावलं आहे. त्यात त्याचा मृत्यू झाला आहे.''

''मुलगा होता तो तुझा?''

''होय!''

तिचं दुःख स्पष्टपणे कळत होतं.

''आता कोण कोण जिवंत आहेत? तुझ्या कुटुंबात कोण आहे आता?''

''माझी पत्नी.....आणि माझी मुलगी!''

''तुझ्या मुलाचं नाव काय होतं?''

''मला त्याचं नाव काय होतं, ते माहीत नाही, ते मला दिसत नाहीये. पण मला तो मात्र व्यवस्थित आठवतोय. मला माझी पत्नीसुद्धा दिसतेय.''

कॅथरीन पूर्वजन्मांमध्ये स्त्री आणि कित्येकदा पुरुषही होती. या जन्मात तिला मूल-बाळ नव्हतं पण आधीच्या जन्मांमध्ये ती कित्येक मुलांची आई किंवा वडील होती.

''तुझी पत्नी दिसायला कशी आहे?''

''ती खूप दमली आहे... फारच दमलेली दिसतेय. तिचंही वय झालंय. आमच्याकडे काही मेंढ्या आहेत.''

''तुमची मुलगी अद्याप तुमच्याबरोबरच राहते का?''

''नाही. तिचं लग्न होऊन काही दिवसांपूर्वीच ती तिच्या घरी राहायला गेली आहे.''

''मग तू आणि तुझी बायको असे दोघेच घरात आहात का?''

''होय!''

''तुमचं आयुष्य कसं चाललंय?''

''आमचं आयुष्य अजिबात चांगलं चाललेलं नाही. आम्ही दोघेही थकलो आहोत. घरात फार दारिद्र्य आहे.''

''तुमचा मुलगा आता हयात नाही. तुम्हाला त्याची आठवण येते का?''

''होय!''

तिने उत्तर जरी शांत स्वरात दिलेलं असलं तरी तिच्या आवाजातून तिचं दुःख स्पष्टपणे झळकत होतं.

विषय बदलत मी तिला विचारलं, ''तू शेतकरी होतीस का?''

''हो. आम्ही गव्हाचं उत्पादन करायचो...गहू...हो..गव्हासारखंच काही तरी होतं.''

''तुझ्या आयुष्यात मायभूमीत अनेक युद्धं झालेली तू पाहिलीस का? युद्धाचे वाईट परिणाम, शोकांतिका यांची तू साक्षीदार ठरलीस?''

''होय!''

''पण तू वयस्कर होईपर्यंत जगलीस ना?''

''हो. खरंय. पण युद्ध प्रत्यक्ष खेड्यात कधीच लढली गेली नाहीत. आमच्या गावापासून दूर लढली गेली. सैनिकांना जिथे युद्धभूमी असेल तिथपर्यंत प्रवास करून जावं लागत असे. अगदी डोंगरदऱ्या पार करून ते जात असत.''

''तू कुठे राहत आहेस? त्या भागाचं किंवा गावाचं नाव तुला माहितीय का?''

''मला ते दिसत नाहीये.... या भागाला काही तरी नाव नक्की असणार आहे. पण मला ते दिसत नाहीये.''

''तुझ्यासाठी हा धार्मिकदृष्ट्या अगदी महत्त्वाचा काळ होता का? कारण तुला सगळ्या सैनिकांच्या गळ्यात क्रॉस दिसत आहेत.''

"इतरांसाठी होता...माझ्यासाठी मात्र नाही."

"तुझ्या कुटुंबातील इतर कुणी अजून जिवंत आहे का? तुझी पत्नी आणि मुलगी सोडून?"

"नाही!"

"तुझ्या आईवडिलांचाही मृत्यू झालाय का?"

"होय!"

"तुझे भाऊ-बहिणी?"

"मला एक बहीण आहे आणि ती जिवंत आहे. पण मी तिला ओळखत नाही."

तिच्या आताच्या आयुष्यात ती व्यक्ती नव्हती, असं तिला सांगायचं होतं.

"ठीक आहे. तुझ्या गावातील किंवा कुटुंबातील इतर कुणाला तू ओळखतेस का ते बघ बरं."

जर लोकांचा समूहाने पुनर्जन्म होतो हे खरं मानलं, तर तिला तिच्या त्या आयुष्यात आताच्या आयुष्यातील एखादी महत्त्वाची व्यक्ती दिसण्याची शक्यता होती.

"मला दगडी टेबल दिसतोय... आणि भांडी दिसत आहेत."

"हे तुझं घर आहे का?"

"होय! कर (ker)...पासून बनवलेलं काही तरी....पिवळ्या रंगाचं...मला वाटतं कणसापासून बनवलेलं...पिवळ्या रंगाचं काही तरी....आम्ही ते खातो."

"ठीक आहे," भराभर पुढे जाण्याच्या दृष्टीने घाई करत मी म्हटलं, "तुझा हा जन्म खूप अवघड होता, फारच कष्टाचा! तू कसला विचार करत आहेस?"

कुजबुजल्यासारखी ती उत्तरली,

"घोडे.."

"तुझ्या मालकीचे घोडे आहेत की, अन्य कुणाच्या मालकीचे आहेत?"

"नाही. सैनिकांचे घोडे आहेत...त्यांच्यापैकी काही... पण बहुतांश वेळा ते चालतच असतात.... मला वाटतं ते घोडे नाहीत. ती गाढवं आहेत. किंवा घोड्यांपेक्षा कुठला तरी लहान प्राणी! ते बहुतेक जंगली आहेत."

मी तिला आता सूचना दिली, ''आता थोडी पुढील काळात जा. तू आता खूपच वृद्ध आहेस. या जन्मातल्या तुझ्या अखेरच्या दिवसापर्यंत जा.''

''पण मी या जन्मात खूप म्हातारी झाले नाही.''

हलकासा आक्षेप घेत तिने सांगितलं. तिच्या पूर्वजन्मांमध्ये असताना ती साधारणतः सूचना ग्रहण करण्यासाठी तयार नसायची. जे घडत होतं, तेच ती सांगायची. तिच्या ज्या आठवणी होत्या, त्यांत मी काही सूचना करून त्या बाजूला करू शकत नव्हतो. जे काही घडलं होतं किंवा तिला जे आठवत होतं, त्यातील तपशिलांमध्ये मी कोणतेही बदल करू शकत नव्हतो.

मी तिला वेगळ्या पद्धतीने विचारलं, ''या आयुष्यात आणखी काही महत्त्वाचं घडणार आहे का? जे आपल्याला जाणून घेणं आवश्यक आहे?''

''नाही, काही महत्त्वाचं नाही,'' भावनारहित होऊन ती उत्तरली.

''तर मग अजून पुढच्या काळात जा. तू आणखी काही शिकावंस असं बाकी राहिलंय का ते बघूया.''

''नाही, अजूनी मी तिथेच आहे.''

"ठीक आहे. तुला तिथे काही दिसतंय का?'' एक-दोन मिनिटं अशीच गेली, मग ती अगदी हळू आवाजात उत्तरली, *"मी तरंगत आहे.''*

''तू आता त्या वृद्ध माणसाचं शरीर सोडून दिलं आहेस का?''

''होय! मी तरंगते आहे.''

ती पुन्हा आध्यात्मिक अवस्थेत आली होती.

''या जन्मात तुला काय शिकणं आवश्यक होतं , हे तुला कळतंय का आता? तुझा हा आणखी एक अतिशय कठीण जन्म होता.''

''मला ते माहीत नाही... मी फक्त तरंगत आहे.''

''ठीक आहे. आता विश्रांती घे.'' असाच काही वेळ अगदी शांततेत गेला. नंतर पाहिलं तर ती कुणाचं तरी बोलणं ऐकायचा प्रयत्न करत होती. मध्येच एकदम तिने बोलायला सुरुवात केली. आता तिचा आवाज खूप मोठा आणि खोल येत होता. ही कॅथरीन बोलत नव्हती.

''एकूण सात स्तर (पातळ्या) असतात. त्या प्रत्येकात अनेक छोटे स्तर असतात. त्यापैकी एक स्तर, पातळी 'आठवण्याची' (recollection) असते. या पातळीवर तुमचे विचार आठवण्याची तुम्हाला परवानगी असते. नुकत्याच संपलेल्या तुमच्या आयुष्याचं पुनरावलोकन करण्याची तुम्हाला परवानगी असते. वरच्या स्तरांवर असणारे आत्मे पूर्वीचे आयुष्यही बघू शकतात. ते काळाच्या प्रवाहात मागे जाऊन आपला भूतकाळ किंवा इतिहास जाणून घेऊन आपल्याला मार्गदर्शन करू शकतात. पण खालच्या पातळ्यांवर/स्तरांवर असणाऱ्या आपल्यासारख्या व्यक्तींना केवळ स्वतःचं आयुष्य बघण्याचीच परवानगी असते....ते ही नुकतंच संपलेलं आयुष्य बघण्याची!''

''आपल्यावर ऋण असतं. ते फेडणं आवश्यक असतं. हे ऋण ज्या त्या जन्मात आपण फेडलं नाही, तर ते आपल्याला पुढील जन्मात सोबत घेऊन जावं लागतं....या आशेने की, ते तिथे फेडलं जाईल. तुमचं ऋण फिटत जाईल, तशी तुमची प्रगती होत राहते. काही आत्म्यांची प्रगती इतरांच्या तुलनेने लवकर होते. जेव्हा तुम्ही भौतिक शरीर धारण केलेलं असतं, आणि स्वतःवर काही काम करत असता, जीवनावर काम करत असता.... अशा वेळी ते ऋण फेडण्याच्या तुमच्या क्षमतेमध्ये अडथळा आला.... तर तुम्हाला त्या आठवणींच्या पातळीवर पुन्हा परतावं लागतं. तिथे, ज्या आत्म्याचं तुम्ही काही देणं लागता, तो तिथे येऊन तुम्हाला भेटण्याची प्रतीक्षा करावी लागते. ज्या वेळी पुन्हा एकदा भौतिक शरीर धारण करण्यासाठी तुम्हा दोघांचीही तयारी असते, त्याच वेळी तुम्हाला शरीर धारण करण्याची परवानगी मिळते. पण परत केव्हा जायचं, याचा निर्णय तुम्ही घेता. तुमच्यावर असणारं ऋण तुम्ही कशा प्रकारे फेडणार, हे ठरवणं तुमच्याच हातात असतं. तुमचे इतर जन्म तुम्हाला आठवत नाहीत.... ज्या जन्मातून तुम्ही नुकतेच त्या पातळीवर आलेला असता, तेवढाच जन्म तुम्हाला आठवतो. फक्त वरच्या पातळीवर असणाऱ्या आत्म्यांना - ऋषी, अतिशय प्रज्ञावान आत्म्यांनाच इतिहासातील (आधीच्या अनेक जन्मांतील) गोष्टी किंवा प्रसंग आठवायला परवानगी असते.... आपल्याला मदत करण्यासाठी, आपल्याला शिकण्यात मदत करण्यासाठी.''

''सात पातळ्या असतात.....आपल्याला परतण्यापूर्वी या सातही पातळ्यांतून प्रवास करावा लागतो. त्यापैकी एक पातळी असते 'अवस्थांतरणाची' (transition). तिथे तुम्हाला प्रतीक्षा करावी लागते. आता पुढच्या जन्मात तुम्ही तुमच्या सोबत बरोबर काय नेणार, याचा निर्णय, या पातळीवर होत असतो. आपल्या सर्वांचं एखादं

विशिष्ट असं स्वभाववैशिष्ट्य असतं.... कधी ते लोभी वृत्ती असतं, कधी वासना असतं... ते काहीही निश्चित करण्यात आलं तरी संबंधित लोकांचं ऋण आपल्याला फेडावं लागतंच. आणि त्यानंतर आपलं जे स्वभाववैशिष्ट्य आहे, त्यावरही त्याच जीवनात मात करावी लागते. उदाहरणार्थ, तुमच्या स्वभावात जर लोभीपणा असेल तर या वृत्तीवर तुम्हाला मात करावी लागते. त्यावर तुम्ही मात केली नाहीत तर पुन्हा पुढच्या जन्मात तो दुर्गुण तुम्ही बरोबर नेताच, शिवाय अजून काही गोष्टीही न्याव्या लागतात. मग तुमच्यावरचं ओझं वाढतच जातं. एका जन्मात तुम्ही तुमची देणी फेडली नाहीत, तर त्याच्या ओझ्यामुळे पुढचा जन्म जास्त अवघड बनून जातो. जर देणी फेडून टाकलीत, तर अर्थातच पुढचा जन्म सुखकर होतो. म्हणूनच आपल्याला कसं आयुष्य हवं, याची निवड तुमच्याच हातात असते. थोडक्यात, जसं आयुष्य मिळतं, त्याला जबाबदार तुम्हीच असता. तुम्हीच ते निवडत असता.''

कॅथरीन एकदम शांत झाली.

पण हे ज्ञान गुरूंनी सांगितलं असावं, असं वाटत नव्हतं. ज्या कुणी हे सांगितलं होतं, त्याने स्वतःचा उल्लेख '*खालच्या स्तरांवर असणाऱ्या आपल्यासारख्या व्यक्तींना*' असा करून ती तुलना '*वरच्या पातळीवर असणाऱ्या आत्म्यांशी - ऋषी, अतिशय प्रज्ञावान आत्म्यांशी*' केली होती. पण त्याने आता जे ज्ञान कॅथरीनमार्फत दिलं होतं, ते निश्चितच स्पष्ट आणि अत्यंत व्यवहार्य असं होतं. इतर पाच पातळ्या आणि त्यांच्या वैशिष्ट्यांबद्दल मला आता फार कुतूहल वाटत होतं. नूतनीकरणाची (रिन्युअलची) स्थिती ही या पातळ्यांपैकीच एक तर नसेल? शिकण्याची पातळी आणि निर्णयाची पातळी याबाबत अधिक कसं समजेल? पण एक गोष्ट मात्र नक्की होती, या आत्म्यांच्या जगातील वेगवेगळ्या अवस्थेतील आत्म्यांकडून जे ज्ञान आमच्यापर्यंत येत होतं, पोहोचत होतं, त्यात सातत्य आणि साधर्म्य होतं. प्रत्येकाची सांगण्याची शैली वेगळी होती, भाषा, व्याकरण आणि शब्द वेगवेगळे होते, भाषेची कौशल्यं आणि त्यातील प्रावीण्य वेगळं होतं, पण त्यांना जे सांगायचं आहे, तो अर्थ, गाभा मात्र समान होता. मला आध्यात्मिक ज्ञान अगदी शिस्तबद्ध प्रकारे मिळत होतं. हे ज्ञान मला प्रेम आणि आशा, श्रद्धा आणि दानधर्म यांच्याविषयी सांगत होतं. सद्गुण आणि दुर्गुणांची ते परीक्षा करत होतं, आपण इतरांचं आणि स्वतःचंही कसं देणं लागतो, हे सांगत होतं. पूर्वजन्म आणि दोन जन्मांमधल्या आत्म्यांच्या जगातील विविध पातळ्यांविषयी सांगत होतं. एकोपा आणि संतुलन, प्रेम आणि प्रज्ञा या आधारे आत्म्याच्या उन्नतीबद्दलही सांगत होतं. देवाशी असणाऱ्या एका गूढ पण सुखावह नात्याकडे कशी प्रगत वाटचाल करायची,

याबाबतदेखील सांगत होतं.

या संपूर्ण प्रवासात अतिशय व्यवहार्य असा सल्लादेखील मिळाला होता. संयम आणि प्रतीक्षा करण्याचं मोल, निसर्गातील समतोलाविषयीचं ज्ञान, मृत्यूचं भय दूर करण्याबाबतचं मार्गदर्शन, विश्वास आणि क्षमा याबाबत अधिक जाणून घेण्याची गरज, इतरांविषयी योग्य-अयोग्यचा निवाडा न करण्याचं महत्त्व, किंवा कुणाचंही आयुष्य न संपवणं (कुणालाही न मारणं), अंतःप्रेरणेचं सामर्थ्य प्राप्त करून त्याचा योग्य तो वापर करणं आणि सर्वाधिक महत्त्वाची गोष्ट म्हणजे आपण अमर्त्य आहोत, या वस्तुस्थितीचं भान - अशा अनेक गोष्टी शिकायला मिळाल्या होत्या. आपण सारे जन्म आणि मृत्यूच्या पलीकडे आहोत, काळ आणि क्षेत्राच्या पलीकडे आहोत.. आपणच देव आहोत आणि ते देव आपणच आहोत.

''मी तरंगते आहे.''

कॅथरीन हळू आवाजात बोलू लागली होती.

''तू आत्ता कोणत्या स्थितीत आहेस?'' मी विचारलं.

''कोणत्याही स्थितीत नाही...मी फक्त तरंगत आहे...एडवर्ड माझं काही तरी देणं लागतो... तो मला काही तरी देणं लागतो...''

''तो तुझं काय देणं लागतो, ते तुला माहीत आहे का?''

''नाही... कसली तरी माहिती, ज्ञान... त्याला मला द्यायचंय. त्याला काही तरी मला सांगायचं आहे. कदाचित माझ्या बहिणीच्या बाळाबद्दल सांगायचं आहे त्याला!''

''तुझ्या बहिणीचं बाळ?'' मी तिला परत विचारलं.

''होय!...ती मुलगी आहे. तिचं नाव आहे स्टिफनी!''

''स्टिफनी? तुला तिच्याविषयी काय जाणून घ्यायचं आहे?''

''तिच्याशी मला कसा संपर्क साधता येईल, हे मला जाणून घ्यायचं आहे.''

तिने उत्तर दिलं. आजपर्यंत कॅथरीन आपल्या भाचीबद्दल मला कधीच काही बोलली नव्हती.

मी तिला विचारलं, ''तुझी आणि तिची खूप जवळीक आहे का?''

''नाही. पण तिला त्यांना शोधावं लागेल.''

"कोणाला शोधायचं आहे?" मी तिला विचारलं. मी गोंधळलो होतो.

"माझी बहीण आणि तिचा नवरा! आणि त्यांना ती फक्त माझ्या मार्फतच शोधू शकते. मीच त्यांच्यातला दुवा आहे. त्याच्याकडे काही माहिती आहे. तिचे वडील डॉक्टर आहेत. वरमाँटमध्ये कुठे तरी ते प्रॅक्टीस करतात. ती माहिती वेळ आल्यानंतर माझ्यापर्यंत येईल."

नंतर मला कळलं की, कॅथरीनची बहीण आणि तिचा होणारा नवरा यांनी त्यांच्या तान्ह्या मुलीला दत्तक दिलं होतं. या मुलीच्या जन्माच्यावेळी दोघेही जण वयाने अगदीच लहान होते. विशीच्या आतमध्येच होते, आणि दोघांचं तेव्हा लग्नसुद्धा झालं नव्हतं. हे दत्तकविधान एका चर्चच्या माध्यमातून करण्यात आलं होतं. त्यानंतर त्याविषयी कोणतीही माहिती पुढे आली नव्हती.

"हो खरंय!" मी सहमती दाखवत तिला म्हटलं. "योग्य वेळ कोणती आहे?"

"तो मला सांगेल.. तेव्हा तो मला सांगेल."

"तुझ्यासाठी आणखी काय माहिती त्याच्याजवळ आहे?"

"मला माहीत नाही, पण त्याच्याकडे मला सांगण्यासाठी इतरही काही गोष्टी आहेत. त्याला माझं काही देणं द्यायचं आहे... पण काय ते मला माहीत नाही. पण देणं आहे."

ती पुन्हा गप्प झाली.

मी तिला विचारलं, "तू दमली आहेस का?"

त्यावर कुजबुजत्या स्वरात तिने सांगितलं,

"मला घोड्याचा एक लगाम दिसतोय.... एका दुकानवजा जागेच्या बाहेर ठेवलेलं एक ब्लँकेट दिसतंय."

"ते एखादं धान्याचं कोठार आहे का?"

"त्यांनी तिथे घोडे ठेवले आहेत. त्यांच्याकडे खूप घोडे आहेत."

"अजून काय दिसतंय तुला तिथे?"

"पिवळ्या रंगाची फुलं असणारी खूप झाडं आहेत तिथे! माझे वडील तिथेच आहेत. ते घोड्यांची निगा राखतात."

माझ्या लक्षात आलं की, मी एका लहान मुलाबरोबर बोलतोय.

''ते दिसायला कसे आहेत?''

''ते खूप उंच आहेत आणि त्यांचे केस पिकले आहेत.''

''तुला तू स्वतः कुठे दिसते आहेस का?''

''मी खूप लहान आहे...मी एक छोटी मुलगी आहे.''

''ते घोडे तुझ्या वडिलांच्या मालकीचे आहेत की, ते फक्त त्यांची काळजी घेतात?''

''ते फक्त काळजी घेतात त्यांची! तिथून आम्ही जवळच राहतो.''

''तुला घोडे आवडतात का?''

''होय.''

''त्यात तुझा एखादा लाडका घोडा आहे का?''

''हो. माझा घोडा आहे एक. त्याचं नाव आहे ॲपल!''

एका जन्मात ती मँडी होती, तो जन्म मला आठवला. त्या जन्मातही ॲपल नावाचा घोडा होता. आम्ही त्या जन्माचा अगोदर वेध घेतला होता, त्याच जन्मात ही परत गेली आहे का, असं मला वाटलं. कदाचित ती एका वेगळ्याच दृष्टीने त्याचा पुन्हा वेध घेत असेल, असं वाटलं.

''ॲपल? बरं! तुझे वडील तुला त्याच्यावरून रपेट मारायला परवानगी देतात का?''

''नाही. पण मी त्याला काही काही खायला घालू शकते. आमच्या मालकांच्या गाडीला त्याला जोडतात. तो चांगला धिप्पाड आहे. त्याच्या टापा खूप मोठ्या आहेत. त्याच्याजवळ असताना तुम्ही जर नीट काळजी घेतली नाहीत तर त्याचा पाय तुमच्या अंगावर पडू शकतो.''

''तुझ्यासोबत आणखी कोण आहे?''

''माझी आई आहे, बहीण आहे... ती माझ्यापेक्षा वयाने मोठी आहे. मला इतर कुणी दिसत नाहीये.''

''आता तुला काय दिसतंय?''

''मला फक्त घोडेच दिसतायत.''

"हे तुझे आनंदाचे दिवस आहेत का?"

"हो! मला धान्याच्या कोठाराचा गंध खूप आवडतो."

आत्ता ती अगदी नेमकेपणाने बोलत होती. त्या क्षणी ती जिथे होती, त्याबद्दल, धान्याच्या कोठाराबद्दल ती बोलत होती.

"तुला घोड्यांचा वास येतोय का?"

"होय!"

"आणि गवताचा?"

"होय! त्यांचे चेहरे किती प्रेमळ असतात. तिथे काही कुत्रीसुद्धा आहेत.... काळी...काही काळ्या रंगाचे आहेत..आणि काही मांजरंदेखील आहेत....खूप प्राणी दिसत आहेत. कुत्र्यांचा उपयोग शिकारीसाठी करतात. जेव्हा ते पक्ष्यांची शिकार करतात, तेव्हा कुत्र्यांना तिथे सोडतात."

"तुला काही झालंय का?"

"नाही."

बहुतेक माझा प्रश्न फारच ढोबळ होता.

मी तिला विचारलं, "तू या शेतावरच लहानाची मोठी होते आहेस का?"

"होय! जो माणूस घोड्यांची काळजी घेतोय.... ते माझे वडील नाहीत...."

मी गोंधळलो."ते तुझे खरे वडील नाहीत?"

"मला माहीत नाही...पण..पण.. ते माझे खरे वडील नाहीत....नाही. पण ते मला वडिलांसारखेच आहेत. ते माझ्याशी खूप चांगले वागतात. त्यांचे डोळे हिरवे आहेत."

"त्यांच्या डोळ्यांत बघ. त्या हिरव्या डोळ्यांत बघ. ते अतिशय चांगल्या स्वभावाचे आहेत. त्यांचं तुझ्यावर प्रेम आहे."

"ते माझे आजोबा आहेत..... माझे आजोबा. त्यांचं आमच्यावर खूप प्रेम होतं.... माझ्या आजोबांचं आमच्यावर खूप प्रेम होतं, ते आम्हाला नेहमी त्यांच्याबरोबर सगळीकडे बाहेर घेऊन जात असत. ते जिथे ड्रिंक्स घ्यायला जात, तिथेसुद्धा आम्ही त्यांच्याबरोबर जात असू. ते ड्रिंक्स घेत आणि आम्ही सोडा पीत

असू. त्यांचा आमच्यावर फार जीव होता.''

माझ्या या प्रश्नामुळे ती एका झटक्यानिशी त्या पूर्वजन्मातून बाहेर आली होती आणि कॅथरीनच्या आयुष्यातील तिच्या आजोबांबरोबर असणारं तिचं नातं वर्णन करत होती.

मी तिला विचारलं, ''तुला अजूनदेखील त्यांची आठवण येते का?''

''होय!''

तिने हलकेच उत्तर दिलं.

तिला वाईट वाटत होतं, ते कमी करावं या हेतूने मी तिला म्हटलं, ''पण बघ ना, यापूर्वीही (आधीच्या जन्मात) ते तुझ्याबरोबर होते.''

''त्यांनी आमचे नेहमीच खूप लाड केले. आमच्यावर त्यांचं खूप प्रेम होतं. त्यांनी आमच्यावर कधी साधा आवाजदेखील चढवला नाही. कधी रागावले नाहीत. आम्हाला ते पैसे देत. स्वतःबरोबर सगळीकडे घेऊन जात. त्यांना आम्हाला बरोबर घेऊन जायला खूप आवडत असे. पण नंतर ते मेले.''

''बरं! पण तुला त्यांचा पुन्हा सहवास मिळेल. तुला माहीत आहे ते?''

''होय! माझ्यासोबत ते पूर्वीसुद्धा होतेच. ते माझ्या वडिलांसारखे मुळीच नव्हते. ते दोघेही अगदी विरुद्ध आहेत.''

''एक जण तुमच्यावर खूप खूप प्रेम करतो, तुला फार चांगलं वागवतो आणि त्याच वेळी दुसरा पूर्णपणे या विरुद्ध वागवतो....असं का?''

''कारण त्या एकाने त्याचा धडा शिकून घेतला आहे. त्यानं त्याचं देणं फेडून टाकलंय. माझ्या वडिलांनी त्यांचं देणं चुकतं केलेलं नाही. ते समज प्राप्त न करताच परतले आहेत..... त्यामुळे त्यांना पुन्हा जन्म घ्यावा लागेल.''

''अगदी बरोबर! त्यांना प्रेम करायला, संगोपन करायला शिकावं लागेल.''

''खरंय!'' ती म्हणाली.

''त्यांना हे सत्य समजलं नाही, तर मुलांना ते माणसांसारखं नाही, तर स्वतःची संपत्ती असल्यासारखं वागवतात.'' मी म्हणालो.

''अगदी बरोबर!'' ती म्हणाली.

''तुझ्या वडलांनी हे शिकायची गरज आहे. त्यांना अजून ते कळलेलं नाही.''

"हो!"

"तुझे आजोबा हे आधीच शिकले आहेत...."

"हो, माहीत आहे."

माझे शब्द मध्येच थांबवून ती सांगू लागली, *"आपण जेव्हा शरीर धारण करतो, तेव्हा अनेक स्थितीतून जातो.... आपण आधी तान्हं बाळ असतो. नंतर लहान मूल बनतो.... आपल्या ध्येयापर्यंत जाण्यापूर्वी आपल्याला मोठा प्रवास करावा लागतो.... शरीर स्थितीमधले टप्पे कठीण असतात. पण सूक्ष्म जगात, अशरीरावस्थेत ते सोपे असतात. तिथे आपण विश्रांती घेत प्रतीक्षा करत असतो. आत्ताचे टप्पे अवघड आहेत."*

"त्या अशरीर म्हणजेच सूक्ष्म जगात किती पातळ्या असतात?"

"सात!"

"त्या कोणकोणत्या असतात?" मी तिला विचारलं. या सत्रात पूर्वी दोन पातळ्यांविषयी तिने सांगितलं होतं, त्या माहितीची पुन्हा एकदा खात्री करून उरलेल्यांची माहिती करून घ्यावी, या हेतूने मी तिला हा प्रश्न विचारला होता.

"मला फक्त दोन पातळ्यांविषयीच माहिती देण्यात आली आहे. 'आठवण्याची' (recollection), *'अवस्थांतरणाची'* (transition), *"* ती म्हणाली.

"या दोन्हींबद्दल मलादेखील माहिती आहे."

"इतरांबाबत आपल्याला नंतर कळेल."

"तुला आणि मला एकाच वेळी या पातळ्यांबद्दल शिकायला मिळालं. आज आपण आयुष्यातील आपलं ऋण चुकविण्याविषयी शिकलो. ते फार महत्त्वाचं आहे."

"ज्या गोष्टी लक्षात ठेवायला हव्यात, त्या मी लक्षात ठेवेन."

तिच्या शब्दांमध्ये थोडं गूढ जाणवत होतं.

"तू या पातळ्यांविषयीही लक्षात ठेवशील का?" मी विचारलं.

"नाही, ही माहिती तुझ्यासाठी महत्त्वाची आहे. माझ्यासाठी नाही."

हे वाक्य मी यापूर्वीसुद्धा ऐकलं होतं. हे ज्ञान माझ्यासाठी होतं. तिला मदत करण्यासाठी.. पण त्यापलीकडे... मला स्वतःलाच मदत करण्यासाठी...कदाचित त्याहीपलीकडे! पण त्यापेक्षा आणखी उदात्त हेतू काय असावा, याचा अंदाज मला येत

नव्हता.

''तुझी आता खूप चांगली प्रगती होत आहे, असं मला वाटतंय. तुला खूप काही शिकायलासुद्धा मिळतंय.'' मी तिला म्हटलं.

''हो, खरंय!''

ती म्हणाली.

''लोक आता तुझ्याकडे इतके खेचले का जातात? इतके आकर्षित का होतात?''

''कारण मी माझ्या अनेक भयांमधून मुक्त झाले आहे आणि त्यांना आता मदत करायला समर्थ बनले आहे. त्यांना माझ्याकडे एक अदृश्य सायकिक (Psychic) ओढ जाणवते.''

''तुला या गोष्टी हाताळता येतील असं वाटतं का?''

''होय, नक्कीच! त्याबाबत काही अडचण येत नाही. कारण मला आता कोणतीही भीती वाटत नाही.''

''फारच छान! मी तुला मदत करत राहीन.''

''मला माहीत आहे,'' ती म्हणाली. *''तू माझा मार्गदर्शक आहेस.''*

प्रकरण १३

कॅथरीनमधली नैराश्याची सारी लक्षणं आता नाहीशी झाली होती. आता ती निव्वळ बरी झाली नव्हती, तर खूपच स्वस्थसुद्धा झाली होती. आता एकदा वेध घेऊन झालेले पुनर्जन्म तिला पुनःपुन्हा दिसू लागले होते. आमची थांबायची वेळ जवळ आली होती हे माझ्या ध्यानात येऊ लागलं होतं. हिवाळ्यातल्या आजच्या दिवशी कॅथरीन नेहमीप्रमाणे तिच्या संमोहनाच्या तंद्रीत गेली, त्या वेळी आता यानंतरचं आमचं सत्र थेट ५ महिन्यांनी होईल आणि ते शेवटचं सत्र असेल, या गोष्टीची जाणीव मात्र मला त्या वेळी झाली नव्हती.

''मला काही कोरीव काम केलेलं दिसत आहे. त्यापैकी काही सोन्यात केलं आहे. मला मातीसुद्धा दिसत आहे. लोक भांडी बनवत आहेत. त्यांचा रंग लाल आहे.....ते कसलं तरी लाल रंगाचं साहित्य वापरत आहेत. मला तपकिरी रंगाची इमारत दिसत आहे... काही तरी बनवलं आहे आणि त्याचा रंग तपकिरी आहे. आम्ही तिथेच आहोत,'' कॅथरीन सांगू लागली.

''तू त्या तपकिरी रंगाच्या इमारतीमध्ये आहेस की तिच्या जवळ आहेस?''

''मी आत...इमारतीच्या आतमध्ये आहे. आम्ही वेगवेगळ्या गोष्टींवर काम करत आहोत.''

''तुला काम करताना तू स्वतःला पाहू शकतेस का?'' मी तिला विचारलं. ''तू काय पोषाख केला आहेस ते तुला दिसतंय? त्याचं वर्णन तू करशील? जरा नीट बघ आणि तू कशी दिसत आहेस ते मला सांग.''

''मी एक प्रकारचा लाल रंगाचा ....लांब लाल असा पोषाख केला आहे. माझे बूट फारच विचित्र दिसत आहेत. ते सँडलसारखे आहेत. माझे केस तपकिरी आहेत. मी काही तरी आकृती बनवत आहे. ती एका पुरुषाची आहे.... त्याच्या हातात त्याने रॉडसारखी काठी घेतली आहे. इतर लोकही कशाकशापासून....कुणी धातूपासून कलाकृती बनवत आहेत.''

''तुम्ही हे सारं कारखान्यात बनवत आहात का?''

''ती फक्त एक इमारत आहे. दगडी इमारत.''

''हातात काठी घेतलेल्या ज्या माणसाचा पुतळा तू बनवत आहेस, त्याला तू ओळखतेस का?''

''नाही. तो असाच कुणी तरी आहे. तो गायीगुरांची काळजी घेतो. तिथे भोवताली खूप पुतळे आहेत. ते कसे दिसतात एवढंच आम्हाला माहीत आहे. ज्या पदार्थापासून ते बनवले आहेत, ते फारच विचित्र आहे आणि त्यावर काम करणंदेखील खूप अवघड आहे. कारण ते सारखं मोडून पडतं.''

''त्या पदार्थाचं नाव तुला ठाऊक आहे का?''

''त्याचं नाव काय आहे ते मला दिसत नाहीये. फक्त ते लाल आहे एवढंच दिसतंय.''

''तुम्ही पुतळा बनवल्यानंतर त्याचं पुढे काय होतं?''

''ते विकले जातात. काही बाजारात विकले जातात, काही वेगवेगळ्या उमरावांना देण्यात येतात. अत्यंत कौशल्याने बनवण्यात आलेले आणि ज्यांची कारागिरी फारच सुरेख आहे, असेच पुतळे उमरावांच्या घरात देण्यात येतात आणि उरलेले विकण्यात येतात.''

''तुझा या उमरावांशी कधी संबंध येतो का?''

''नाही.''

''हे तुझं काम आहे का?''

''होय.''

''तू हे काम खूप दिवस करत आहेस?''

''नाही.''

''या कामात तू कुशल आहेस का?''

''खूप कुशल नाही.''

''तुला अधिक अनुभव हवा असं वाटतं का?''

''होय, खरं तर मी अजून शिकतेच आहे.''

''ठीक आहे. तू अजून तुझ्या कुटुंबाबरोबरच राहतेस?''

''मला माहीत नाही. पण मला तपकिरी रंगाची खोकी दिसत आहेत.''

''तपकिरी रंगांची खोकी?'' मी पुन्हा विचारलं.

''त्यांना लहान दरवाजे आहेत. आत मोठी प्रवेशद्वारं आहेत. काही पुतळे दाराच्या आत बसले आहेत. ते लाकडापासून बनले आहेत. आम्ही पुतळे त्यांच्यासाठीच बनवतो.''

''या पुतळ्यांचा काय उपयोग केला जातो?''

''ते धार्मिक आहेत,'' तिने सांगितलं.

''पुतळ्यांचा कसला धर्म?''

''इथे खूप साऱ्या देवता आहेत, रक्षण करणाऱ्या देवता... बऱ्याच देवता. लोक खूप घाबरलेले आहेत. इथे इतरही अनेक गोष्टी बनवल्या जातात. आम्ही काही खेळदेखील बनवतो....काही खेळांचे पट, त्याला भोकं असतात. प्राण्यांची डोकी या भोकांत जातात.''

''तुला इतर काही दिसतंय का?''

''खूप गर्मी आहे. सगळीकडे खूप धूळ आहे..आणि वाळूसुद्धा!''

''तिथे कुठे पाणी आहे का?''

''हो आहे. ते डोंगरावरून खाली येतं.''

तिचा हा पूर्वजन्मदेखील परिचित वाटू लागला.

मी अधिक जाणून घेण्यासाठी तिला पुढे विचारलं, ''लोक घाबरले आहेत का? हे लोक खूप अंधश्रद्धाळू आहेत का?''

''होय...सर्वत्र भीती आहे. इथे सगळेजणच घाबरले आहेत. मीसुद्धा घाबरलेय. कसला तरी आजार पसरला आहे. त्याच्यापासून आम्हाला स्वतःचं रक्षण करायला हवं.''

''कसला आजार आहे तो?''

''त्या आजारामुळे लोकांचा जीव जातोय... अनेक लोक मरत आहेत.''

''तो आजार पाण्यामुळे होतो आहे का?''

''हो. खूप...खूप कोरडी आणि गरम हवा आहे...देव आमच्यावर खूप रागावले आहेत, त्यामुळे ते आम्हाला शिक्षा करत आहेत.''

याही पूर्वजन्मात ती पुन्हा आली होती. मी ते ओळखलं. ऑसिरीस आणि हॅथरचा धर्म...भयाचा धर्म!

''देव तुमच्यावर का रागावले आहेत?'' खरंतर याचं उत्तर मला ठाऊक होतं, तरीही मी तिला विचारलं.

''आम्ही नियमांचं उल्लंघन केलं आहे म्हणून ते रागावले आहेत.''

''कोणत्या नियमांचं तुम्ही उल्लंघन केलं आहे?''

''उमरावांनी जे कायदे आखून दिले होते.''

''देवांना आता तुम्ही शांत कसं कराल, त्यांचा राग दूर होण्यासाठी काय कराल?''

''त्यासाठी काही गोष्टी आम्हाला परिधान कराव्या लागतील. काही लोक गळ्यात घालतात. त्यामुळे दुष्ट प्रवृत्तींपासून त्यांचं रक्षण होईल.''

''लोक सर्वाधिक ज्याला घाबरतात, असा एखादा विशिष्ट देव आहे का?''

''लोक सर्वच देवांना घाबरतात.''

''कुणा देवांची नावं तुला माहीत आहेत का?''

''मला त्यांची नावं माहिती नाहीत. मला ते फक्त दिसत आहेत. त्यांच्यापैकी एकाचं शरीर मानवाचं आहे पण डोकं कुणा प्राण्याचं आहे. दुसरा एक देव आहे तो सूर्यासारखा दिसतो. आणखी एक आहे तो पक्ष्यासारखा दिसतो, तो काळ्या रंगाचा आहे. त्यांच्या गळ्याभोवती दोर आहेत.''

''या साऱ्या घडामोडींच्या दरम्यान तू जिवंत होतीस का?''

''होय! माझा मृत्यू झालेला नाही.''

मला अचानक आठवलं, म्हणून मी तिला विचारलं, ''पण तुझ्या घरातल्या कुणाचा तरी मृत्यू झाला ना?''

''हो,.....माझे वडील... त्यांचा मृत्यू झाला. माझी आई ठीक आहे.''

''आणि तुझा भाऊ?''

“माझा भाऊ.... त्याचाही मृत्यू झाला आहे.” तिला आठवलं.

“तू अजून कशी वाचली आहेस? काही विशेष केल्यामुळे? का तुझ्यात काही खास आहे?”

“नाही.”

तिने उत्तर दिलं आणि नंतर वेगळंच काही सांगू लागली.

“मला त्यात तेल दिसतंय.”

“तुला काय दिसतंय?”

“काही तरी पांढऱ्या रंगाचं आहे...संगमरवरी असावं...पांढरा दगड (alabaster) *आहे बहुतेक...त्याचं बेसिन आहे आणि त्यात तेल ठेवलं आहे. बहुतेक ते तेल डोक्याला लावण्यासाठी वापरतात....”*

“कुणाच्या डोक्याला? तेथील धर्मगुरूंच्या?” मी विचारलं.

“होय!”

“आता तिथे तुझ्याकडे काय काम देण्यात आलं आहे? त्या तेलासंदर्भात तू काही काम करतेस का?”

“नाही. मी मूर्ती व पुतळेच बनवते.”

“त्याच तपकिरी रंगाच्या इमारतीमध्ये आहेस का?”

“नाही...ते नंतर...एक देऊळ...”

ती खूप अस्वस्थ वाटली, बहुधा तिला कसला तरी ताण आला असावा.

“तू कसल्या अडचणीत आहेस का?”

“कुणी तरी देवळात काही तरी केलंय, त्यामुळे देवांचा कोप झालाय...पण नेमकं काय घडलंय, ते माहिती नाही.”

“तुझ्या हातून काही घडलंय?”

“नाही, नाही... मला फक्त धर्मगुरू दिसत आहेत. ते बळी चढवण्याची तयारी करत आहेत...एक बकरी आहे. त्यांनी मुंडण केलं आहे... डोक्यावर एकही केस नाही, त्यांच्या चेहऱ्यावरही केस नाहीत...”

ती एकदम गप्प झाली. काही मिनिटं अशीच गेली. आणि मग अचानकच ती एकदम स्तब्ध झाली, कुणाचं तरी बोलणं ऐकत असावी असं वाटत होतं. जेव्हा तिने बोलायला सुरुवात केली, तेव्हा तिचा आवाज अगदी खोलवरून आल्यासारखा वाटत होता, याचा अर्थ गुरू अवतरले होते.

"याच पातळीमध्ये असताना काही आत्म्यांना शरीररूपात असणाऱ्या लोकांसमोर प्रकट होण्याची संमती मिळते. त्यांना परत येण्याची मुभा असते....अर्थात, त्यांचं एखादं काम (करार) ते अर्धवट सोडून गेले असतील, तरच! या पातळीवर परस्पर संवाद करायला परवानगी असते. पण इतर पातळ्यांवर....या पातळीवर मात्र शरीर धारण केलेल्या माणसांशी संवाद साधण्यासाठी तुम्हाला तुमच्या सायकिक (Psychic) क्षमतांचा वापर करता येऊ शकतो. त्यासाठी अनेक मार्ग आहेत. काही लोक दृष्टीच्या शक्तीचा वापर करतात आणि ते माणसांना दिसू शकतात, तर काही लोकांना हालचालीचं सामर्थ्य असतं आणि ते टेलिपथीने वस्तू एका ठिकाणाहून दुसऱ्या ठिकाणी हलवू शकतात. जर तिथे जाऊन तुम्हाला काही उपयोग होणार असेल, तरच तुम्ही या पातळीत जाता. जर तुमचं कबूल केलेलं काही काम अपुरं राहिलं असेल तरच तुम्ही इथे...या पातळीमध्ये येता आणि अपुऱ्या कामाबाबतच कोणत्या ना कोणत्या मार्गाने सूचित करता किंवा सांगता. पण हे तेवढ्यापुरतंच असतं. समजा, तुमचं आयुष्य अचानक आणि मध्येच संपलं असेल तर या पातळीवर येण्याचं कारण तुम्हाला मिळतं. अनेकजण इथे येतात कारण त्यांना आपल्या लाडक्या लोकांना (जे जिवंत आहेत) बघायचं असतं, त्यासाठी त्यांना परवानगी मिळते. पण इथे आलेल्यांपैकी सगळेच जण आपल्या जिवंत असणाऱ्या आवडत्या, निकटच्या लोकांशी संपर्क साधतातच असं नाही. काही लोकांसाठी ते खूप भीतीदायक ठरू शकतं."

कॅथरीन पुन्हा शांत झाली, बहुतेक ती विश्रांती घेत असावी. जरा वेळाने अगदी हळू आवाजात पुटपुटल्यासारखी ती बोलू लागली.

"मला प्रकाश दिसतो आहे."

"तो प्रकाश तुला ऊर्जा देतो का?"

"मला वाटतं, ही नवी सुरुवात आहे....बहुतेक पुनर्जन्म."

"शरीररूपात असणाऱ्या लोकांना या ऊर्जेची जाणीव कशा प्रकारे होते? नव्याने ऊर्जा मिळवण्यासाठी ते तिचा उपयोग कशा प्रकारे करून घेऊ शकतात?"

"आपल्या मनाच्या आधारे!"

तिने हळूवारपणे उत्तर दिलं.

"पण ते या पातळीपर्यंत कसे पोहोचतात?"

"ते अगदी निवांत स्थितीत असले पाहिजेत... तुम्ही प्रकाशाच्या साहाय्याने नव्याने ऊर्जा प्राप्त करू शकता... प्रकाशाच्या साहाय्याने! म्हणूनच तुम्ही निवांत स्थितीत असण्याची गरज असते, म्हणजे तुम्ही तुमची ऊर्जा खर्च करत नाही तर नव्याने प्राप्त करत असता. जेव्हा तुम्ही झोप घेता, त्या वेळी ती नव्याने मिळत असते."

ती तिच्या सुपरकॉन्शस अवस्थेत होती. मी आणखी काही प्रश्न विचारण्याचं ठरवलं.

तिला विचारलं, "तुझे किती वेळा पुनर्जन्म झाले आहेत? लोकांचे पुनर्जन्म याच वातावरणात म्हणजे पृथ्वीवरच होतात की अन्य कुठे?"

"नाही, दरवेळी पृथ्वीवरच पुनर्जन्म होत नाहीत."

"इतर कोणत्या पातळ्यांवर, कोणत्या ठिकाणी तू गेली आहेस?"

"जे काम मला इथे पूर्ण करायचं आहे, ते अजून संपलेलं नाही. मी पुढे जाऊ शकत नाही. जोवर सारं जीवन मी अनुभवत नाही, तोपर्यंत मी इथून कुठेही अन्यत्र जाऊ शकत नाही. सर्व वचनं, सर्व ठरलेली कामं पूर्ण करण्यासाठी आणि तुमच्यावरील ऋण फेडण्यासाठी अनेक अनेक जन्म घ्यावे लागतात."

"पण तू प्रगती करत आहेस."

"आपण प्रगती तर सतत करत असतो."

"पृथ्वीवर तू एकूण किती वेळा जन्म घेतला आहेस?"

"८६ वेळा!"

"किती? ८६ वेळा?"

"होय!"

"तुला ते सगळे आठवतात?"

"ते आठवणं जेव्हा महत्त्वाचं असेल, तेव्हा ते मला आठवतील."

आतापर्यंत आम्ही तिच्या १०-१२ जन्मांचा किंवा त्यातील महत्त्वाच्या काही भागांचाच अनुभव घेतला होता. शिवाय आता तिला तेच तेच जन्म पुन्हा पुन्हा आठवू लागले होते. याचाच अर्थ, तिला इतर ७५ जन्म आठवण्याची आत्ता तरी गरज नव्हती. माझ्या मते तरी तिने उल्लेखनीय प्रगती केली होती. आता इथून पुढे तिला जी प्रगती करायची असेल, किंवा जी प्रगती ती करेल, ती कदाचित तिच्या पूर्वजन्मातल्या आठवणींवर अवलंबून नसेलही. त्यासाठी ते जन्म आठवण्याची गरज नसेल. कदाचित इथून पुढच्या प्रगतीसाठी माझी किंवा माझ्या मदतीचीही तिला गरज भासणार नाही.

तेवढ्यात ती पुन्हा हलक्या आवाजात बोलू लागली.

''काही लोक ड्रग्जचं सेवन केल्यावर सूक्ष्म (astral) *जगतातील पातळीला स्पर्श करतात. पण आपण काय अनुभवत आहोत, हे त्यांना समजतच नसतं. तरी त्यांना त्या सीमेच्या पलीकडे जाण्याची परवानगी मिळालेली असते.''*

मी तिला ड्रग्जविषयी काही विचारलं नव्हतं. मी कोणत्याही विशिष्ट गोष्टीबद्दल विचारलं असो किंवा नसो, ती मला ज्ञान देत होती.

मी तिला विचारलं, ''तू तुझ्या सायकिक (Psychic) शक्तीचं साहाय्य इथे स्वतःची प्रगती करून घेण्यासाठी करू शकते का? कारण ही शक्ती तुझ्यात मला आता अधिकाधिक दिसून येतेय.''

माझ्या प्रश्नावर होकार देत ती म्हणाली,

''होय. हे महत्त्वाचं आहे पण इथे तेवढं महत्त्वाचं नाही. इतर पातळ्यांवर ते जास्त गरजेचं ठरतं. हा तुमच्या विकासाचा भाग असतो.''

''तुझ्या आणि माझ्यासाठी महत्त्वाचं?''

''आपल्या सर्वांसाठीच महत्त्वाचं असतं.''

''या गुणांचा विकास आपण कसा करू शकतो?''

''तुमच्या नात्यांतून तुम्ही त्या विकसित करू शकता. काही जणांकडे उच्च शक्ती असतात, जे अधिक ज्ञान घेऊन परत आलेले असतात. ते ज्यांना विकासाची गरज आहे, अशांना शोधून त्यांना मदत करतात.''

ती पुन्हा बराच वेळ शांत बसली. आता तिच्या सुपरकॉन्शस स्थितीतून बाहेर येत तिने दुसऱ्या पूर्वजन्मात प्रवेश केला.

“मला महासागर दिसतोय. त्याच्या जवळच एक घरही दिसतंय. ते पांढऱ्या रंगाचं घर आहे. बंदरातून जहाजं येत जात आहेत. मला समुद्राच्या पाण्याचा वास येत आहे.”

“तू तिथेच आहेस का?”

“होय!”

“ते घर कसं आहे?”

“खूप छोटंसं घर आहे ते! त्याच्यावर एक प्रकारचा टॉवर आहे....त्याला एक खिडकीसुद्धा आहे, त्यातून तुम्ही समुद्रावर नजर ठेवू शकता. तिथेच एक दुर्बीणही आहे, पितळ आणि लाकडापासून बनलेली.”

“ही दुर्बीण तू वापरतेस का?”

“हो. जहाजं बघण्यासाठी मी ती वापरते.”

“तू तेथे काय काम करतेस?”

“जेव्हा बंदरात व्यापारी जहाजं येतात, त्या वेळी ती आल्याची खबर आम्ही देत असतो.”

मला आठवलं, एका पूर्वजन्मात तिने हे केलं होतं. तेव्हा ती क्रिस्टीयन नावाचा खलाशी होती. त्याचा हात एका समुद्री चकमकीत जायबंदी झाला होता.

खात्री करून घेण्यासाठी मी तिला विचारलं, “तू कुणी खलाशी आहेस का?”

“मला नक्की माहिती नाही...पण कदाचित असेन.”

“तू कसा पोषाख घातला आहेस, ते तुला दिसतंय?”

“हो. मी पांढरा शर्ट, तपकिरी रंगाची आखूड पँट आणि खूप मोठी बकल्स असणारे बूट घातले आहेत....मी नंतर खलाशी बनलो आहे....पण आत्ता मात्र खलाशी नाही.”

ती तिचं भविष्य बघू शकत होती, पण हे करताना ती अचानक बऱ्याच पुढच्या काळात गेली.

“मला जखमा झाल्या आहेत.”

वेदनेने तडफडत असल्यासारखी ती बोलत होती.

"माझ्या हाताला इजा झाली आहे..."

ती खरोखरच क्रिस्टीयन होती आणि पुन्हा एकदा त्या समुद्री चकमकीचा अनुभव घेत होती.

"तिथे कसला स्फोट झाला आहे का?"

"होय, मला गनपावडरचा वास येतोय."

"तुला बरं वाटेल." मी तिला धीर देत म्हटलं. कारण मला पुढे काय झालं होतं ते आधीच माहीत होतं.

"किती तरी लोक मरत आहेत."

ती अजूनही खूप अस्वस्थ होती.

"शिडं फाटली आहेत...बंदराच्या बाजूचा भाग उडून गेलाय."

जहाजाचं काय नुकसान झालंय, याचा ती अंदाज घेत होती.

"शिडं तातडीने दुरुस्त करायलाच हवीत."

"तुम्हाला ते जमतंय का?"

"हो. पण शिडांचं कापड शिवणं खूप अवघड आहे."

"तुला आता तुझ्या जखमी हाताने काम करता येतंय का?"

"नाही. पण इतर लोक काम करत आहेत, ते मी बघत आहे... शिडं कॅनव्हास पासून बनवली आहेत. त्यामुळे ती शिवणं खूपच अवघड आहे....किती तरी लोकांचा मृत्यू झाला आहे."

अजूनही ती थरथरत होती.

"काय होतंय तुला?"

"दुखतंय...माझा हात दुखतोय."

"तुझा हात बरा झालाय. आता पुन्हा थोडी पुढच्या काळात जा. पुन्हा तू खलाशीच आहेस का? प्रवास सुरू आहे का?"

"होय. आम्ही आता दक्षिण वेल्समध्ये आहोत. आम्हाला ही किनारपट्टी वाचवायलाच हवी."

''आता तुमच्यावर कुणी आक्रमण केलं आहे का?''

''मला वाटतं, स्पॅनिश लोक आहेत ते.... त्यांची सैन्याची खूपच मोठी कुमक आहे.''

''नंतर काय घडलं?''

''मला फक्त जहाज दिसतंय, बंदर दिसतंय. तिथे काही दुकानं आहेत. काही दुकानांत मेणबत्त्या बनवण्याचं काम सुरू आहे. काही पुस्तकांचीही दुकानं आहेत.''

''बरं, तू कधी पुस्तकांच्या दुकानात गेली आहेस का?''

''हो! मला पुस्तकं फार आवडतात. ती खूप छान असतात... मला खूप पुस्तकं दिसत आहेत. लाल रंगाचं पुस्तक इतिहासाबद्दल आहे. त्यात शहरांबद्दल....भूप्रदेशाबद्दल लिहिलं आहे. त्यात नकाशे आहेत. मला हे पुस्तक खूप आवडतं.....तिथे अजून एक दुकान आहे, तिथे टोप्या मिळतात.''

''तिथे कुठे तुम्ही जिथे दारू पिता-ती जागा आहे का?'' मला तिने एल बीअरविषयी सांगितलं होतं, ते आठवलं.

''हो, खूप जागा आहेत तशा! तिथे तुम्हाला एल मिळते, डार्क एल!....आणि एका प्रकारचं मांस!...मला वाटतं, मटण आणि ब्रेड, खूप मोठा ब्रेड असतो तो... एल फार कडू असते, फारच कडू! तिथे वाईनसुद्धा मिळते, आणि तिथे लांब लाकडी टेबलं आहेत...''

मी तिला तिच्या त्या जन्मातल्या नावाने हाक मारायचं ठरवलं. मला तिचा प्रतिसाद जाणून घेण्याची इच्छा होती.

मी तिला जोरात हाक मारली, ''क्रिस्टीयन!''

तिच्याकडून ताबडतोब खणखणीत आवाजात प्रतिसाद आला,

''काय?... बोला.''

''तुझं कुटुंब कुठे आहे, क्रिस्टीयन?''

''जवळच्याच गावात! आम्ही या बंदरातून प्रवास करतो.''

''तुझ्या कुटुंबात कोण कोण आहेत?''

''मला एक बहीण आहे....मेरी!''

“आणि तुझी कुणी खास मैत्रीण?”

“मला कुणी खास मैत्रीण नाही. गावातल्या बायकाच तेवढ्या...”

“खास कुणी नाही?”

“नाही, फक्त त्या बायका... मी पुन्हा दर्यावर्दी बनलो आहे, मी अनेक लढाया लढलो, पण मी सुरक्षित आहे.”

“तू म्हातारा होत आहेस?”

“होय!”

“तू कधी लग्न केलंस का?”

“मला वाटतं... हो केलं. माझ्या हाताच्या बोटात अंगठी दिसतेय.”

“तुला कुणी मुलं वगैरे?”

“होय. माझा मुलगादेखील दर्यावर्दी होईल...एक अंगठी...अंगठी घातलेला हात दिसतोय...तो हात काही तरी पकडू पाहतोय...काय ते मला दिसत नाही....”

कॅथरीन आता गुदमरल्यासारखं करायला लागली.

“काय होतंय तुला?”

“जहाजावरचे लोक आजारी पडले आहेत... ते अन्नामुळे आजारी पडत आहेत. आम्ही जे अन्न खाल्लं, ते खराब होतं. ते खारवलेलं पोर्क होतं.”

तिचा श्वास अजूनही कोंदलेलाच होता. मी तिला थोडं पुढच्या काळात नेलं, मग तिचा गुदमरणं थांबलं. तिला क्रिस्टीयनच्या हृदयविकाराच्या धक्क्यापर्यंत न नेण्याचा मी निर्णय घेतला. आधीच ती फार दमली होती. त्यामुळे तिला मी संमोहनाच्या तंद्रीतून बाहेर आणलं.

प्रकरण १४

तब्बल तीन आठवडे उलटून गेल्यानंतर आम्ही पुन्हा भेटलो. या दरम्यान झालेलं माझं एक लहानसं आजारपण आणि कॅथरीनची सुट्टी यामुळे उशीर झाला होता. या काळातही कॅथरीनची प्रगती होत होतीच. पण आत्ता पुन्हा भेटून आमचं सत्र सुरू झालं, तेव्हा ती मला जरा काळजीत वाटली. तिला आता खूप बरं वाटत आहे आणि आतापर्यंत संमोहनामुळे तिला इतकं बरं वाटलं आहे की, यापुढे त्याचा फार काही फायदा होईल असं तिला वाटत नाही, असंही तिने सांगितलं होतं. तिचं म्हणणं अर्थातच योग्य होतं. सामान्यतः तिला असं बरं वाटल्यानंतर आम्ही काही आठवड्यांपूर्वीच उपचार हळूहळू थांबवत आणले असते. पण आम्ही तसं केलं नाही. काही प्रमाणात आम्ही आमची सत्रं सुरू ठेवली होती. त्याचं मुख्य कारण म्हणजे मला त्या मास्टर्सकडून मिळणाऱ्या संदेशांत खूपच रस होता. दुसरं कारण म्हणजे कॅथरीनच्या सध्याच्या आयुष्यात काही किरकोळ समस्या अद्यापही होत्या. कॅथरीन आता जवळजवळ बरी झाली होती आणि संमोहनाच्या उपचारात तिचे जन्म आता पुनःपुन्हा आठवू लागले होते, पण मास्टर्सना मला अजून काही सांगायचं होतं का? कॅथरीनशिवाय आमचा संवाद कसा होणार? मी जर आग्रह धरला असता तर तिने निश्चितपणे सत्रं सुरू ठेवली असती, हे मला माहीत होतं, पण मला तसा आग्रह धरणं मुळीच प्रशस्त वाटत नव्हतं. जरा वाईट वाटूनच मी तिला संमती दिली. गेल्या तीन आठवड्यांतल्या घटनांबद्दल आम्ही गप्पा मारल्या खऱ्या, पण माझं त्यात लक्षच नव्हतं.

यानंतर पाच महिने गेले. कॅथरीनची वैद्यकीय दृष्टीने उत्तम प्रगती होती. आता तिच्या मनातील भय आणि अस्वस्थता, अतिकाळजी या गोष्टी खूप कमी झाल्या होत्या. तिचं आयुष्य आणि नातेसंबंध यांचा दर्जा नाट्यमय वाटावा, इतका सुधारला होता. ती आता दुसऱ्या व्यक्तीसोबत डेटिंग करत होती, अर्थात, स्टुअर्ट अजूनही तिच्या आयुष्यात होताच. लहानपणापासून आता, पहिल्यांदाच आयुष्यात तिला खूप आनंद आणि खरं सुख मिळालं होतं. कॅफेटेरियामध्ये जाता येताना कधी तरी आम्ही समोरासमोर येत होतो, भेटायचो पण तेव्हाही आमची डॉक्टर आणि रुग्ण यांच्यासारखी कधीच भेट नसे.

हिवाळा संपला होता, वसंत ऋतूचं आगमन झालं होतं. कॅथरीनने पुन्हा माझी अपॉइंटमेंट घेतली होती. तिला वारंवार एकच स्वप्न गेले काही दिवस पडत होतं,

कसल्याशा धार्मिक त्यागाशी संबंधित असणाऱ्या त्या स्वप्नात, तिला एका खड्ड्यात साप दिसत आणि लोकांना त्या खड्ड्यात जबरदस्तीने ढकललं जातंय, असं तिला दिसायचं. तीसुद्धा त्या खड्ड्यात होती आणि वाळूच्या भुसभुशीत भिंतींमध्ये हात रोवण्याचा प्रयत्न करत ती खड्ड्याबाहेर येण्याची तिची धडपड तिला दिसत असे. तिच्या खाली साप दिसत आणि नेमकं याच वेळी, तिला स्वप्नातून जाग येई...धडधडत्या काळजाने ती खाडकन जागी होत असे.

या आधीचं सत्र होऊन इतके दिवस मध्ये गेले होते तरी, आत्ता ती अगदी पटकन संमोहनाच्या तंद्रीत गेली. लगेचच एका पूर्वजन्मातही शिरली आणि ती बोलू लागली,

''मी ज्या ठिकाणी आहे, तिथे खूपच गर्मी आहे. दगडी भिंतींजवळ उभी असणारी दोन काळ्या वर्णाची माणसं मला दिसत आहेत. त्या भिंती ओल्या आणि थंडगार आहेत. त्यांनी डोक्यावर काही तरी घातलं आहे आणि त्यांच्या उजव्या घोट्याभोवती त्यांनी दोर गुंडाळला आहे. त्या दोऱ्यात मणी गुंफलेले आहेत आणि त्याचे गोंडे लोंबत आहेत. ते कसल्याशा प्रकारचं गोदाम बांधत आहेत. त्यासाठी ते दगड-माती, गहू, एका धान्याचा चुरा वापरत आहेत. लोखंडी चाकांच्या एका गाडीतून ते धान्य आणलं जातंय. त्या गाडीवर विणलेल्या चटया आहेत किंवा त्या गाडीलाच जोडलेल्या आहेत. मला निळंशार पाणी दिसत आहे, कुणी प्रमुख व्यक्ती इतरांना आदेश देत आहे. तीन पायऱ्या उतरून त्या धान्याच्या कोठारात जाता येतं. बाहेरच्या बाजूला एका देवाची मूर्ती आहे. त्याचं डोकं एका प्राणी आणि एका पक्ष्याचं आहे आणि धड मानवाचं! तो ऋतूंचा देव आहे. कोठाराच्या भिंतींना डांबर लावलं आहे, जेणेकरून बाहेरची हवा आतमध्ये येऊ नये आणि ते धान्य ताजं राहावं. माझ्या चेहऱ्याला खाज सुटली आहे.... माझ्या केसात निळ्या रंगाचे मणी मला दिसत आहेत. तिथे खूप किडे आणि माश्या आहेत आणि त्यामुळेच माझ्या चेहऱ्याला आणि हाताला खूप खाज सुटली आहे. किडे आणि माश्या जवळ येऊ नयेत म्हणून काही तरी चिकट पदार्थ मी चेहऱ्यावर लावला आहे. त्याची भयानक दुर्गंधी येत आहे. हा कुठल्या तरी झाडाचा चिक आहे.''

''मी केसाची वेणी घातली आहे आणि त्या वेणीत मणी माळले आहेत. ते सोन्याच्या धाग्यात माळले आहेत. माझे केस काळेभोर आहेत. मी राजघराण्यातील एक व्यक्ती आहे. कसल्याशा मेजवानीच्या निमित्ताने मी तिथे आले आहे. तेथील धर्मगुरूंना तेल लावण्याची क्रिया मला बघायची आहे....हा येणाऱ्या पिकाच्या निमित्ताने देवांचा साजरा केला जाणारा सण आहे. तिथे फक्त प्राण्यांचाच बळी

देण्यात येतो, माणसांचा नाही. बळी दिलेल्या प्राण्यांचं रक्त एका पांढऱ्या स्टँडमधून खोलगट भागात जात आहे. ते एका सापाच्या तोंडातून खाली येतंय. त्या लोकांनी छोट्या सोनेरी टोप्या घातल्या आहेत. तिथे सारेच कृष्णवर्णीय आहेत. समुद्रापारच्या प्रदेशातून आणलेले गुलाम आमच्याकडे आहेत.....''

ती शांत झाली, आम्ही वाट बघत होतो असं वाटत होतं. मागच्या सत्रानंतर इतके महिने उलटून गेले आहेत असं वाटतच नव्हतं. इतक्यात ती एकदम सावध झाल्यासारखी वाटली. बहुतेक ती काही ऐकत असावी.

''किती भराभर आणि गुंतागुंतीचं आहे हे! ते मला काय सांगत आहेत....बदल... विकास आणि विविध स्तरांबद्दल, पातळ्यांबद्दल! आपण एका जन्मातून येतो आणि जेव्हा आपण जे धडे घेणं अपेक्षित असतं ते घेऊन होतात, तेव्हा आपण दुसऱ्या आयामात...दुसऱ्या जन्मात जातो. आपण सर्व काही पूर्णपणे समजून घ्यायला हवं. ते जर केलं नाही, तर आपल्याला पुढे जाण्याची संमती देण्यात येत नाही.... आपल्याला पुन्हा तेच करावं लागतं. कारण आपण काही शिकलेलो नसतो, धडे घेतलेले नसतात. आपण सर्व बाजूंनी अनुभव घेण्याची गरज असते.... काही 'हवं असण्याचा, गरज किंवा इच्छा असण्याचा' अनुभव जाणून घेण्याबरोबरच 'देण्याचा'ही अनुभव जाणून घेण्याची गरज असते.... शिकण्याजोगं खूप काही असतं, अनेक आत्म्यांचा यात सहभाग असतो, म्हणून तर आम्ही इथे आहोत.... सगळे गुरू या पातळीवर एकच असतात!''

कॅथरीन क्षणभर थांबली आणि मग कवी गुरूंच्या आवाजात माझ्याशी बोलू लागली. ते माझ्याशी बोलत होते,

''आमचं आत्ताचं सांगून झालंय. आता तुला तुझ्या अंतःप्रेरणेने ज्ञान मिळवायला हवं.''

काही मिनिटांनी कॅथरीन अगदी हळू आवाजात म्हणाली,

''काळ्या रंगाचं कुंपण आहे....आतमध्ये थडगी आहेत....त्यातच तुझंसुद्धा आहे.''

आश्चर्याने चक्रावून मी विचारलं, ''माझं?''

''होय!'' ती म्हणाली.

''त्यावर काय माहिती कोरली आहे, मला सांगशील का?''

''नाव - नोबल - असं आहे : १६६८-१७२४. त्यावर एक फूल आहे....फ्रान्स किंवा रशियामध्ये आहे ते. तू लाल रंगाच्या गणवेशात आहेस...तुला घोड्यावरून फेकून देण्यात आलं होतं....एक सोन्याची अंगठी आहे...त्यावर सिंहाचं डोकं दिसतंय.....ते मुद्रा म्हणून वापरलं जात असावं.''

बस्स! यापेक्षा अधिक काही या सत्रात झालं नाही. कवी गुरूच्या बोलण्याचा मी जो अर्थ काढला त्यावरून कॅथरीनच्या संमोहन उपचाराच्या सत्रातून आता फारसं नवं काही मिळणार नव्हतं. त्यामुळे आता पुढची सत्रं घेण्याची गरज नव्हती. ती आता पूर्ण बरी झाली होती. तिच्या पूर्वजन्माच्या अनुभवांतून मला जे काही शिकायचं होतं, ते माझं शिकून झालं होतं आणि जे काही भविष्यातलं उरलं होतं, ते माझ्या अंतःप्रेरणेतून मलाच शिकावं लागणार होतं.

प्रकरण १५

आमच्या शेवटच्या सत्रानंतर दोन महिन्यांनंतरची गोष्ट! कॅथरीनने फोन करून अपॉइंटमेंट घेतली. तिला मला काही तरी महत्त्वाचं सांगायचं आहे, असं ती म्हणाली.

कॅथरीन ऑफिसमध्ये आली, तिच्याकडे पाहिलं तर तो सुखद आश्चर्याचा धक्काच होता. ही नवीच कॅथरीन होती. आनंदी, हसरी, आंतरिक शांतीमुळे एक तेज तिच्या चेहऱ्यावर विलसत होतं. क्षणभर माझ्या डोळ्यांसमोर पूर्वीची कॅथरीन आली. मनात आलं, किती कमी वेळात हिने इतकी प्रगती केली आहे!

कॅथरीन आयरिस साल्त्झमन नावाच्या एका प्रसिद्ध ज्योतिषाला भेटायला गेली होती. पूर्वजन्मातील गोष्टी अचूकपणे सांगण्यात त्यांचा हातखंडा होता. मला जरा आश्चर्यच वाटलं पण मी कॅथरीनला वाटणारं कुतूहल समजू शकत होतो. तसंच तिने जे काही अनुभवलं होतं, त्यावर कुणी तरी शिक्कामोर्तब करावं ही तिची इच्छा स्वाभाविकच होती. उलट तिने ज्या आत्मविश्वासाने हे पाऊल उचललं, ते पाहून मला आनंदच झाला.

आयरिसविषयी कॅथरीनला नुकतंच तिच्या एका मैत्रिणीकडून कळलं होतं. तिने आयरिसला फोन करून तिची अपॉइंटमेंट घेतली होती. पण तिला माझ्या क्लिनिकमधल्या संमोहन उपचारांच्या सत्रांविषयी तिने काही सांगितलं नव्हतं.

आयरिसने तिला फक्त तिची जन्म तारीख, वेळ आणि जन्माचं ठिकाण याच गोष्टी विचारल्या होत्या. आयरिसने कॅथरीनला सांगितलं होतं, ती या माहितीच्या आधारे तिच्या अंतःप्रेरणेद्वारे कॅथरीनच्या ज्योतिषाचा आलेख तयार करून तिच्या पूर्वजन्मातील काही तपशील सांगू शकेल.

कॅथरीनचा कुणा सायकिककडे जाण्याचा हा पहिलाच अनुभव होता. त्यातून काय अपेक्षा करावी, हे तिच्या लक्षात येत नव्हतं आणि आश्चर्याची गोष्ट म्हणजे कॅथरीनने तिच्या पूर्वायुष्याबद्दल जे काही आमच्या संमोहनसत्रांत अनुभवलं होतं, बहुतेक त्याच साऱ्या गोष्टी आयरिसने तिला सांगितल्या.

आयरिस ज्योतिष आलेखाच्या आधारे, कॅथरीनशी बोलत, काही नोंदी करत दुसऱ्या अवस्थेमध्ये (altered state) गेली. त्या स्थितीत गेल्यानंतर आयरिसने सांगितलं, की आधीच्या जन्मात कॅथरीनचा गळा कापून गुदमरून मृत्यू झाला आहे. युद्धाच्या काळात

हे घडलं होतं आणि आयरिसला शेकडो वर्षांपूर्वीच्या त्या खेड्यातल्या आगीच्या ज्वाला आणि विनाश दिसत होता. त्या वेळी मृत्यूच्या वेळी कॅथरीन एक तरुण मुलगा होती, असं आयरिसने सांगितलं.

आयरिसचे डोळे एकदम दिपल्यासारखे झाले. तिने आता कॅथरीनला एका दर्यावर्दी मुलाच्या रूपात, गणवेशात पाहिलं. त्याने काळ्या रंगाची आखूड पँट आणि विचित्र बकल्स असलेले बूट घातले होते. अचानक तिने स्वतःचा डावा हात गच्च पकडला आणि तिला जीवघेण्या वेदना होत आहेत, असं वाटू लागलं. हातात काही तरी अणकुचीदार वस्तू घुसली आहे, त्यामुळे हाताला इजा झालीय आणि कायमचा व्रणही उमटलाय, असं तिने सांगितलं. ते ठिकाण इंग्लंडच्या किनाऱ्याजवळ होतं. खूप मोठ्या प्रमाणावर समुद्री युद्ध सुरू होतं. कॅथरीनला तिने ते आयुष्य नंतर वर्णन करून सांगितलं.

त्यानंतरही आयरिसने इतर जन्म थोडेथोडे सांगितले. पॅरिसमध्ये असताना दारिद्र्यामुळे अगदी लहानपणी झालेला मृत्यू! त्याहीवेळी ती मुलगाच होती. तसंच फ्लोरिडाच्या किनारपट्टीवर राहणारी रेड इंडिअन (अमेरिकन इंडिअन) मुलगी असतानाचा जन्म तिने सांगितला. त्या वेळी ती वैद्यकीय मदत करणारी 'हीलर' होती. त्या जन्मात ती सगळीकडे अनवाणी पायाने फिरत असे. ती कृष्णवर्णीय होती आणि तिचे डोळेही विचित्र होते. ती घावांवर औषधे लावायची आणि वनस्पतिजन्य औषधांचा उपयोग करत असे. ती सायकिकसुद्धा (Psychic) होती. लाल खड्यांबरोबर गुंफलेल्या लापी या निळ्या रंगाच्या दगडाचे दागिने घालायला तिला आवडत असत.

आणखी एका पूर्वजन्मात ती स्पॅनिश होती आणि एक वेश्या म्हणून तिने तो जन्म व्यतीत केला होता, तिचे नाव 'ल' शब्दाने सुरू होत होतं आणि एका वयस्कर माणसाबरोबर ती राहत होती.

तर दुसऱ्या जन्मात एका श्रीमंत वडलांची ती अनौरस मुलगी होती. वडलांना अनेक उपाधी मिळाल्या होत्या. आयरिसला मोठ्या घरात कपांवर सांकेतिक खुणाही दिसल्या होत्या. कॅथरीन अगदी गोरी होती आणि तिच्या हातांची बोटं अगदी सुंदर, लांबसडक, निमुळती होती. ती हार्प सुरेल वाजवत असे. तिचं लग्न ठरवण्यात आलं होतं. कॅथरीनचं प्राण्यांवर - विशेषतः घोड्यांवर प्रेम होतं. ती सभोवतालच्या इतर लोकांपेक्षा प्राण्यांना खूप प्रेमाने वागवत असे.

एका अगदी लहानशा जन्मात ती एक मोरोक्कन मुलगा होती. अगदी तरुण वयात त्याचा आजारपणात मृत्यू झाला होता, तर एका जन्मात ती हैतीमध्ये राहत होती आणि

काही जादूटोणा करणारी होती.

अगदी प्राचीन जन्मात ती इजिप्तमध्ये राहणारी मुलगी होती. त्या संस्कृतीतील दफन विधीची क्रिया करणाऱ्यांपैकी ती एक होती. ती तिच्या केसांच्या वेण्या घालत असे.

फ्रान्स आणि इटलीमध्ये तिचे अनेक जन्म गेले होते. एकात ती फ्लोरेन्समध्ये होती आणि धार्मिक कार्यांत तिचा सहभाग होता. त्यानंतर ती स्वित्झर्लंड येथे गेली आणि एका मठामध्ये राहू लागली. तेव्हाही ती एक स्त्रीच होती आणि तिला दोन मुलगे होते. तिला सोनं आणि सोन्याची शिल्पं खूप आवडत असत. तिने गोल्ड क्रॉसही घातला होता. फ्रान्समध्ये तिला थंड आणि अंधाऱ्या जागेत बंदिवासात टाकण्यात आलं होतं.

तर दुसऱ्या एका जन्मात आयरिसने तिला लाल रंगाचा गणवेश घातलेल्या पुरुषाच्या रूपात पाहिलं. तिथे सैनिक आणि घोडे होते. गणवेश लाल आणि सोनेरी रंगाचा होता. म्हणजे बहुतेक तो रशियन असावा. आणखी एका जन्मात ती प्राचीन इजिप्तमधली न्यूबियन गुलाम होती. तिला पकडून तुरुंगात टाकण्यात आलं होतं, तर एका जन्मात ती जपानमधील कुणी ज्ञानी पुरुष होती, पुस्तकं आणि ज्ञान हेच तिचं जग होतं. ती फार बुद्धिमान होती. तिने शाळांमध्ये काम केलं आणि वृद्धावस्थेपर्यंत जगली.

सरतेशेवटी अगदी अलीकडच्या काळातल्या जन्मात ती जर्मन सैनिक होती आणि युद्धात तिचा मृत्यू झाला होता.

आयरिसने ज्या तपशिलाने आणि बारकाईने हे सारं वर्णन केलं होतं, ते पाहून मी थक्क झालो. कॅथरीनला संमोहन सत्रात ज्या गोष्टी दिसल्या होत्या, त्यांच्याशी आयरिसने सांगितलेल्या गोष्टी तंतोतंत जुळत होत्या. आणि त्या खरोखरच आश्चर्यचकित करणाऱ्या होत्या. समुद्री युद्धात ख्रिस्टीयनच्या हाताला झालेली जखम किंवा त्याच्या कपड्यांचं आणि बुटांचं वर्णन, लुईसाचं स्पॅनिश वेश्या म्हणून जीवन, आरोंदा आणि इजिप्तमधील दफनक्रियेचे तपशील, जोहान या तरुणाचा स्टुअर्टने आधीच्या जन्मात कापलेला गळा, स्टुअर्टच्या गावाचा आगीत झालेला विनाश, एरिक या जर्मन वैमानिकाची अखेर,... आणि अशा बऱ्याच गोष्टी तिने अचूक सांगितल्या होत्या.

पूर्वजन्मातील या गोष्टींचं कॅथरीनच्या वर्तमान जीवनाशीदेखील बरंच साम्य होतं. जसं, कॅथरीनला निळ्या दगडाचे, विशेषतः लापी लाझुली या मौल्यवान दगडाचे दागिने आवडत होते. अर्थात आयरिसबरोबरच्या भेटीत तिने ते घातलेले नव्हते. कॅथरीनला या जन्मातही प्राणी, विशेषतः घोडे आणि मांजरं खूप आवडत होती आणि माणसांपेक्षा त्यांच्या सान्निध्यात तिला सुरक्षित वाटत असे. तिला जगात कुठेही फिरायला जायला

सांगितलं तर तिने फ्लॉरेन्सची निवड केली असती.

मी या अनुभवाला ठोस शास्त्रीय आधारावरील अनुभव नक्कीच म्हणणार नाही. जे घडलं त्यावर माझं नियंत्रण नव्हतं, पण ते घडलं त्याची सुसंगती इथे लावणं महत्त्वाचं किंवा सयुक्तिक ठरलं.

त्या दिवशी नेमकं काय घडलं असेल, हे मला ठाऊक नाही. कदाचित आयरिसने टेलिपथी वापरून कॅथरीनच्या मनातील गोष्टी ओळखल्या असतील. कारण कॅथरीनच्या अवचेतन (subconscious) मनामध्ये तिच्या पूर्वायुष्यातील अनुभव होतेच. शिवाय तिच्या सायकिक (Psychic) क्षमतांच्या साहाय्याने आयरिसला खरोखरच कॅथरीनच्या पूर्वजन्मांविषयीची माहिती मिळवणं शक्य झालं असेल. काहीही असलं तरी दोघींनी एकच माहिती दोन वेगवेगळ्या मार्गांनी मिळवली होती. कॅथरीनने संमोहनाद्वारे आपल्या गतजन्मांचा वेध घेतला होता तर आयरिसने तिच्या सायकिक (Psychic) कौशल्यांच्या आधारे ते साध्य केलं होतं.

आयरिसने जे साध्य केलं, ते फार कमी लोकांना जमतं. जे लोक स्वतःला सायकिक (Psychic) म्हणवतात, त्यापैकी अनेक जण लोकांच्या मनातील भय आणि अज्ञाताबद्दलचं कुतूहल यांचा उपयोग पैसा कमविण्याकरिता करतात. आजकाल शर्ली मॅक्लेनच्या 'आउट ऑन लिंब'सारख्या पुस्तकाने अनेक नवीन ट्रान्स मिडीयम्सची ओळख करून दिली आहे. आज स्वतःला सायकिक (Psychic) म्हणवणारे अनेक जण स्वतःची भरपूर जाहिरातबाजी करतात. स्वतः ध्यानात बसल्याचं दाखवून समोरच्या तल्लीन झालेल्या आणि आश्चर्यचकित झालेल्या लोकांना नीरस भाषेत ज्ञान देत असतात. 'निसर्गाशी तुम्ही एकरूप झाला नाहीत, तर निसर्ग तुमच्याशी एकरूप होणार नाही' वगैरे गोष्टी ते सांगत असतात. त्यांचं बोलणंसुद्धा मुद्दाम वेगळ्या सुरातलं असतं. नेहमीपेक्षा त्यांचे उच्चारही वेगळे असतात. त्यांचे संदेश अतिशय ढोबळ आणि खूप मोठ्या संख्येत लोकांना लागू पडतील असे असतात. अनेकदा हे संदेश आध्यात्मिक पैलूंशी संबंधित असतात, त्यामुळे त्यांचं मूल्यमापन करणं अवघड असतं. या क्षेत्राची विश्वसनीयता राखायची असेल तर खऱ्याखोट्याची शहानिशा करणं अत्यंत महत्त्वाचं असतं. हे महत्त्वाचं काम करण्यासाठी वर्तणुकीचा अभ्यास करणाऱ्या शास्त्रज्ञांची आवश्यकता असते. निदानाच्या योग्य आकलनासाठी आणि मानसिक आजाराची शक्यता नाकारण्यासाठी, खोटेपणा (आजारी असण्याचं नाटक करणारे) आणि मनोरोग्यांच्या प्रवृत्तींचं निरीक्षण करण्यासाठी मानसोपचारतज्ज्ञांची गरज असते. एकूण मूल्यमापन आणि पुढील तपासण्यांसाठी संख्याशास्त्रज्ञ, मानसतज्ज्ञ आणि भौतिकशास्त्रज्ञांचीसुद्धा आवश्यकता असते.

या क्षेत्रात येणारे नवे महत्त्वाचे टप्पे हे शास्त्रीय पद्धतीवरच आधारलेले असतील. विज्ञानामध्ये एखादी संकल्पना स्पष्ट करण्यासाठी एक गृहीतक तयार केलं जातं. या गृहीतकासाठी काही चाचण्या सलग घेऊन निरीक्षणं केली जातात. यानंतर या गृहीतकांची नियंत्रित वातावरणामध्ये पुन्हा चाचणी घ्यायला हवी. या चाचण्या पुनःपुन्हा घेऊन यांचे निष्कर्ष सिद्ध व्हायला हवेत. त्यानंतरच एक सिद्धांत मांडता येऊ शकतो. एकदा का या संशोधकांना एखादा अचूक सिद्धांत मांडता आला, तर इतर संशोधकांनी त्याची पुनःपुन्हा चाचणी घ्यायला हवी आणि त्याचे परिणाम, निष्कर्ष एकसारखेच येतात का, हेदेखील पडताळून पाहायला हवे.

ड्युक युनिव्हर्सिटीचे डॉ. जोसेफ ऱ्हाईन, व्हर्जिनिया युनिव्हर्सिटीच्या मानसशास्त्र विभागाचे डॉ. इयान स्टिव्हन्सन, कॉलेज ऑफ द सिटी ऑफ न्यू यॉर्कच्या डॉ. गर्ट्रूड शिमेडलर आणि इतर अनेक अभ्यासकांनी केलेला मान्यताप्राप्त शास्त्रीय अभ्यास याबाबत ग्वाही देतात.

प्रकरण १६

कॅथरीन आणि मी - आम्ही दोघांनी अविश्वसनीय वाटावा असा हा अनुभव घेतल्यानंतर आता जवळपास चार वर्षं उलटून गेली आहेत. या अनुभवाने आम्ही दोघंही पार बदलून गेलो आहोत.

मध्येच कधी तरी अगदी सहजच ती माझ्या क्लिनिकमध्ये येते, मला भेटून जाते किंवा कधी काही समस्या उद्‌भवली तर त्याबाबत चर्चा करण्यासाठी आम्ही भेटतो. काही नवीन व्यक्तीसुद्धा तिच्या आयुष्यात आल्या होत्या. मात्र त्या नवीन व्यक्तीचं पूर्वजन्मात तिच्याशी काही नातं होतं का, हे जाणून घेण्यासाठी किंवा काही लक्षणं घालविण्यासाठी तिला तिच्या पूर्वजन्मांचा पुन्हा वेध घेण्याची गरज कधीही वाटली नाही किंवा इच्छाही झाली नाही. आमचं काम आता पूर्ण झालं आहे. कॅथरीनच्या आयुष्यातली तिला मागे खेचणारी सारी लक्षणं आता दूर झाली होती. आता ती आपल्या आयुष्याचा पुरेपूर आनंद घेण्यासाठी सज्ज झाली होती. तिच्या मनात आता आनंदाची आणि तृप्तीची एक जाणीव निर्माण झाली आहे. या पूर्वी, असं होणं शक्य आहे, याविषयी तिने कल्पनाही केली नव्हती. आता तिच्या मनात कोणत्याही व्याधीबद्दल किंवा मृत्यूबद्दल भीती उरलेली नव्हती तर तिच्या व्यक्तिमत्त्वात संतुलन आणि एकतेची भावना जागी झाली होती म्हणूनच तिला आयुष्याचा हेतू आणि अर्थदेखील गवसला आहे. अनेकांना हवंहवंसं वाटतं, पण ते प्राप्त करणं जमत नाही असं एक आंतरिक तेज आता तिच्या व्यक्तिमत्त्वात विलसत होतं. तिला एक आध्यात्मिक शांतता लाभली होती. तिच्या बाबतीत जे घडलं ते पूर्णतः वास्तव होतं, हे तिला माहीत होतं. त्या अनुभवाच्या सत्यतेबाबत तिला कोणतीही शंका वाटत नाही आणि ती जशी आहे, त्या व्यक्तिमत्त्वाचा अविभाज्य भाग म्हणून या साऱ्याचा स्वीकार करते. तिला सायकिक (Psychic) गोष्टी शिकण्यात रस नाही कारण ज्या गोष्टी भाषणं ऐकून किंवा पुस्तकातून शिकता येत नाहीत, त्या तिला समजल्या आहेत. मृत्युपंथाला लागलेले लोक किंवा ज्यांचा कुणी आप्तेष्ट मृत्युशय्येवर आहे असे लोक तिच्याशी संपर्क साधतात. ते तिच्याकडे जणू खेचले गेल्यासारखे येतात, असं वाटतं. शिवाय तिच्याशी बोलल्यावर त्यांना खूप बरं वाटतं.

जसं कॅथरीनचं आयुष्य नाट्यमय पद्धतीने बदलून गेलं, तसंच माझं आयुष्यही बदलून गेलंय. माझ्या अंतःप्रेरणा अधिक तीक्ष्ण झाल्या आहेत. मला आता माझ्या सहकारी, मित्र

किंवा रुग्णांसंदर्भातल्या माहीत नसलेल्या गोष्टींची अधिक चांगल्या प्रकारे जाणीव असते. त्यांच्याबद्दल काही माहीत होण्यापूर्वीच त्यांच्याविषयी मला अनेक गोष्टी ठाऊक आहेत, असं वाटतं. आता माझी जीवनमूल्यं आणि आयुष्याची ध्येयं अधिक मानवतावादी झाली आहेत. केवळ पैसा साठवणे हा आता त्याचा केंद्रबिंदू उरलेला नाही. आता सायकिक (Psychic), हीलर्स, मिडीयम्स् (mediums) माझ्या आयुष्यात वारंवार येतात. त्यांच्या क्षमतांचे पद्धतशीर विश्लेषण करण्यास मी सुरुवात केली आहे. कॅरोलनेही माझ्या जोडीने प्रगती केली आहे. आता ती विशेषतः मृत्यूसंबंधात कुशल समुपदेशक बनली आहे. एड्सच्या मृत्युशय्येवर खिळलेल्या रुग्णांसाठी ती मदत गट चालवते.

आता मी ध्यानधारणा करण्यासही सुरुवात केली आहे. आजवर ही गोष्ट फक्त हिंदू धर्मीय आणि कॅलिफोर्नियामध्ये राहणारे लोकच करतात, असा माझा समज होता. कॅथरीनद्वारे मला जे संदेश मिळाले, ते आता माझ्या दैनंदिन आयुष्याचा जाणीवपूर्वक हिस्सा बनले आहेत. जीवन आणि मरण हे आयुष्यातील निसर्गक्रम आहेत आणि त्यांचा अधिक सखोल अर्थ मला समजल्याने मी आता अधिक संयमी, दुसऱ्यांना अधिक सहृदयतेने समजून घेणारा व अधिक प्रेमळ बनलो आहे. माझ्या कृतींबाबत मी आता अधिक जबाबदार झालो आहे, मग त्या नकारात्मक असोत किंवा उत्साहपूर्ण! प्रत्येक गोष्टीची किंमत मोजावीच लागते, हे मला ठाऊक आहे. आपण जे देतो, तेच आपल्याकडे खरंच परत येत असतं.

मी आजही वैज्ञानिक प्रबंध लिहितो, व्यावसायिक बैठकांतून भाषणं देतो आणि मानसोपचार विभागाच्या प्रमुखपदाची जबाबदारीदेखील सांभाळतो. पण आता दोन भिन्न जगांत माझे दोन्ही पाय असतात. त्यापैकी एक जग आहे - पंचेंद्रियांचं...आपल्या शारीरिक गरजा, आपलं शरीर त्याचं प्रतिनिधित्व करतं, तर दुसरं जग याहून खूपच भव्य आहे, तिथे अशरीर पातळ्या आहेत, आपला आत्मा त्यांचं प्रतिनिधित्व करतो. ही दोन्ही विश्वं एकमेकांशी जोडली गेली आहेत, ती ऊर्जेने! तरीही बहुतेक वेळा ती विश्वं पूर्णतः भिन्न आहेत असंच वाटतं. ही दोन भिन्न विश्व जोडणं, हे करण्यासाठी दोन्हीची एकता काळजीपूर्वक आणि शास्त्रीयदृष्ट्या लिखितस्वरूपात मांडणं हे माझं काम आहे.

माझ्या कुटुंबाची उत्तम प्रगती झाली आहे. कॅरोल आणि ॲमी दोघींच्या सायकिक (Psychic) क्षमता सर्वसामान्य क्षमतेपेक्षा अधिक विकसित झाल्या आहेत. आम्ही ही कौशल्यं अधिकाधिक विकसित होत राहावीत यासाठी परस्परांना प्रोत्साहनही देत असतो. जॉर्डन हा समर्थ असा तरुण बनला आहे. त्याच्यात उपजत नेतृत्व गुण दिसून येतो. त्याचं व्यक्तिमत्त्व आता अधिक प्रभावी आणि छाप पाडणारं बनलं आहे. माझ्या

व्यक्तिमत्त्वातला गंभीरपणा आता जरा कमी झाला आहे. मला क्वचित विचित्र किंवा असामान्य म्हणावीत, अशी स्वप्नं पडतात.

कॅथरीनबरोबर माझं शेवटचं सत्र झालं आणि त्यानंतर काही महिने मला झोपेत एक वेगळ्या प्रकारची स्वप्नं जाणवत होती. मला कधी तरी अगदी स्पष्टपणे स्वप्न पडतं, त्यात मी एखादं भाषण ऐकत आहे किंवा भाषणकर्त्याला काही प्रश्न विचारत आहे, असं मला दिसतं. या स्वप्नात दिसणाऱ्या त्या शिक्षकाचं नाव फिलो होतं. जाग आल्यावर स्वप्नात चर्चा केलेल्या काही गोष्टी मला आठवत असत, मग मी त्या त्वरित लिहून ठेवत होतो. त्यापैकी काही गोष्टी उदाहरणादाखल मी येथे नमूद करत आहे. पहिलं भाषण मी ऐकलं आणि त्यावर गुरूंकडून मिळालेल्या संदेशांचा प्रभाव आहे, हे माझ्या ध्यानात आलं.

'....प्रज्ञा (wisdom) ही अतिशय संथ गतीनेच प्राप्त होते. त्याचं कारण म्हणजे, बौद्धिक ज्ञान मिळवल्यानंतर ते 'भावनिक' किंवा 'अजाणिवेच्या स्तरामधील ज्ञानामध्ये' रूपांतरित करणं आवश्यक असतं. एकदा ते रूपांतरित झालं की, ते पक्कं होतं. या संपूर्ण प्रक्रियेत वर्तणुकीमधील सराव अत्यंत महत्त्वाची भूमिका निभावतात. जर कृती झालीच नाही, तर संकल्पना धूसर होत जातील किंवा पोकळ राहतील. कोणत्याही प्रत्यक्ष अंमलबजावणीशिवाय असणाऱ्या तात्त्विक ज्ञानाचा काहीही उपयोग होत नाही.'

'समतोल आणि एकोपा या दोन्ही गोष्टी प्रज्ञा (wisdom) प्राप्तीचा मूलभूत पाया आहेत, तरीही त्या दोन्हीकडे आज पूर्ण दुर्लक्ष होताना दिसतं. आज प्रत्येक गोष्ट जास्त मिळावी, आणखी हवी, हाच काहीही करण्यामागचा हेतू असतो. लोकांचं वजन भरमसाट वाढतं, कारण ते जरुरीपेक्षा अधिक खातात. जॉगिंग करणारे लोक स्वतःच्या आणि इतरांच्याही अनेक गोष्टींकडे दुर्लक्ष करून नको तितकं पळतात. लोक नको इतका क्षुद्रपणे विचार करतात. ते नको इतकं धूम्रपान, मद्यपान करतात, नशेत अतिप्रमाणात मौजमजा करतात. सांगण्यासारखं दर्जेदार काही नसलं तरी वृथा बडबड करतात, नको इतकी चिंता करतात आणि नको इतकं योग्य किंवा अयोग्य यावर विचार करतात. यालाच आपण काळा किंवा पांढरा शिक्का मारणे म्हणतो. पण निसर्ग याप्रकारे चालत नसतो.

'निसर्गात समतोल हेच मुख्य तत्त्व दिसून येतं. पशू अगदी कमी प्रमाणात नुकसान किंवा हानी करत असतात. पर्यावरण पद्धती समूळ नष्ट होत नसते. झाडं-झुडपं हवे तेवढेच घटक शोषून घेतात आणि वाढतात. पौष्टिक घटक वापरले जातात आणि पुन्हा भरूनही काढले जातात. बघा ना, एखाद्या फुलाच्या सौंदर्याचा आनंद घेतला जातो, फळ चवीने खाल्लं जातं, एखादं मूळ जपलं जातं.

'पण मानवी समाज मात्र समतोल राखायला शिकलेलाच नाही, मग तो अमलात आणणे तर सोडाच...मानव नेहमी लोभ आणि महत्त्वाकांक्षा यांच्याच मागे जातो, भीतीने त्याचा कब्जा केलेला असतो. अशा तऱ्हेने तो स्वतःलाच विनाशाच्या खाईत लोटून देतो. पण निसर्ग मात्र यातून वाचेल... निदान वनस्पती, झाडं तरी तग धरून शिल्लक राहतील.

'आनंद हा नेहमीच साधेपणात असतो. पण विचार आणि कृतीमधील अति हव्यासाची प्रवृत्ती नेहमीच आनंद नष्ट करून टाकते. हा हव्यास मूल्यांनाही गिळंकृत करतो. धार्मिक वृत्तीचे लोक आपल्याला नेहमी सांगत असतात की, दुसऱ्या व्यक्तीला आनंद देऊनच तुम्हाला आनंद मिळतो. श्रद्धेमुळे, आशेमुळे, दानधर्मामुळे आणि सर्वांशी दयेने वागण्याम ुळे आनंद मिळत असतो. ते जे सांगतात, ते खरंच आहे. या साऱ्या गोष्टी जर केल्या, तर समतोल आणि एकोपा आपोआप अस्तित्वात येतो. या साऱ्या एकत्रित अस्तित्वाच्या अवस्था आहेत. पण आजच्या काळात मात्र त्या जाणिवेच्या वेगळ्या अवस्था आहेत. पृथ्वीवर असणारा मानवी समाज हा जणू काही त्याच्या नैसर्गिक रूपात नसतोच. त्या नैसर्गिक रूपात पोहोचण्यासाठी, प्रेम, दानधर्म, साधेपणा स्वतःमध्ये भिनवून घेण्यासाठी आणि मानवी मनाला दीर्घ काळापासून जडलेल्या भीतीपासून मुक्ती मिळविण्यासाठी त्याला जाणिवेच्या वेगळ्या अवस्थेत प्रवेश करावा लागेल.

'या दुसऱ्या अवस्थेत...या दुसऱ्या मूल्यव्यवस्थेत कसं पोहोचता येतं? आणि एकदा त्या स्थितीत पोहोचल्यावर तिथेच राहणं कसं शक्य होतं? याचं उत्तर खरं तर सोपं आहे, सर्व धर्मांतील हा अगदी समान असा वैशिष्ट्यपूर्ण घटक आहे. मानव हा अमर्त्य आहे. आणि आत्ता आपण इथे फक्त आपले धडे शिकत आहोत. एका अर्थी आपण शाळेत आहोत. तुमचा या अमर्त्य असण्यावर जर विश्वास असेल, तर हे सारं काही अगदी सोपं आहे.

'मानवाचा एक भाग हा असा शाश्वत आहे आणि याला पुष्टी देणारे अनेक पुरावे आहेत. तसं इतिहासही सांगतो. मग हे सारं जर सत्य असेल, तर आपण आपल्याच सोबत इतक्या वाईट गोष्टी का करत असतो? आपण जर इथे फक्त आपले धडे शिकत आहोत, तर मग आपण स्वतःच्या व्यक्तिगत लाभासाठी असे इतरांवर कुरघोडी का करत राहतो? आपण सारे वेगवेगळ्या गतीने शेवटी एकाच ठिकाणी जात असतो, असं दिसतंय. कुणीही कुणापेक्षा मोठा नाही.

'तुम्हाला जे धडे मिळतात, त्यांचा विचार करा. बौद्धिकदृष्ट्या सर्व उत्तरं नेहमीच उपलब्ध असतात. पण प्रत्यक्ष अनुभवातून ते जाणून घेऊन आपल्या अवचेतन मनाच्या

पातळीवर त्याचा कायमचा ठसा उमटवणे आणि त्यासाठी भावना व प्रत्यक्ष वर्तणुकीत या संकल्पना उतरवणे ही महत्त्वाची गोष्ट असते. त्यासाठी फक्त रविवारी पोपटपंची करणं पुरेसं नसतं. वर्तणुकीत एखादी गोष्ट उतरत नसेल, तर त्याविषयी फक्त बडबड करून पुरेसं होत नाही. प्रेम, दानधर्म आणि श्रद्धा यांबाबत वाचणं फार सोपं असतं. पण ते प्रत्यक्ष करण्यासाठी किंवा त्याचा अनुभव घेण्यासाठी जवळपास जाणिवेची ती वेगळी अवस्थाच आवश्यक असते. त्यासाठी ड्रग्ज, अल्कोहोल किंवा एखाद्या अनपेक्षित भावनेतून येणारी क्षणभंगुर अवस्था काही उपयोगाची नाही. कायमस्वरूपी त्या अवस्थेपर्यंत फक्त ज्ञान आणि समज यांच्या आधारेच तिथवर पोहोचता येऊ शकतं. शिवाय तिथे कायम राहणं – भौतिक वर्तणूक, कृती आणि कर्म यांच्या आधारेच शक्य होतं. दुसऱ्या अर्थी, एखादी गूढ म्हणता येईल अशी गोष्ट हाती घेऊन रोजच्या आयुष्याचा ती दैनंदिन भाग बनवणे आणि तिला सवयीमध्ये रूपांतरित करणे हा होय.

'कोणीही व्यक्ती कोणापेक्षा मोठी नाही, हे समजून घेऊन तिचा मनापासून अनुभव करा. दुसऱ्यांना मदत करण्याची सवय लावून घ्या. आपण सारे एकाच बोटीतून प्रवास करणारे प्रवासी आहोत. जर आपण एकमेकांना मदत केली नाही, एकोप्याने राहिलो नाही, तर इथे केवळ झाडंच तेवढी एकटी राहतील.'

नंतर एकदा असंच एका रात्री पडलेल्या स्वप्नात मी प्रश्न विचारत होतो. 'आपण सारे समान आहोत, असं तुम्ही कसं म्हणता? कारण अनेक प्रकारच्या असमानता स्पष्टपणे दिसून येतात. उदा. गुण वेगळे असतात, प्रत्येकाचा संयम वेगळा असतो, अधिकार, क्षमता, बुद्धिमत्ता, विशेष कौशल्यं, गणिती कल अशा बऱ्याच गोष्टींबाबत हे दाखवून देता येईल.'

माझ्या या प्रश्नावर एक उपमा देत मला उत्तर देण्यात आलं. 'प्रत्येकाच्या व्यक्तिमत्त्वात एक खूप मोठ्या आकाराचा हिरा सापडावा, अशी ही बाब आहे. जवळपास एखाद्या फूटभर आकाराचा हिरा डोळ्यांसमोर आणा. हिऱ्याला हजारो पैलू आहेत. पण बरेच पैलू धुळीने आणि डांबराने झाकले गेले आहेत. तो हिरा स्वच्छ करणं, त्याचा प्रत्येक पैलू स्वच्छ करणं हे आत्म्याचं काम असतं. त्यानंतर त्यातून रंगाचं इंद्रधनुष्य दिसू लागतं.

'आता काहींना त्या हिऱ्याचे अनेक पैलू स्वच्छ करायला जमतं, ते तेजाने झळकू लागतात. काहींना मात्र अगदी थोडे पैलूच साफ करणं जमतं, त्यामुळे ते फारसे चमकत नाहीत. पण त्या धुळीत लपलेला प्रत्येकाच्या हृदयात असा अनेक पैलू असणारा झळाळता हिरा असतोच ना! हिरा परिपूर्णच असतो, त्यात कोणताही दोष नसतो. फरक असतो, ते प्रत्येक व्यक्तीने त्याचे किती पैलू साफ केले आहेत, यात! पण प्रत्येकात

दडलेला हिरा सारखाच असतो आणि तो दोषरहित, परिपूर्णच असतो.

'जेव्हा हिऱ्याचे सारेच्या सारे पैलू साफ होतात, ते प्रकाशात झळकू लागतात, त्या वेळी तो हिरा शुद्ध ऊर्जेमध्ये पुन्हा रूपांतरित होतो, जसा तो सुरुवातीला होता. मग शिल्लक राहतो तो फक्त प्रकाश! हे सगळं, तो हिरा बनण्याची प्रक्रिया उलट्या दिशेने घडण्यासारखंच असतं. त्या हिऱ्यावरचा सर्व दबाव नाहीसा होतो. ती शुद्ध ऊर्जा विविध रंगांमधील प्रकाशाच्या इंद्रधनुष्याच्या रूपात अस्तित्वात येते. या प्रकाशामध्ये असते 'चेतना' आणि 'ज्ञान'.

'आणि सर्वांत महत्त्वाची गोष्ट म्हणजे, सर्व हिरे हे परिपूर्णच असतात.'

काही वेळा प्रश्न जटिल असतात, पण उत्तरं मात्र अगदी सहज सोपी असतात.

मी स्वप्नात प्रश्न विचारत होतो, 'मी काय करायचं आहे? मी वेदनेत असणाऱ्या लोकांवर उपचार करू शकतो, त्यातून बरं करू शकतो. माझ्या क्षमतेपेक्षा किती तरी अधिक संख्येने लोक माझ्याकडे येत असतात. मी खूप थकून गेलो आहे. पण तरीही कुणी माझ्याकडे आलं आणि ते फार गरजू असले तर मी त्यांना 'नाही' म्हणू शकतो का? हे योग्य आहे का?' यावर मला उत्तर मिळालं, 'लोकांचा जीवही वाचवणे ही तुझी भूमिका नाही.'

शेवटचं उदाहरण मी देत आहे हे मुख्यतः इतर मनोरोगतज्ज्ञांसाठी संदेश आहे. एके दिवशी सकाळी सहा वाजता मला स्वप्नातून जाग आली. त्या स्वप्नात मी मनोरोगतज्ज्ञांच्या एका मोठ्या श्रोतृवर्गासमोर भाषण करत होतो.

'मानसोपचारशास्त्रामध्ये प्रत्येक तक्रारीसाठी औषधांची निर्मिती होत असताना, आपण आपल्याला शिकवण्यात आलेल्या पारंपरिक पद्धती सोडून देता कामा नयेत, भले काही वेळा त्या खूप ढोबळ असतील, तरीही! आपण अजूनही आपल्या रुग्णांबरोबर अगदी संयम ठेवून सहानुभूतीने बोलत असतो. त्यासाठी आपण भरपूर वेळही देत असतो. आपण लेसर किरणांनी रोगाचं निदान करत नाही, तर आजाराचं मूळ कारण लक्षात घेऊन त्यावर अतिशय समजूतदारपणे इलाज करणे यावर आपला भर असतो. त्यासाठी स्वतःचं ज्ञान आपण पणाला लावत असतो. आजारातून बरं करण्यासाठी आजही आशेवर आपली भिस्त असते.

'आजच्या काळात वैद्यकीय शास्त्राच्या इतर शाखांना आपण करत असलेल्या उपचारांच्या पद्धती फारच अपूर्ण, वेळखाऊ, ठोस पुरावे नसलेल्या वाटतात. त्यांना संवाद साधण्यापेक्षा तंत्रज्ञान अधिक चांगलं वाटतं. डॉक्टर आणि रुग्ण यांच्यातील उत्तम

नातं, जे रुग्णाला बरं करतं आणि डॉक्टरला समाधान देतं - त्यापेक्षा कॉम्प्युटरवरचे तपशील महत्त्वाचे वाटतात. वैद्यकक्षेत्रातील आदर्श, तत्त्वनिष्ठ आणि समाधान देणाऱ्या गोष्टींवरून आता सारं लक्ष आर्थिक, वेगवान आणि दुरावा, त्रयस्थपणा दर्शविणाऱ्या व समाधान देऊ न शकणाऱ्या गोष्टींकडे वळलं आहे. त्याचा परिणाम म्हणजे आपल्या अनेक सहकाऱ्यांना एकाकीपण आणि नैराश्य जाणवू लागलं आहे. तर रुग्णांमध्ये सर्वकाही निरर्थक आणि जलद गतीने होत आहे अशी भावना तयार होते. त्याचबरोबर आपल्याकडे कुणी लक्ष देत नाही, असंही वाटतं.

'तंत्रज्ञानाच्या अतिरेकी वापराचा मोह आपण टाळला पाहिजे. आपल्या सहकाऱ्यांसाठी आपण उत्तम उदाहरण बनायला हवं. संयम, समजूतदारपणा आणि सहानुभूती या गोष्टींमुळे डॉक्टर आणि रुग्ण या दोघांचाही कसा फायदा होऊ शकतो, हे आपण दाखवून द्यायला हवं. बोलण्यासाठी... संवाद साधण्यासाठी जास्त वेळ देणं, शिकवण्यासाठी, रुग्णातील आशा जागवणं, बरं होण्याचा विश्वास जागृत करणं या एका चांगल्या डॉक्टरमधील गुणांचा विसर पडतोय. या गोष्टी आपण अधिकाधिक अंगीकारल्या पाहिजेत. आणि आपल्या सहकारी डॉक्टरांसाठी उदाहरण बनलं पाहिजे.

'उच्च तंत्रज्ञान हे संशोधन आणि मानवी व्याधींना समजून घेण्यासाठी फायदेशीर आहे. खरंतर ते एक चांगलं वैद्यकीय साधन बनू शकतं, पण ते एका खऱ्या डॉक्टरच्या व्यक्तिगत वैशिष्ट्यांची आणि पद्धतींची जागा कधीच घेऊ शकत नाही. मानसोपचारशास्त्र हे सर्व वैद्यकीय शाखांतील सर्वाधिक मानाचं शास्त्र आहे. आपली भूमिका शिक्षकाची असते. आपण आपली ही भूमिका सोडून देता कामा नये. विशेषतः आत्ताच्या काळात तर नक्कीच नाही.'

अजूनही मला क्वचित अशी स्वप्नं पडत असतात. अनेकदा ध्यानधारणा करताना, कधी हायवेवर ड्रायव्हिंग करताना, तर कधी भर दिवसासुद्धा अशा अनेक गोष्टी, विचार किंवा दृश्यं अचानक डोळ्यांसमोर तरळून जातात. माझ्या नेहमीच्या जाणिवा, विचार करण्याची नेहमीची पद्धत यापेक्षा या गोष्टी अगदी वेगळ्या भासतात. त्या बहुतांश वेळा अगदी योग्य वेळी घडतात आणि मला जर काही प्रश्न किंवा समस्या सतावत असतील, तर त्यांची उत्तरं मला त्यातून गवसत जातात. माझ्या उपचारांमध्ये आणि दैनंदिन जीवनात मी त्या उपयोगात आणत असतो. माझ्या अंतःप्रेरणांचे ते विस्तारित रूप आहे, असं मी मानतो आणि त्याबद्दल मला कृतज्ञता वाटते. मी योग्य मार्गावर पुढे चाललो आहे, अर्थात अद्याप खूप मोठा पल्ला मला गाठायचा आहे, याचंच या गोष्टी द्योतक आहेत, असं मी मानतो.

माझी स्वप्नं आणि माझ्या अंतःप्रेरणा यांना मी अतिशय लक्षपूर्वक ऐकतो. तसं केलं तर सर्व गोष्टी योग्य प्रकारे घडत जातात, पण जेव्हा मी त्यांच्याकडे दुर्लक्ष करतो, तेव्हा त्या नक्कीच बिघडतात.

माझ्या सभोवती गुरू आहेत, असं मला जाणवतं. माझी स्वप्नं आणि अंतःप्रेरणा या गोष्टींवर त्यांचा प्रभाव आहे का, हे मी खात्रीने सांगू शकत नाही. पण तसंच असावं, हे मला नक्की वाटतं.

उपसंहार

हे पुस्तकं आता पूर्ण झालं आहे. मात्र ही कथा संपलेली नाही. ती सतत सुरूच आहे. कॅथरीन पूर्णपणे बरी आहे. आता पूर्वी तिला जाणवणारी लक्षणंसुद्धा मुळीच जाणवत नाहीत. इतर रुग्णांना पूर्वजन्माचा अनुभव देताना मी अत्यंत दक्ष असतो. त्यांच्यावर संमोहनाचे उपचार करताना अनेक बाबी मी ध्यानात घेतो. जसं, रुग्णाच्या लक्षणांचं नेमकं स्वरूप काय आहे, त्याच्या किंवा तिच्यावर सुरू असणाऱ्या इतर उपचारांचे परिणाम, संमोहनात सहज जाण्याची त्यांची क्षमता, रुग्णाचा याबाबतचा खुला दृष्टिकोन आणि माझी स्वतःची त्याबाबतची अंतःप्रेरणा या गोष्टी मी विचारात घेतो. कॅथरीननंतर इतर डझनभर रुग्णांवर मी पूर्वजन्मांतील अनुभव देणारी सविस्तर सत्रं घेतली. त्यांनाही त्यांचे अनेक पूर्वजन्म दिसले. यापैकी कुणामध्येही मनोविकार, भास होणे किंवा बहुव्यक्तित्व अशी लक्षणं दिसत नव्हती. साऱ्या रुग्णांमध्ये अगदी नाट्यमय वाटावी, अशी प्रगती दिसून आली.

हे बाराही रुग्ण अतिशय वेगवेगळ्या पार्श्वभूमीतून आले होते आणि त्यांची व्यक्तिमत्त्वंही पूर्णतः वेगळी होती. मियामी येथील एका ज्यू गृहिणीला दिसलं की, आधीच्या कुठल्याशा जन्मात तिच्यावर रोमन सैनिकांनी अतिप्रसंग केला होता. येशूच्या मृत्यूनंतर लगेच पॅलेस्टाइन येथे ही घटना घडली होती. एकोणिसाव्या शतकात ती न्यु ऑर्लिन्स येथे एक कुंटणखाना चालवत होती, तर मध्य युगात फ्रान्स येथे एका मोनास्ट्रीमध्ये राहत होती. जपानमधला तिचा जन्म फारच कष्टाचा होता. कॅथरीननंतर केवळ याच महिलेने दोन जन्मांच्या मधल्या स्थितीमध्ये असताना तिथले संदेश माझ्यापर्यंत पोहोचवले. तिचे संदेश अत्यंत सायकिक होते. तिलाही माझ्या आयुष्यातील अनेक घटना आणि प्रसंग कळले होते. तिला अधिक अचूकपणे भविष्यातील घटनांचा वेध घेणं शक्य झालं होतं. तिचे संदेश एका विशिष्ट आत्म्याकडूनच मिळत होते. मी सध्या तिच्याबरोबरच्या सत्रांची व्यवस्थित मांडणी करण्याचं काम हाती घेतलं आहे. आत्ताही माझा दृष्टिकोन एका तर्कनिष्ठ शास्त्रज्ञाप्रमाणेच आहे. तिच्याकडून कळलेल्या माहितीची व्यवस्थित छाननी करून मूल्यमापन करणं आणि मग ती माहिती वैध ठरवणं, ही प्रक्रिया मी सध्या करत आहे.

इतर रुग्णांना मात्र त्यांच्या मृत्यूनंतर फारसं काही आठवत नाही. त्यांना शरीर सोडून त्या तेजस्वी प्रकाशाच्या दिशेने तरंगत गेलेलं तेवढं आठवतंय. त्यांच्यापैकी कुणीच त्या दुनियेतले विचार किंवा संदेश माझ्यापर्यंत पोहोचवू शकलेलं नाही. मात्र सगळ्यांना आपल्या पूर्वजन्मांतील अनेक आठवणी स्पष्टपणे आठवल्या. एका हुशार स्टॉकब्रोकरला आपला व्हिक्टोरियन काळातल्या इंग्लंडमध्ये घालवलेला आपला सुखाचा पण कंटाळवाणा जन्म आठवला. एका कलाकाराला स्पॅनिश चौकशी दरम्यान त्याचा छळ कसा झाला होता, ते आठवलं. एका हॉटेलच्या मालकाला भीतीमुळे पुलांवरून किंवा बोगद्यातून गाडी चालवता येत नसे. त्याला खूप भीती वाटत असे. प्राचीन काळात कुठल्याशा पौर्वात्य संस्कृतीमध्ये त्याला जिवंतपणे पुरण्यात आलं होतं, हे त्याला दिसलं. एका तरुण डॉक्टरला पूर्वीच्या काळात तो लूटमार करणाऱ्या जहाजात असताना समुद्रात घडलेली दुर्घटना दिसली. एका टेलेव्हिजन एक्झिक्युटिव्हला सहाशे वर्षांपूर्वी फ्लॉरेन्सम ध्ये त्याचा झालेला छळ दिसला. रुग्णांचे असे अनेक किस्से आहेत.

लोकांना इतर जन्मही आठवतात. जसजसे पुनर्जन्म त्यांच्यासमोर उलगडत जातात, तसतशी त्यांच्यातील लक्षणं कमी कमी होत जातात. आपण पूर्वीही जन्म घेतला आहे आणि या जन्मानंतरही आपण पुन्हा जन्म घेणार आहोत, यावर प्रत्येकाचा विश्वास बसतो. आता या सर्वांच्या मनातली मृत्यूची भीती नष्ट झाली आहे.

प्रत्येकाने पूर्वजन्माचा वेध घेणं, सायकिकची मदत घेणं किंवा ध्यानधारणा करणं गरजेचं नाही. ज्या लोकांमध्ये ठळक लक्षणे आहेत आणि ज्यांना फार त्रास होत आहे अशांनीच हे मार्ग अनुसरावेत. बाकीच्या लोकांनी आपलं मन खुलं आणि मोकळं ठेवणं हीच एक खूप मोठी गोष्ट असते. आपल्या डोळ्यांना दिसतं, तेवढंच जीवन नाही, त्यापलीकडेही बरंच काही आहे, हे जाणून घ्यायला हवं. जीवन आपल्या पंचेंद्रियांच्या पलीकडेसुद्धा आहे. नवीन ज्ञान आणि नवीन अनुभव सतत घेत राहा. 'सतत शिकत राहणं आणि ज्ञानाच्या आधारे देवासारखं बनणं हे आपलं काम आहे.'

या पुस्तकाचा माझ्या करीयरवर काय परिणाम होईल, याची आता मला अजिबात काळजी वाटत नाही. जी माहिती मी दिली आहे, ती सर्वांत महत्त्वाची आहे. जर ती काळजीपूर्वक वाचून समजून घेतली, तर माझ्या क्लिनिकमध्ये बसून व्यक्तिगत पातळीवर मी लोकांना जी मदत करतो, त्यापेक्षा किती तरी अधिक पटीने या माहितीचा उपयोग जगाच्या कल्याणासाठी होऊ शकतो.

इथे तुम्ही जे काही वाचलं आहे, त्याचा फायदा तुम्हाला निश्चितप्रकारे होईल, अशी मला आशा वाटते. तुमच्या मनातली मृत्यूची भीती नष्ट होऊन, आयुष्याचा खरा अर्थ सांगणारे संदेश तुम्हाला आता मिळाले आहेत. या गोष्टी आयुष्य भरभरून जगायला, एकोप्याने राहायला, आंतरिक शांतता मिळवून द्यायला आणि तुमच्या सभोवतालच्या लोकांशी प्रेमाने वागायला नक्कीच साहाय्यक ठरतील.

हे पुस्तक वाचल्यानंतर आपला अभिप्राय कृपया या mail ID *वर अवश्य पाठवा.*

books.feedback@tejgyan.org

सरश्री - अल्प परिचय

स्वीकार मुद्रा

सरश्रींचा आध्यात्मिक शोधाचा प्रवास त्यांच्या बालपणापासूनच सुरू झाला होता. हा शोध सुरू असतानाच त्यांनी अनेक प्रकारच्या पुस्तकांचं अध्ययन केलं. त्याचबरोबर या शोधकाळात त्यांनी अनेक ध्यानपद्धतींचा अभ्यासही केला. त्यांच्यातील या जिज्ञासेने त्यांना अनेक वैचारिक आणि शैक्षणिक संस्थांमध्ये जाण्यासाठी प्रेरित केलं. जीवनाचं रहस्य समजण्यासाठी त्यांनी **प्रदीर्घ काळ मनन करून आपलं शोधकार्य सातत्याने सुरू ठेवलं. या शोधातूनच त्यांना 'आत्मबोध' प्राप्त झाला.** आत्मसाक्षात्कारानंतर त्यांना जाणवलं, की **अध्यात्मचा प्रत्येक मार्ग ज्या शृंखलेने जोडलेला आहे, तो म्हणजे 'समज' (Understanding).**

आत्मबोधप्राप्तीनंतर त्यांनी अध्यापनाचं कार्य थांबवलं आणि जवळ जवळ दोन दशकांहूनही अधिक काळ आपलं समस्त जीवन मानवजातीच्या कल्याणासाठी आणि आध्यात्मिक विकासासाठी अर्पण केलं.

सरश्री म्हणतात, ''सत्यप्राप्तीच्या सर्व मार्गांचा प्रारंभ जरी वेगवेगळ्या मार्गांनी होत असला, तरी सर्वांचा अंत मात्र एकच समज प्राप्त केल्याने होतो. ही **'समज'च सर्व काही असून ती स्वतःमध्ये परिपूर्ण आहे.** आध्यात्मिक ज्ञानप्राप्तीसाठी या 'समजे'चं श्रवणच पुरेसं आहे.'' ही समज प्रकाशमान करण्यासाठी आजपर्यंत त्यांनी आध्यात्मिक विषयांवर **चार हजारांहून अधिक प्रवचनं दिली आहेत.** या प्रवचनांद्वारे ते अध्यात्मातील अतिशय गहन संकल्पना सहज, सुलभ आणि व्यावहारिक भाषेत समजावून सांगतात. समाजातील प्रत्येक स्तरावरील मनुष्य सरश्रींद्वारे सांगितल्या जाणाऱ्या या समजेचा लाभ घेऊ शकतो. त्यासाठी कोणत्याही धर्म, जात, उपजात, वर्ण, पंथ वा लिंग यांचं बंधन नसतं. विश्वाच्या प्रत्येक कानाकोपऱ्यांतील लोक आज 'तेजज्ञान'च्या अनोख्या ज्ञानप्रणालीचा लाभ घेत आहेत. याच व्यवस्थेचा आणखी एक महत्त्वपूर्ण भाग म्हणजे, **दररोज सकाळी आणि रात्री ९ वाजून ९ मिनिटांनी लाखो लोक विश्वशांतीसाठी प्रार्थना करत आहेत.**

सरश्री – अल्प परिचय

सरश्री तेजज्ञान यूट्यूब चैनल

तेजज्ञान फाउंडेशन - परिचय

तेजज्ञान फाउंडेशन आत्मविकासातून आत्मसाक्षात्कार प्राप्त करण्याचा एक मार्ग आहे. यासाठी सरश्रींद्वारा एक अनोखी बोधप्रणाली (System for Wisdom) निर्माण झाली आहे. या प्रणालीला आंतरराष्ट्रीय प्रमाणपत्राद्वारे ISO 9001:2015च्या आवश्यकतेनुसार आणि निकष पडताळून सरळ, व्यावहारिक आणि प्रभावी बनवलं गेलं आहे. या संस्थेच्या प्रबोधनपद्धतीच्या भिन्न पैलूंना (शिक्षण, निरीक्षण आणि गुणवत्ता) स्वतंत्र गुणवत्ता परीक्षकांद्वारे (Quality Auditors) क्रमबद्ध पद्धतीने पडताळलं गेलं. त्यानंतर या पैलूंना ISO 9001:2015 साठी पात्र समजून या बोधपद्धतीला हे प्रमाणपत्र प्रदान करण्यात आलं. या फाउंडेशनचे लक्ष्य आहे नकारात्मक विचारांकडून सकारात्मक विचारांकडे वाटचाल.

तेजज्ञान फाउंडेशन परिचय

हॅपी थॉट्स तेजज्ञान यूट्यूब चैनल

महाआसमानी - अल्प परिचय

Self Delelopment to Self Realization Towords Self Stabilizaion

तुम्हाला सर्वोच्च आनंद हवाय? असा आनंद, जो कोणत्याही बाह्य कारणावर अवलंबून नाही... जो प्रत्येक क्षणी वृद्धिंगत होतो. या जीवनात तुम्हाला प्रेम, विश्वास, शांती, समृद्धी आणि परमसंतुष्टी हवी आहे का? शारीरिक, मानसिक, सामाजिक, आर्थिक आणि आध्यात्मिक अशा आयुष्याच्या सर्व स्तरांवर यशस्वी होण्याची तुमची इच्छा आहे का? 'मी कोण आहे' हे तुम्हाला अनुभवाने जाणावंसं वाटतं का? तुमच्या अंतर्यामी अशा सर्व प्रश्नांची उत्तरं जाणण्याची इच्छा आणि 'अंतिम सत्य' प्राप्त करण्याची तृष्णा असेल, तर तेजज्ञान फाउंडेशनतर्फे आयोजित 'महाआसमानी शिबिरा'त तुमचं स्वागत आहे. हे शिबिर सरश्रींच्या मार्गदर्शनावर आधारित आहे.

महाआसमानी अल्प परिचय

हॅपी थॉट्स सरश्री (इंग्लिश) यूट्यूब चैनल

'सरश्रीं'द्वारा रचित पुस्तकांची माहिती

सरश्रींनी विविध विषयांवर १५० हून अधिक पुस्तकं लिहिली आहेत. त्यांपैकी 'विचार नियम', 'स्वसंवाद एक जादू', 'शोध स्वतःचा', 'स्वीकाराची जादू', 'निर्णय आणि जबाबदारी', 'निःशब्द संवाद एक जादू', 'संपूर्ण ध्यान' इत्यादी पुस्तकं बेस्ट सेलर झाली आहेत. ही पुस्तकं दहापेक्षा अधिक भाषांमध्ये अनुवादित असून, पेंगुइन बुक्स, हे हाउस पब्लिशर्स, जैको बुक्स, मंजुळ पब्लिशिंग हाउस, प्रभात प्रकाशन, राजपाल अॅण्ड सन्स, पेंटागॉन प्रेस आणि सकाळ प्रकाशन इत्यादी प्रमुख प्रकाशन संस्थांद्वारे ती प्रकाशित झाली आहेत.

विचार नियम

आपल्या यशाचे रहस्य

विश्वास नियम

सर्वोच्च शक्तीचे सात नियम

पुस्तकं ऑर्डर करण्यासाठी लॉग इन करा

- www.gethappythoughts.org

पुस्तकांच्या अधिक माहितीसाठी संपर्क करा-

फोन नं.: 09011013210

तेजज्ञान फाउंडेशनच्या सोशल मिडिया ॲक्टिव्हिटीज

तेजज्ञान इंटरनेट रेडियो

तेजज्ञान इंटरनेट रेडिओद्वारे २४ तास ३६५ दिवस, सरश्रींच्या प्रवचन आणि भजनांचा लाभ घ्या. त्यासाठी पाहा लिंक

http://www.tejgyan.org internetradio.aspx

Tejgyan Internet Radio on all platforms like Android, iPhone, iPad and Amazon

यू ट्यूबद्वारे प्रार्थनेमध्ये सहभागी होऊ शकता.

गुड मॉर्निंग प्रेयर दररोज़ सकाळी 6.15am-6.25am

ध्यान प्रार्थना बीज :

3.30pm-3.45pm & 9pm -9.15pm

शिबिर - Train & Boost Your Immunity

उत्तम असेल आपली रोगप्रतिकारशक्ती,

तरच होईल आपली स्वास्थ्याशी युक्ती

शिबिर - श्राद्ध और पितृदोष युक्ति

पूर्वजांसाठी मुक्ती प्रार्थना कशी करावी

Liberation from Ancestral Karmic Bondage

शिबिर - हॅपीवाले रिश्ते

जीवित रिश्तों का लक्ष्य

- जितृ पक्ष

यूट्युबच्या साहाय्यानेदेखील सरश्रींच्या प्रवचनांचा लाभ घेऊ शकता.

आजच यूट्युब चॅनलला सबस्क्राइब करा.

YouTube **channels**

Happy Thoughts - Tejgyan

Sirshree - Tejgyan

Happy Thoughts - Parma Gyan

*****Voice of Happy Thoughts App**

Registration link : https://happythoughts.co/

Contact No. : 7447797317

• Follow Us •

www.ingramcontent.com/pod-product-compliance
Lightning Source LLC
Chambersburg PA
CBHW031324230926
51848CB00001B/83

* 9 7 8 9 3 8 7 6 9 6 2 1 1 *